સમર્થન

"ચાણક્ય પ્રેરિત નેતૃત્વનાં 7 રહસ્યો વર્તમાન વ્યાપાર પરિસ્થિતિમાં યુગો પૂરાણી ફીલોસોફિ સમજાવે છે."

—સીટી એક્ષપ્રેસ, ન્યુ ઈન્ડિયન એક્ષપ્રેસ

"પિલ્લઈ અને શિવનંદન સાથે મળીને ચાણક્યનાં મોડેલને જીવંત બનાવે છે."

—ઉદય ઈન્ડિયા

"સિદ્ધાંતો સાથે આચરણ ભળે છે, શૈક્ષણિક સંશોધન સાથે પોલીસ સુપરવિઝનના અનુભવો મળે છે અને આધુનિક સમયની સફળતાની વાર્તામાં યુગો પૂરાણી ફોર્મ્યુલા પ્રગટ કરાય છે."

—ઈંક પેડ, ધ વે મેગેઝીન

"મહારાષ્ટ્રના પૂર્વ ડીજીપી અને સક્ષમ વહીવટકર્તાના આદ્યરૂપ, ડી. શિવનંદન અસરકારક વ્યવસ્થાપન માટેની જે માર્ગદર્શિકાઓએ તેમને શક્તિશાળી નેતા બનાવ્યા, તે આપણી સાથે વહેંચે છે."

—ન્યુ અરાઈવલ્સ, લેન્ડમાર્ક મેગેઝીન

"જ્યારે પણ મુંબઈ સંકટમાં હોય ત્યારે - પોલીસ-પાસે-જાવ... વધુ સારી રીતે પોલીસ કાર્ય કરવા માટે ચાણક્યની વ્યુહરચનાઓનો કેવીરીતે ઉપયોગ કરવો તે વિશેનાં ડી.શિવનંદનના પુસ્તકે, તે બહાર પડ્યાના એક જ મહિનાની અંદર ૧૨,૦૦૦થી વધારે નકલો વેંચાવી દીધી છે."

—ડી.એન.એ.

"ખૂબ રસપ્રદ... નવા ઉભરતા યુવાન નેતાઓ માટેની વ્યવહારુ માર્ગદર્શિકાનું કાર્ય કરશે અને તેમને ખૂબજ ફાયદો આપશે."

— એમ.આર. રેડ્ડી પૂર્વ SPG ચીફ અને
૧૯૬૭ના આઈ.પી.એસ. ઑફિસર.

"વ્યવહારુ જ્ઞાનથી ભરેલું"

— ડી.આર. કાર્તિકેયન, પદ્મશ્રી તથા પૂર્વ ડાયરેક્ટર,
સેન્ટ્રલ બ્યુરો ઑફ ઇન્વેસ્ટીગેશન.

"**ચાણક્ય પ્રેરિત નેતૃત્વનાં 7 રહસ્યો** ખૂબ જ ઉત્તમ કાર્ય છે; ખરેખર પ્રેરક."

— સુરેશ ધર્નીઆ, લે.કોલો. (રીટા) સી. મેનેજર
તથા લોકેશન સીક્યુરીટી હેડ, મુંબઈ-વે પ્રા.લી.

"શુદ્ધ પ્રેરણા તથા આશા... ખૂબ જ સરળ રીતે આપણે માટે ઉપલબ્ધ આંતરસૂઝ."

— જી.એમ.રાવ, AVP એડમીન કોગ્નીસન્ટ.

"મેં હમણાં જ **કોર્પોરેટ ચાણક્ય** તથા **ચાણક્ય પ્રેરિત નેતૃત્વનાં 7 રહસ્યો** વાંચવાનું પૂરું કર્યું. આ બીજું પુસ્તક નેતૃત્વ, આદાન-પ્રદાન, નેટવર્કીંગ કુશળતા પરનું સુંદર પુસ્તક છે... ખાસ કરીને (ડી. શિવનંદનના) અનુભવો તથા પોલીસ દળમાં સફળતા વિશે વાંચ્યા પછી... હું સીવીલ સર્વિસીઝમાં જોડાવા માટે વધારે પ્રેરિત થયો છું... તેમનું જીવન પોતે જ એક એવું પુસ્તક છે, જે મહત્વાકાંક્ષી વિદ્યાર્થીએ આ અતિ સ્પર્ધાત્મક દુનિયામાં સફળ થવા માટે વાંચવું જ જોઈએ... આવું મહાન પુસ્તક લખવા માટે આપને તથા રાધાક્રિષ્નન પિલ્લાઈને અભિનંદન..."

— ડૉ. અમેયા ઓક.

ચાણક્ય પ્રેરિત નેતૃત્વનાં 7 રહસ્યો

CHANAKYA'S 7 SECRETS *of* LEADERSHIP

NOW IN GUJARATI

ચાણક્ય પ્રેરિત નેતૃત્વનાં 7 રહસ્યો

CHANAKYA'S 7 SECRETS *of* LEADERSHIP

NOW IN
GUJARATI

રાધાક્રિષ્નન પિલ્લઇ

કોર્પોરેટ ચાણક્યના રાષ્ટ્રવ્યાપી બેસ્ટસેલીંગ લેખક

ડી. શિવાનંદન IPS (રિટાયર્ડ)

મુંબઈના ભૂતપૂર્વ પોલીસ કમિશ્નર અને મહારાષ્ટ્રના ડાયરેક્ટર જનરલ ઑફ પોલીસ

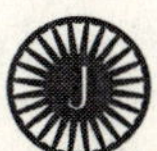

જયકો પબ્લિશિંગ હાઉસ

અમદાવાદ બેંગલોર ભોપાલ ચેન્નાઇ
દિલ્હી હૈદરાબાદ કલકત્તા લખનૌ મુંબઇ

Published by Jaico Publishing House
A-2 Jash Chambers, 7-A Sir Phirozshah Mehta Road
Fort, Mumbai - 400 001
jaicopub@jaicobooks.com
www.jaicobooks.com

CHANAKYA'S 7 SECRETS OF LEADERSHIP
ચાણક્ય પ્રેરિત નેતૃત્વનાં 7 રહસ્ય
ISBN 978-81-8495-687-0

અનુવાદઃ સ્વાતિ વસાવડા

First Jaico Impression: 2015

Printed by
Trinity Academy For Corporate Training Limited, Mumbai

હું આ પુસ્તક અર્પણ કરું છું

ચિન્મય મિશન

આધુનિક સમયમાં પ્રાચીન ભારતીય ધર્મશાસ્ત્રોનાં શિક્ષણમાં
વ્યવહારુ અભિગમ ધરાવતી આધ્યાત્મિક સંસ્થાને .

- ડૉ. રાધાક્રિષ્નન પિલ્લઈ

હું આ પુસ્તક અર્પણ કરું છું

મારી અર્ધાંગીની લલીતા તથા મારી પુત્રીઓ અર્ચના તથા જ્યોત્સનાને

તથા

જેમણે રાજ્યના નાગરિકોની સલામતી તથા સુરક્ષા માટે તેમનાં
જીવન અર્પણ કર્યા છે તેવા મારા વિસ્તૃત થયેલ પરિવાર એવા મહારાષ્ટ્ર
પોલીસ ફોર્સના લાખો પોલીસ અમલદારો, પુરુષો તથા સ્ત્રીઓને.
આ પુસ્તકમાંથી થનાર મારી બધી જ આવક હું પોલીસકર્મીઓનાં
બાળકોનાં શિક્ષણ માટે સંપૂર્ણપણે સમર્પિત કરું છું.

- ડી. શિવનંદન

નોંધ

- આ એક વ્યવસ્થાપન તથા નેતૃત્વ માટેનું પુસ્તક છે. જોકે, અમે તેની લેખનશૈલીને સરળ રાખી છે, જેથી વ્યવસ્થાપન અથવા નેતૃત્વની પાશ્ચાદભૂ ન હોય તેવા લોકો પણ આ પુસ્તકમાંથી શીખી શકે.
- આ પુસ્તક મારાં પ્રથમ પુસ્તક **કોર્પોરેટ ચાણક્ય**માં અપાયેલ વિચારોનાં અનુસંધાનરૂપ છે. જો આપ તે પુસ્તક વાંચી ચૂક્યા હશો તો આ સંદર્ભો તમે વધુ સારી રીતે સમજી શકશો. જો તેમ ન હોય તો વિવિધ પરિસ્થિતિઓનો સામનો કરતી વખતે લાગુ કરી શકાતા ચાણક્યના બોધપાઠોની વધુ સારી સમજણ મેળવવા માટે અમે તે પ્રથમ પુસ્તક વાંચી જવાનું સૂચવીએ છીએ.
- આ પુસ્તકમાં ચાણક્યનાં મુળસૂત્રોનો ઉપયોગ કરવામાં આવ્યો છે. તે મોતીલાલ બનારસીદાસ વડે પ્રકાશિત મુંબઈ યુનિવર્સિટીના સંસ્કૃત વિભાગના આર.પી.કાંગલે વડે લખાયેલ 'કૌટીલ્યઝ અર્થશાસ્ત્ર'માં અપાયેલ અંગ્રેજી અનુવાદરૂપે છે. જેમને મૂળ *અર્થશાસ્ત્ર*નો સંપૂર્ણ અભ્યાસ કરવામાં રસ હોય તેમને તે વાંચી જવાની સલાહ આપીએ છીએ. અન્ય લેખકો વડે કરાયેલ જુદા જુદા અનુવાદો પણ બજારમાં ઉપલબ્ધ છે.
- આ પુસ્તકમાં અમલમાં મૂકવા માટેની વ્યવહારુ રીતો અપાઈ છે. આથી, તમારી અંગત નોંધ માટે પાનાંઓ અપાયા છે. તમે જે શીખો તેને કાર્યસ્થળે તથા અંગત જીવનમાં ચોક્કસ લાગુ કરશો. તમારી સફળતાની વાત જાણીને અમને આનંદ થશે. અમને info@ciplmumbai.in પર ચોક્કસ લખી મોકલશો.
- જો તમને ચાણક્યના ખ્યાલો ગમી જાય, તો તમે તે અન્યોને શીખવજો. ચાણક્યના વિદ્યાર્થી તરીકે શરૂઆત કરો, પરંતુ ચાણક્યની વિદ્વતાના શિક્ષક બનવાનું લક્ષ્ય રાખો.
- જ્ઞાનનો ફેલાવો કરવો, તે તમારા પોતાના જ્ઞાનમાં વૃદ્ધિ કરે છે.

વિશ્વાસ રાખો, તે મને કામ આવ્યું છે અને તેવી જ રીતે તમને પણ આવશે જ...

ઋણસ્વીકાર

સામાન્ય રીતે, બેસ્ટ સેલર તરીકે ચાલુ રહ્યું હોય તેવું એક પુસ્તક લખ્યા પછી, બીજું પુસ્તક લખવું સહેલું છે તેવું ઘણા લોકો વિચારે છે. મારી બાબતમાં આ વાત સત્યથી ઘણી વેગળી છે.

પ્રથમ પુસ્તક કરતાં આ પુસ્તકે મારો વધુ સમય તથા શક્તિ લીધાં. બે વર્ષના ગાળામાં મારી, શિવનંદન સર અને જયકો ટીમ વચ્ચે ૨૦૦થી વધુ મીટીંગો થઈ. પોલીસ સીસ્ટમની કાર્યશૈલીને સમજવા માટેનાં સંશોધનમાં; વિવિધ પુસ્તકો, વેબસાઈટ્સ તથા સામયિકોનો અભ્યાસ કરવામાં; ડેટા એકઠા કરવામાં; શિવનંદન સર સાથે કામ કર્યું હોય તેવા જુદા જુદા લોકોને મળવા તથા તેમનો ઈન્ટરવ્યુ લેવામાં પુષ્કળ સમય ગાળવામાં આવ્યો.

મારી સતત મુસાફરી, યુનિવર્સિટીમાં સંશોધન તથા શિક્ષણની પ્રતિબદ્ધતા સાથે બધું જ મારી પોતાની મેળે કરવાનું અશક્ય હતું. રોજબરોજ મોટા થતા જતા આ પ્રોજેક્ટ માટે મને સંપાદકીય ટેકો આપવાનું મેં જયકોની ટીમને કહ્યું. અમે પ્રોજેક્ટ પુરો કર્યો ત્યાં સુધીમાં અમારી પાસે એટલો બધો ડેટા તથા માહિતી એકઠાં થઈ ગયાં હતાં કે શું પ્રકાશિત કરવું તેના કરતાં શું પ્રકાશિત 'ન' કરવું તે વધુ મોટો પડકાર હતો.

સૌપ્રથમ હું આ પુસ્તકના પ્રોજેક્ટનો ભાગ બનવા માટે સંમત થવા માટે શિવનંદન સરનો આભાર માનીશ. પોલીસદળના તેમના કાર્યકાળ દરમિયાન અને નિવૃત્તિ પછી તેમના અનુભવો પર પુસ્તક લખવા માટે તેમને કેટલીક ઑફરો મળી હતી. મને લાગે છે કે આ પ્રોજેક્ટ માટે તેઓ સંમત થયા તે માટે અમે ભાગ્યશાળી છીએ.

તેમણે પૂરી પાડેલી માહિતી મુલ્યવાન હતી. આ પુસ્તકમાં સમાવિષ્ટ બધી જ હકીકતો તથા મુદ્દાઓ શિવનંદન સાહેબની અજોડ પોલીસ નેતૃત્વ શૈલીનો ખ્યાલ આપે છે. આ પુસ્તક માટે કરાયેલ સંશોધનોની પુનઃ પુનઃ ચકાસણી કરવા માટે મેં અને શિવનંદન સાહેબે અમારા ઘરે, રેસ્ટોરન્ટસમાં, ઑફિસોમાં, હોટેલોમાં, ફ્લાઈટ્સમાં, એરપોર્ટસ પર તથા યુનિવર્સિટીમાં પણ સમય ગાળ્યો. આ પોતે જ ઘણો મોટો અનુભવ હતો.

જયકો પબ્લિશીંગ હાઉસ - આકાશ શાહ, અશ્વિન શાહ અને શ્રી શર્મા પ્રકાશનની દુનિયામાં મારા પથદર્શકો છે. તેમણે મને એક પ્રતિભા તરીકે ખોળી કાઢ્યો અને મારામાંથી એક બેસ્ટસેલીંગ લેખક બહાર આણ્યો. સંધ્યા, લક્ષ્મી, પૂર્ણીમા તથા પ્રજ્ઞા સહિતના સંપાદકીય જુથે મને દરેક તબક્કે ટેકો આપ્યો, જેણે આ પુસ્તકના પ્રકાશિત થવાનાં અંતિમ ધ્યેય પર પહોંચવામાં એક પરિવારની જેમ મદદ કરી. તેઓ આખી પ્રક્રિયા દરમિયાન ખૂબ જ ધૈર્યવાન તથા સમર્પિત હતાં. નીતા કે જેણે આ પુસ્તક માટે અદ્ભૂત મુખપૃષ્ઠ તૈયાર કર્યું તે વિશિષ્ટ કદરને પાત્ર છે. આનું મુખપૃષ્ઠ અલગ હોવા છતાં મારાં પ્રથમ પુસ્તક **કૉર્પોરેટ ચાણક્ય** સાથે બંધ બેસતું છે.

વિજય અને સ્ટીવન સહિતની માર્કેટીંગ તથા સેલ્સ ટીમ તથા આખા ભારતમાં આવેલી જયકોની દસ ઑફિસોના બ્રાન્ચ મેનેજરો તથા સેલ્સ વ્યક્તિઓએ આ પુસ્તકને વધુ સારું બનાવવા માટે અભિપ્રાયો, સૂચનો આપ્યાં છે.

ચાણક્ય ઈન્સ્ટીટ્યૂટ ઑફ પબ્લિક લીડરશીપ (CIRL) - મુંબઈ યુનિ. ના ફીલોસોફી વિભાગની ટીમે મને આ પ્રોજેક્ટ માટે સતત પ્રોત્સાહિત કર્યો.

જ્યારે મેં આ પુસ્તક લખવામાં મારું બધું ધ્યાન કેન્દ્રિત કર્યું હતું ત્યારે CIRLના ડાયરેક્ટર રંજિત શેટ્ટીએ મારો બધો કાર્યબોજ ઉઠાવી લીધો. મારા વિદ્યાર્થીઓ અને હવે ઑફિસના કર્મચારી માલતી તેવર અને વિરાજ પઢારીયા મારા સંશોધન સહાયકો હતાં. હું *અર્થશાસ્ત્ર*માંથી કોઈ પણ સંદર્ભ પૂછતો અને મને એક મિનિટ કરતાં પણ ઓછા સમયમાં માહિતી ઉપલબ્ધ થતી. આ તેમનો તે પુસ્તકનો ઊંડો અભ્યાસ દર્શાવે છે.

વિભાગના અન્ય વ્યાખ્યાતાઓ પણ હંમેશાં ટેકો આપતા હતા. જ્યાં અમે છ મહિનાનો પબ્લિક નેતૃત્વ કોર્સ ચલાવીએ છીએ તે કૌટીલ્ય અર્થશાસ્ત્ર રીસર્ચ પ્રોજેક્ટનાં અમારા ફેકલ્ટી સભ્ય ડૉ. મીનલ કાટર્નિકરનો ખાસ આભાર માનું છું.

જેમણે ચાણક્યના બોધપાઠોનો અમલ કરવામાં પોતાનું જીવન સમર્પિત કરી દીધું છે. તેવા મારા *અર્થશાસ્ત્ર*ના બધા જ વિદ્યાર્થીઓનો હું આભારી છું. તેમણે આપણા રાષ્ટ્રનો માર્ગ બદલવાનું નક્કી કર્યું છે. તેમાનાં મોટાભાગના જાહેર જીવન, રાજકીય ક્ષેત્ર તથા અન્ય સામાજિક રીતે સુસંગત કારકીર્દી સાથે જોડાયા છે.

મારા *અર્થશાસ્ત્ર*નાં PhD કાર્ય માટેના અભ્યાસ તથા સંશોધન દરમિયાન

મારા શિક્ષક તથા માર્ગદર્શક રહી ચૂકેલા અને જેને કારણે હું ચાણક્યનાં શાણપણને શિક્ષણ ક્ષેત્રમાં લઈ આવી શક્યો છું તે ચિન્મય ઈન્ટરનેશનલ ફાઉન્ડેશનના ડૉ. ગંગાધરન નાયર તથા મુંબઈ યુનિ.ના ફિલોસોફી વિભાગના વડા ડૉ. શુભદા જોષીનો આભાર માનું છું.

જેમણે ૨૦૧૦ની ૧૫મી ઓગસ્ટે મારું પ્રથમ પુસ્તક **કોર્પોરેટ ચાણક્ય** ખુલ્લુ મૂક્યું અને જેમના સતત ટેકા વગર આ બીજું પુસ્તક શક્ય ન બન્યું હોત તેવા અમારા વાઈસ ચાન્સેલર ડૉ. રાજન વેલુકર.

જ્યાંથી મેં મારું સંસ્કૃતમાં MA કર્યું (કવિ કુલગુરુ કાલીદાસ સંસ્કૃત યુનિ. દ્વારા) તે કે. જે. સોમૈયા ભારતીય સંસ્કૃતિ પીઠમનો હું ખાસ આભારી છું. સોમૈયામાં મને માર્ગદર્શન આપવા માટે શ્રી સમીર સોમૈયા, ડૉ. કલા આચાર્ય, ડૉ. લલીતા નામજોશી અને સમગ્ર ટીમનો હું ખાસ આભારી છું.

ચાણક્ય ટીવી સીરીયલ બનાવનાર ડૉ. ચન્દ્રપ્રકાશ દ્વિવેદીનો આભારી છું. આ સીરીયલે મારા જેવા ઘણાને ભારત તરફ ચાણક્યનાં પ્રદાનને સમજવા માટે પ્રેરણા આપી.

ચિન્મય મિશન - હું ચિન્મય મિશનની પેદાશ છું. આ આધ્યાત્મિક સંસ્થાએ મને બધું જ આપ્યું છે. ચિન્મય મિશનના મારા *અર્થશાસ્ત્ર*ના અભ્યાસ વગર મારું પ્રથમ પુસ્તક કે આ પુસ્તક શક્ય ન બન્યા હોત. વર્તમાન વૈશ્વિક વડા સ્વામી તેજોમયાનંદજીનો ખાસ આભાર, જેમણે મને ગુરુકુળ અને ગુરુ-શિષ્ય પરંપરામાં પ્રાચીન ધર્મગ્રંથોનો અભ્યાસ કરવા માટે પ્રોત્સાહિત કર્યો. હું ચિન્મય ઈન્ટરનેશનલ ફાઉન્ડેશનના વડા સ્વામી અધ્વયાનંદજી; જેમણે મને શાળાએ જતા બાળકની જેમ વ્યવસ્થાપન શું છે તે શીખવ્યું તે સ્વામી સચ્ચીદાનંદજી તથા આખા વિશ્વમાં પથરાયેલ ચિન્મય મિશનના સેંકડો શિક્ષકોનો આભારી છું જેમણે મને *અર્થશાસ્ત્ર*માં ઉપલબ્ધ જ્ઞાનનો ફેલાવો કરવાના મારાં મિશનમાં મને ટેકો આપ્યો છે.

મારો પરિવાર - મારા ઢંગધડા વગરના કામ તથા પ્રવાસ કાર્યક્રમને સંભાળીને **મારા પરિવારે** મને હંમેશાં ટેકો આપ્યો છે. સુરેખા - મને ખબર છે કે એક બાળક મેળવી શકે તેવી તું શ્રેષ્ઠ માતા છે. મારાં બાળકો અન્વીક્ષીતિ અને અર્જુનની તેમનાં સૌથી વિકાસાત્મક વર્ષોમાં સંભાળ લેવા બદલ તારો આભાર. જ્યારે હું આખી દુનિયામાં નેતૃત્વ તથા વ્યવસ્થાપન વિશે શીખવતો હોઉં છું ત્યારે તું તેમને એ આધ્યાત્મિક મુલ્યો વિશે શીખવે છે, જે નેતૃત્વ તરફનું પ્રથમ

સોપાન છે. મારા માતા-પિતા સી.કે.કે. પિલ્લાઈ તથા સુશીલા કે. પિલ્લાઈ; શ્વસુર તથા સાસુ શેખર અને ધનવંતી શેટ્ટી તથા સાળીઓ સારીકા તથા ચંદ્રિકાનો ખાસ આભાર.

MTHR ગ્લોબલ - જેમાંથી **કોર્પોરેટ ચાણક્ય** નામનો ઉદ્ભવ થયો તે 'મોર ધેન હ્યુમન રીસોર્સીસ' (www.mthrglobal.com) સંસ્થાના મારા મિત્રોનો આભાર, રાજેશ કામથ, વિપુલ અગ્રવાલ, આશિષ ગક્કે, રાજેશ ગુપ્તા, પ્રીતિ મલ્હોત્રા તથા કેયુર જાની એચ.આર. ઈન્ડસ્ટ્રીમાં ભારતીય વ્યવસ્થાપનને નવું સ્વરૂપ આપી રહ્યા છે. SPM ગ્રુપ ઑફ કંપનીઝ - મુળરાજ છેડા, પ્રવિણ છેડા, રાજન છેડા, નિકેત તથા તેમની પત્નીઓના ટેકા વગર હું મારો બધો સમય ચાણક્યના બોધપાઠોનો ફેલાવો કરવામાં આપી ન શક્યો હોત. ચાણક્યના બોધપાઠોનો ફેલાવો કરવાના મારા પ્રારંભના દિવસોમાં SPM પરિવારના ટેકાને કારણે જ આજે હું જે છું તે બની શક્યો છું. સમાજમાં પુષ્કળ ઉમદા કાર્યો કરનાર SPM ફાઉન્ડેશનના બોર્ડ પર હું ચાલુ રહ્યો છું.

મારા બાળપણના મિત્ર અને મારા આધ્યાત્મિક પ્રવાસ વ્યાપારમાં ભાગીદાર વેંકટ ઐયરનો આભાર. દુનિયાની બધી સંપત્તિ કરતાં તારી મૈત્રી મારે માટે વધુ મુલ્યવાન છે. ઈશ્વર સૌને ખરાબ તથા સારા સમયમાં તારી જેમ અડીખમ ઊભો રહેનાર મિત્ર આપે. પંકજ જોષી મીલીન્દ અગ્રવાલ અને રાજેશ અજગાંવકરે મને ચાણક્યના બોધપાઠો આગળ લઈ જવા માટે વિચારવામાં નવાં પરિમાણો આપ્યા છે.

પોલીસદળના મિત્રો - આઈપીએસ સંદિપ કર્ણિક અને સતિશ મેનન (રેલ્વે પ્રોટેક્શન ફોર્સ) મારા શાળાના મિત્રો હતા જેઓ પોલીસદળમાં જોડાયા. જીવનમાં પ્રથમવાર મિત્રોને પોલીસ તરીકે જોવાનું ગમ્યું. તેમણે હંમેશાં પોલીસની કાર્યરીત તરફ જોવાની મુલ્યવાન દૃષ્ટિ આપી છે. આજે બંને પોલીસદળમાં આદર્શ બની રહ્યા છે.

શેમારુ એન્ટરટેઈનમેન્ટ - આ મારો બીજો પરિવાર છે. માધુરી અને હિરેન ગડા, અતુલ મારુ અને સમગ્ર ટીમ મેનેજમેન્ટ ફિલ્મ, **ચાણક્ય સ્પીક્સ**, ઓડીયો બુક્સ અને ટ્રેઈનીંગ કીટ જેવા જુદા જુદા પ્રોજેક્ટ્સ દ્વારા ચાણક્યના બોધપાઠોને દુનિયા સુધી પહોંચાડવાનું સાધન બન્યાં છે.

કોર્પોરેટ દુનિયાના મિત્રો - આદિત્ય બિરલા જુથના ડૉ. અજિત રાનડે તથા આશિષ દ્વિવેદી; વેરોક જુથના એમ.ડી. તરંગ જૈન; ક્લેટીસ ફાર્માના

ચેરમેન સુશીલ વાધવા; ઓલકાર્ગોના સી.એમ.ડી. શશી કિરણ શેટ્ટી; એસ.કે. જુથના અસિત તથા સમીર કોટેચા; જ્યોતિ લેબોરેટીઝના સી.એમ.ડી. એમ.પી. રામચંદ્રન તથા એલએન્ડટીના સતિશ શેનોયનો ખૂબ ખૂબ આભાર. આ બધાએ તેમની સંસ્થાઓની અંદર તથા જુદા જુદા વ્યાપાર વર્તુળોમાં ચાણક્યના બોધપાઠોને આગળ વધારવામાં ખાસ પ્રયાસ કર્યો છે.

શૈક્ષણિક અને કેળવણી સંસ્થાઓ - વિવિધ કોલેજો તથા વ્યવસ્થાપન શાળાઓના આચાર્યો, શિક્ષકો, પ્રોફેસરો તથા ડાયરેક્ટરો કે જેમણે મને મહેમાન વ્યાખ્યાતા બનવાનું આમંત્રણ પાઠવ્યું તેમનો હું પ્રમાણિક્તાપૂર્વક આભાર માનું છું. તેમણે ભારતીય વ્યવસ્થાપનની સંદર્ભ સામગ્રી તરીકે મારાં પુસ્તકનું સૂચન કર્યું અને વિદ્યાર્થીઓને ચાણક્ય પર સંશોધન કરવા પ્રોત્સાહિત કર્યા.

ડીફેન્સ સર્વિસ સ્ટાફ કોલેજ (DSSC), નેશનલ ડીફેન્સ કોલેજ (NDC) તથા ઈન્સ્ટીટ્યુટ ઑફ ડીફેન્સ એન્ડ સ્ટ્રેટેજી એનાલીસીસ (IDSA) જેવી સશસ્ત્ર દળોની સંસ્થાઓમાં ચાણક્યના વિચારોનો પરિચય શ્રેષ્ઠ રહ્યો. વાઈસ એડમીરલ ગાયકવાડ, વીંગ કમાન્ડર આદિત્ય કિરણ, જનરલ નાયર, કર્નલ પ્રદિપ ગૌતમ તથા આ સંસ્થાઓના કમાન્ડીંગ ઑફિસરો ચાણક્યની યુદ્ધનીતિઓને મીલીટરી વિજ્ઞાનમાં ગંભીર અભ્યાસની બાબત બનાવવાનું નિમિત્ત બન્યા.

લેખક મિત્રો - અમિષ ત્રિપાઠી, અશ્વિ સાંઘી, રશ્મી બંસલ, દેવદત્ત પટ્ટનાયક, અનિતા તથા હર્ષભોગલે, ઋષભ તુરખીયા, સંતોષ નાયર, મુક્તા મહાજની... જે બધા પોતે જ બેસ્ટ સેલીંગ લેખકો છે. તેમણે મને આ પુસ્તકને મારાં પ્રથમ પુસ્તક કરતાં વધુ સારું બનાવવા માટે નિયમિતપણે મુલ્યવાન સુચનો આપ્યાં.

ક્રોસવર્ડ, લેન્ડમાર્ક, સપના, રીલાયન્સ, મીડીયા માર્ટ અને આખાં ભારતના અન્ય સ્ટોર્સ તથા તેમની ટીમનો આભાર, જેમણે પોતાના ગ્રાહકોને આ પુસ્તકની ભલામણ કરી તથા ચાણક્ય તથા ઈ-બુક આવૃત્તિને ઓનલાઈન પ્રમોટ કરનાર વિવિધ ઓનલાઈન બુકસ્ટોર્સનો આભાર.

રાજકરણીઓ - મહારાષ્ટ્રના ભૂતપૂર્વ શિક્ષણ પ્રધાન શ્રી રાજેશ ટોપે, સંસદ સભ્ય શ્રી સંજય દીના પાટીલ, મહારાષ્ટ્રના ભૂતપૂર્વ મુખ્યપ્રધાન શ્રી પૃથ્વીરાજ ચૌહાણ તથા ભારતના મુખ્ય પ્રધાન શ્રી નરેન્દ્ર મોદી જેમણે અન્ય રાજકારણીઓ તથા સરકારી અમલદારોને **કોર્પોરેટ ચાણક્ય**નો અભ્યાસ કરવા તથા તેમના બોધપાઠોને લાગતા વળગતા કાર્યક્ષેત્રોમાં લાગુ કરવા માટે પ્રોત્સાહિત

કર્યા, તેમનો હું આભારી છું.

અને છેવટે, આપના જેવા લાખો ચાણક્ય ચાહકોનો આભાર, જેમણે માત્ર મારાં પુસ્તકો વાંચ્યા જ નહીં પરંતુ અન્યોને ભેટમાં પણ આપ્યાં. તમારા ટેકા વગર આપણી પેઢીમાં ચાણક્ય અને વ્યવસ્થાપન આટલાં પ્રખ્યાત તથા સુસંગત ન થઈ શક્યાં હોત.

— ડૉ. રાધાક્રિષ્નન પિલ્લઈ,
મુંબઈ

અનુક્રમણિકા

	નોંધ	xi
	ઋણ સ્વીકાર	xiii
	આમુખ	xxi
	પરિચય	xxv
	ચાણક્ય કોણ હતા ?	xxxvii
૧	સ્વામી	૧
૨	અમાત્ય પ્રધાન/મેનેજર	૩૭
૩	જનપદ	૬૭
૪	દુર્ગ	૯૯
૫	કોષ	૧૨૯
૬	દંડ	૧૬૩
૭	મિત્ર	૧૯૫
	લેખક વિશે	૨૨૪

આમુખ

કેટલાક લોકો નસીબદાર બને છે અને કેટલાક ખૂબ જ ખુશનસીબ.

પરંતુ મારા જેવા લોકો તેને ગુરુકૃપા અથવા પરમાત્માની દયા કહે છે.

જયકો વડે પ્રકાશિત મારું પ્રથમ પુસ્તક **કૉર્પોરેટ ચાણક્ય** બેસ્ટ સેલર નિવડ્યું. તેણે વ્યવસ્થાપન પરનાં પુસ્તકોનાં વેંચાણ ક્ષેત્રમાં ઘણા રેકોર્ડ તોડ્યા. તે બહાર પડ્યું ત્યારથી જ બેસ્ટ સેલરની સૂચિમાં રહ્યું. તેનો દસ પ્રાદેશિક ભાષાઓમાં અનુવાદ થયો - હિન્દી, મરાઠી, ગુજરાતી, આસામીઝ, ઓરીયા, બંગાળી, તમીલ, મલયાલમ, તેલુગુ તથા કન્નડ.

તેની ઓડીયો બુક પણ બહાર પાડવામાં આવી, જે પણ તે શ્રેણીમાં બેસ્ટ સેલર નીવડી. આ પુસ્તકે ચાણક્યના બોધપાઠો પર આધારિત દુનિયાની પ્રથમ મેનેજમેન્ટ ફિલ્મ - ચાણક્ય સ્પીક્સ (www.chanakyaspeaks.in) ને પ્રેરણા આપી. તે બહાર પડ્યાના એક જ મહીનાની અંદર તેણે ઈન્ડીએ ફેસ્ટ (કેલીફોર્નીઆ)નો એવોર્ડ ઑફ મેરીટ પ્રાપ્ત કર્યો.

પુસ્તકની સફળતાને લીધે, મને બે વર્ષ કરતાં પણ ઓછા સમયગાળામાં દસ દેશોની સો કરતાં વધુ સંસ્થાઓ, કોલેજો તથા યુનિવર્સિટીઓમાં વક્તવ્ય તથા વ્યાખ્યાન આપવા માટે આમંત્રણ મળ્યું. તેણે મને મુંબઈ યુનિવર્સિટીનાં ફિલોસોફી વિભાગમાં ચાણક્ય ઈન્સ્ટીટ્યુટ ઑફ પબ્લિક લીડરશીપ (www.ciplmumbai.in) નામે અમારી સંસ્થા સ્થાપવામાં પણ મદદ કરી. દુનિયામાં આ પ્રકારની આ પ્રથમ સંસ્થા છે જે *અર્થશાસ્ત્ર* શીખવે છે.

યાત્રા હજી શરૂ થઈ છે અને આવનારાં વર્ષોમાં ઘણું કરવાનું છે. બધી સફળતાની પાછળ હું ઈશ્વરનો હાથ હોવાનું અનુભવું છું.

સફળતા તેની સાથે પ્રશ્નો લઈ આવે છે. શું મને ફરી આવી સફળતા મળશે ? પ્રથમ પુસ્તકે બેન્ચમાર્ક બનાવી દીધો છે અને તે બહાર પડ્યું ત્યારથી લોકો મને પૂછે છે, "તમારું બીજું પુસ્તક ક્યારે આવે છે ?"

મારે માટે સવાલ જુદો જ હતો...

સવાલ મારું બીજું પુસ્તક 'ક્યારે' આવશે તેને બદલે તે 'શેના' વિશે હશે તે હતો.

મેં આ સવાલ સાથે ઘણા દિવસો તથા મહિનાઓ સુધી સંઘર્ષ કર્યો, જે પછી વર્ષો બની ગયા. હું કોર્પોરેટ ચાણક્ય ભાગ-૨ લખવા નહોતો જ માંગતો, છતાં મને સ્પષ્ટપણે ખબર હતી કે વિષય તો ચાણક્ય જ હશે. પ્રથમ પુસ્તક પોતે સંપૂર્ણ હતું, છતાં મારા જૂના વાચકો માટે સાતત્ય જળવાવું પણ જરૂરી હતું.

ચાણક્ય ક્રિયાનો માણસ હતો. તેમણે જે કહ્યું તે માત્ર સિધ્ધાંતો ન હતા, તેમને લાગુ કરી શકાય તથા અમલમાં મુકી શકાય તેવા હતા. જે વસ્તુ ભૂતકાળમાં કામ કરી શકી તે વર્તમાનમાં પણ કરી જ શકે. હું આપણી પેઢીમાં ચાણક્યને પાછા લાવવા માંગતો હતો. મારાં પછીનાં પુસ્તકમાં આવા મહાન વૃત્તાંતની સાથે હું કેવી રીતે વ્યવહાર કરીશ એ એ સવાલ હતો જેના પર મેં ઘણા લાંબા સમય સુધી મનન કર્યું. હું *અર્થશાસ્ત્ર*માં અપાયેલ નેતૃત્વના બધા જ સિધ્ધાંતોને જાણતો હતો. છતાં, મારા કે તમારા માટે તેનું કોઈ વ્યવહારુ મુલ્ય ન હોય અને તે માત્ર સિધ્ધાંતો જ બની રહે તેવી શક્યતા પણ છે જ.

હું ડી શિવનંદન ને મળ્યો તે દિવસે મને મારા પ્રશ્નનો જવાબ મળી ગયો…

તે સમયે તેઓ મહારાષ્ટ્ર પોલીસના ડાયરેક્ટર જનરલ હતા, સૌથી ઉચ્ચ પોલીસ પદવી પરથી નિવૃત્ત થવાના માત્ર થોડા જ મહિના દૂર. મેં તેમના વિશે તથા તેમણે કરેલાં કાર્ય વિશે સાંભળેલું. અમે બંને આંખના નિષ્ણાત ડૉક્ટર માટેના નેતૃત્વ કાર્યક્રમના વક્તા હતા. તે દિવસે, હું નેતૃત્વ વિશેના સિધ્ધાંતો વિશે બોલ્યો અને શિવનંદન સાહેબ નેતૃત્વના 'વ્યવહારુ' પાસાંઓ વિશે બોલ્યા. તેઓ પરિસ્થિતિ મુજબનાં નેતૃત્વ, રૂપાંતર કરી નાખતા નેતૃત્વ અને કઈ વસ્તુ વ્યક્તિને નેતા બનાવે છે તેના વિશે બોલ્યા !

હું સાંભળતો હતો ત્યારે મારા મનમાં એક શાંત રણકાર થયો. "આ જ છે ક્રિયાનો માણસ. તેણે બધી વિષમતાઓ વચ્ચે પરિણામો આપ્યાં છે. હું તેના વિશે વાત કરું છું, જ્યારે તેમણે તો તે કર્યું છે !"

મારે માટે, શિવનંદન સાહેબ એ વ્યક્તિ બની ગયા જેઓ વાસ્તવિક જીવનના આગેવાન હતા, જેમણે ચાણક્યએ કહેલી વાતોને વ્યવહારમાં ઉતારી હતી.

પછીનાં અઠવાડીયે હું મારા મુંબઈ યુનિ.ના વિદ્યાર્થીઓ સાથે શિવનંદન સાહેબને તેમની ઑફિસમાં મળ્યો. અમારે તેમની સાથે અડધો કલાક ગાળવાનો હતો, પરંતુ તેમના વ્યસ્ત સમયપત્રક છતાં, તેમણે અમને અઢી કાલક આપ્યા. વિદ્યાર્થીઓ તેમને કોઈ પણ પ્રશ્ન પૂછી શકતા હતા અને તેમણે તેના ઝડપી અને વિગતવાર જવાબો આપ્યા. મને એ જાણવા મળ્યું કે પોલીસદળમાં જોડાતાં પહેલાં તેઓ અર્થશાસ્ત્રના પ્રોફેસર પણ હતા. મારી અંદરના શિક્ષકને તેમની અંદરનો શિક્ષક મળી ગયા.

ત્યાંથી અમારા સંબંધો વિકસવા શરૂ થયા અને અમે એકબીજાને ફરી ફરીને મળતા રહ્યા. મને ખ્યાલ આવ્યો કે તે એવી વ્યક્તિ હતા જેને માટે પોલીસદળ, સરકાર તથા આપણા રાષ્ટ્રને ગર્વ હતો.

તેઓ સિદ્ધિઓના માણસ હતા, છતાં તેમના વિશે એવાં ઘણાં પાસાંઓ હતાં. જે ઘણા ઓછા લોકો જાણતા હતા. તેઓ હંમેશાં પ્રસિદ્ધિના ઝગમગાટમાં હતા, છતાં ઘણા ઓછાએ તેમના જીવનનું સંપૂર્ણ ચિત્ર નિહાળ્યું હતું. પછીથી ઘણી વધુ મુલાકાતો થઈ અને હું તેમને સારી રીતે જાણી શક્યો. તેમણે એવી ઘણી અદ્‌ભૂત ઘટનાઓ તથા વાતો કહી, જેના વિશે ઘણાને ખબર ન હતી.

અને પછી, શિવનંદન સાહેબ અને મારા પ્રકાશકો જયકો વચ્ચેની મુલાકાતે છેવટે તમારા હાથમાં છે તે પુસ્તક વિશે સ્પષ્ટતા આણી.

આ પુસ્તકનો વિષય ચોક્કસપણે ચાણક્ય છે; છતાં તે પ્રથમ પુસ્તક કરતાં અલગ છે. મેં નેતૃત્વ વિશે જ લખ્યું છે, પરંતુ શિવનંદન સાહેબને એક કેસ સ્ટડી, મહાન અને રૂપાંતર કર્તા નેતૃત્વના એક ઉદાહરણ તરીકે લઈને લખ્યું છે.

આ પુસ્તકમાં તમને ચાણક્યનું એક નેતૃત્વ મોડેલ મળશે. તમને શિવનંદન વડે જાણે નેતૃત્વનો નમૂનો જીવતો થઈ ગયો હોવાનું લાગશે તથા તેમણે નેતા તરીકે પોલીસદળમાં તેમના સમય દરમિયાન શું કર્યું તે પણ જાણશો. તેમણે આદર્શ બનીને અન્યો માટે ઊંચા આદર્શો સ્થાપ્યા.

આ પુસ્તક સિધ્ધાંતને વ્યવહારમાં મુકવા વિશે, નેતૃત્વના ખ્યાલોનો અમલ થતો જોવા વિશે, યુગો જુના સિધ્ધાંતો આધુનિક જમાનાની સફળતાની વાત બનતી જોવા વિશે છે.

ચાણક્યના નેતૃત્વ માટેના વિચારો, શિવનંદન સાહેબ સાથે જીવંત થઈ જાય છે.

પરિચય

વ્યુહાત્મક નેતૃત્વ વિશે ચાણક્યનાં 7 રહસ્યો

નેતૃત્વ - ખ્યાલ

અર્થશાસ્ત્રમાં ચાણક્ય નેતાને વિજિગીશુ તરીકે ઓળખાવે છે. એટલે કે એવી વ્યક્તિ જે પડકારો છતાં વિજયી બનવા તથા જીતવાની ઈચ્છા રાખે છે. આજે પણ, એક નેતાએ ગમે તેવા સંજોગો હોય તોપણ એક વિજેતાની જેમ વિચારવું અને સફળ થવું પડે છે.

સદીઓથી નેતૃત્વ એક વિચારવિભાવના તરીકે વિકસતું આવ્યું છે. પ્રારંભથી જ એક દેશ અથવા રાષ્ટ્રના રાજા સાથે 'નેતૃત્વ' શબ્દને ઓળખવામાં આવે છે. આજે દરેક ક્ષેત્રમાં નેતા હોય છે - રાજકારણ, વ્યાપાર, વિજ્ઞાન, કેળવણી, વહીવટ, સશસ્ત્ર દળો, સમાજ, લોક સમુદાય, વિવિધ સંગઠનો, રમતનાં જુથો તથા આધ્યાત્મિક્તામાં પણ. કેટલાક નેતાઓનો વિશાળ અનુયાયીગણ હોઈ શકે છે; અને અન્યોનો ન પણ હોય. કેટલાક નેતાઓ મહાન ભાષણકર્તા તથા જાહેર વક્તા હોય છે, જ્યારે અન્યો પોતાનાં ટેબલ પર અથવા પ્રયોગશાળામાં શાંતિપૂર્વક બેસે છે અને "વિચારક નેતા" બને છે. તેઓ લોકોની વિચારવાની રીતને નવી દિશા તથા દૃષ્ટિ આપે છે.

કેટલાક નેતાઓ તેમના જીવનકાળ દરમિયાન ખૂબજ લોકપ્રિય હોય છે;

તેમનું કાર્ય ગતિ પ્રાપ્ત કરે છે અને તે પેઢીમાં તેઓ માન્યતા મેળવે છે. અન્ય નેતાઓ મૃત્યુ પામે પછી તેમની ઉજવણી થાય છે કારણ કે તેઓ તેમના સમય કરતાં ઘણા આગળ હોય છે અને તેમની પેઢી તેમની મહાનતાને સમજી શકી નથી હોતી. કેટલાક નેતાઓ, જેમ કે લોકમાન્ય ટીળક, રવીન્દ્રનાથ ટાગોર અથવા તીરુવેલુવર તેમના ચોક્કસ પ્રદેશ, એક ગામ, એક લોક સમુદાય અથવા એક રાષ્ટ્રમાં જાણીતા હોય છે. અન્યો, જેમ કે મહાત્મા ગાંધી, નેપોલીયન, આલ્બર્ટ આઈન્સ્ટાઈન અથવા અબ્રાહમ લીંકન આખી દુનિયામાં માન્યતા પ્રાપ્ત કરે છે.

છતાં, આ બધા નેતાઓમાં કંઈક સર્વસામાન્ય હોય છે, કોઈક એવા ગુણધર્મો જે તેમને માન તથા પ્રશંસા રળી આપે છે, જેને આપણે નેતૃત્વની ખાસીયતો કહીએ છીએ.

તો નેતૃત્વ એટલે ખરેખર શું છે ?

આખા વિશ્વમાં નેતૃત્વ એ ગંભીર ચર્ચા વિચારણા, અભ્યાસ તથા સંશોધનનો વિષય બની ગયું છે. હવે યુનિવર્સિટીઓમાં નેતૃત્વનાં કેન્દ્રો હોય છે. નેતૃત્વ પર લખાતાં પુસ્તકોની સંખ્યા ઝડપથી વધી રહી છે.

ભારતમાં નેતૃત્વને ખૂબ ગંભીરતાપૂર્વક લેવાયું છે. આજે, ભારત દુનિયાનું સૌથી ઝડપથી વિકસી રહેલાં અર્થતંત્રોમાનું એક હોવાને કારણે બધી નજરો તેના પર છે. ભારત નવું, છતાં પુરાણું છે. એક યુવાન દેશ, જેણે ૧૯૪૭માં સ્વતંત્રતા મેળવી છે, જેને ૧૦,૦૦૦ કરતાં પણ વધુ વર્ષોનો ઈતિહાસ, સંસ્કૃતિ અને પરંપરા છે. કોઈ પણ અન્ય રાષ્ટ્રની માફક, ભારત અને ભારતીયો ભૂતકાળના હીરોમાંથી પ્રેરણા મેળવે છે. એક અબજ કરતાં પણ વધુ લોકોના દેશ તરીકે આપણને આપણા ભૂતકાળના નેતાઓની સિદ્ધિઓ માટે ગર્વ છે. આપણા ગાંધી અને સમ્રાટ અશોક જેવા નેતાઓએ આખા વિશ્વમાં વધારે નેતાઓને પ્રેરણા આપી છે અને તેમનું સર્જન કર્યું છે. શિવાજી, સુભાષચંદ્ર બોઝ, સરદાર પટેલ, જવાહરલાલ નેહરુ, રાજેન્દ્ર પ્રસાદ, લાલ બહાદુર શાસ્ત્રી અને અન્ય સ્વતંત્રતા સેનાનીઓએ આપણી વર્તમાન પેઢીને પ્રેરણા આપી છે અને યુવાનોમાં દેશભક્તિ દાખલ કરી છે.

જ્યારે આપણે હજી વધારે પાછળના સમયમાં જઈએ ત્યારે આપણે *રામાયણ* તથા *મહાભારત* જેવાં મહાકાવ્યોમાં કૃષ્ણ, રામ તથા બુદ્ધ જેવા સુપરહીરોમાંથી નેતૃત્વના બોધપાઠો મેળવીએ છીએ. ભારતીયો માટે, આ બોધપાઠો તેમની વિચારસરણી, તેમનાં રોજીંદા જીવન અને ચર્ચા વિચારણાનો

એક ભાગ છે.

જોકે, ભારત વિશે એક અદ્વિતીય પાસું એ છે કે જેણે નેતાઓ સર્જ્યા તે "નેતૃત્વ ગુરુ" વ્યક્તિ પાસેથી પણ આપણે શીખીએ છીએ. નેતા મહત્વનો છે, પરંતુ નેતાનો સર્જક વધારે મહત્વનો છે કારણ કે એક નેતૃત્વ ગુરુ વધારે નેતાઓ સર્જી શકે છે. સ્વામી રામદાસે શિવાજીને એક સફળ રાજા બનવાનું માર્ગદર્શન આપ્યું હતું. રામક્રિષ્ણએ વિવેકાનંદને એક મહાન આધ્યાત્મિક ગુરુ બનવાની પ્રેરણા આપી હતી.

કેટલાક લોકોને નેતાનો અભ્યાસ કરવાનું ગમે છે; આપણા જેવા લોકોને નેતૃત્વ ગુરુનો અભ્યાસ કરવાનું ગમે છે અને નેતૃત્વ ગુરુઓમાં એક વ્યક્તિ નેતૃત્વના બોધપાઠોમાં સંક્ષેપ તરીકે ઊભરી આવે છે - ચાણક્ય.

ચાણક્ય મૌર્યવંશના પ્રથમ રાજા અને સમગ્ર વિશ્વમાં બૌધ ધર્મના સોનેરી બોધપાઠો ફેલાવનાર સમ્રાટ અશોકના દાદા, ચંદ્રગુપ્ત મૌર્યના ગુરુ હતા. દુનિયાના ઇતિહાસમાં એક રાષ્ટ્રની વિચાર વિભાવના સર્જનાર પ્રથમ વ્યક્તિ તરીકે ઘણા ઐતિહાસિક વિદ્વાનો એ ચાણક્યને શ્રેય આપ્યું છે. તેમના બોધપાઠોના ખ્યાલોને ઈ.પૂ. ૪ થી સદીમાં લખાયેલ તેમના પુસ્તક *ધ કૌટીલ્યઝ અર્થશાસ્ત્ર*માં સમાવાયા છે.

પાછલાં કેટલાંક વર્ષોથી, હું *અર્થશાસ્ત્ર*નો વિદ્યાર્થી તથા શિક્ષક રહ્યો છું. ચિન્મય ઇન્ટરનેશનલ ફાઉન્ડેશન (www.chinfo.org) માં હોવાથી, મેં નેતૃત્વના ઘણાં પ્રાચીન ભારતીય મોડેલ્સ જોયાં છે. ચાણક્યના નેતૃત્વના આદર્શો આજે પણ કેટલા સુસંગત છે તે જોઈને હું દિગમૂઢ છું. તેઓ માત્ર પ્રાચીન જ નથી; તે શાશ્વત છે.

અર્થશાસ્ત્રમાં આપેલ નેતૃત્વના દ્દષ્ટાંતોમાં એક છે "ચાણક્યના સપ્તાંગ" - રાજયના સાત સ્તંભો. આ જુના વર્ષોપરાંત ભૂલાઈ ગયેલા સ્તંભોનું આધુનિક સમયના સંદર્ભમાં નેતૃત્વનાં સાત રહસ્યો તરીકે અર્થઘટન કરી શકાય. આના પર એક તાલીમ નમુનો તૈયાર કરવામાં આવ્યો હતો અને અમે તે મુજબ સમગ્ર વિશ્વમાં નેતૃત્વ વિકસાવવાના કાર્યક્રમોનું સંચાલન કરીએ છીએ.

અમે નિગમો તથા વેપારી જુથોમાં, સશસ્ત્ર દળો તથા પોલીસમાં, તેમજ વૈજ્ઞાનિકો, કેળવણીકારો, સામાજિક સંસ્થાઓ, આધ્યાત્મિક સંસ્થાઓ, સરકારી વિભાગો અને અન્ય ઘણા નેતાઓને તાલીમ આપી છે.

એ જોવું પ્રેરણાત્મક રહ્યું કે આ નેતૃત્વ દ્દષ્ટાંત ભારતમાં તથા પરદેશમાં

સમાજના બધા વિભાગોમાં સુસંગત રહ્યો.

ચાણક્યના નેતૃત્વના સાત સ્તંભો

ચાણક્ય અર્થશાસ્ત્રનાં પુસ્તક ૬, પ્રકરણ-૧ ના શ્લોક ૧માં આ નેતૃત્વ દૃષ્ટાંતને વર્ણવે છે.

"સ્વામી, અમાત્ય, જનપદ, દુર્ગ, કોષ, દંડ, મિત્ર ઈતિ પ્રક્રિયા" (૬.૧.૧) (રાજા, પ્રધાન, દેશ, કિલ્લેબંધ શહેર, તિજોરી, સૈન્ય તથા સહયોગી એટલા રાજ્યના મૂળ તત્વો છે.)

કોઈ પણ રાજ્યનું સાત ભાગોમાં વર્ગીકરણ કરી શકાય છે, જેમને સાથે મૂક્તાં એક સંપૂર્ણ રાજ્ય બને છે.

ચાણક્યનાં નેતૃત્વનાં 7 રહસ્યો

રહસ્ય		દર્શાવે છે	આજે એક સંસ્થામાં
• ૧	સ્વામી	રાજા (નેતા)	નેતા
• ૨	પ્રધાન	પ્રધાન (રાજાના સલાહકાર, મેનેજર)	મેનેજર
• ૩	જનપદ	દેશ (નાગરિકો)	માર્કેટીંગ/ઉપભોક્તા
• ૪	દુર્ગ	કિલ્લો (રહેઠાણ)	માળખું
• ૫	કોષ	તિજોરી (ધન)	નાણાં
• ૬	દંડ	સૈન્ય (જુથ)	ટીમવર્ક
• ૭	મિત્ર	સહયોગી (મિત્ર)	સલાહકારો/ગુરુ

એક સુખી રાજ્યમાં નેતા તરીકે એક આદર્શ રાજા (સ્વામી) છે, જેને યોગ્ય પ્રધાનો (અમાત્ય) વડે માર્ગદર્શન અપાય છે, જે નાગરિકોને (જનપદ) સારું માળખું તથા સુવિધા (દુર્ગ) પૂરાં પાડે છે, રાજ્યની તિજોરી (કોષ) હંમેશાં

ભરેલી રહે તેની ખાતરી રાખે છે, જેનું યોગ્ય સૈન્ય (દંડ) વડે રક્ષણ થાય છે અને સારા સહયોગીઓ (મિત્રો) વડે મદદ કરાય છે.

આ દૃષ્ટાંત આપણને નેતૃત્વનું મોટું ચિત્ર આપે છે. નેતાઓએ સમગ્ર જંગલ તરફ જોવું જોઈએ, જ્યારે આપણામાંના મોટાભાગનાં માત્ર વૃક્ષોને જ જુએ છે.

એક કંપનીમાં IT વિભાગમાં કામ કરતી એક વ્યક્તિ તેના કામના ક્ષેત્ર સાથે સંકળાયેલ બાબતો પર ધ્યાન કેન્દ્રિત કરશે. એકાઉન્ટ વિભાગ માત્ર નાણાકીય આંકડાઓ પર જ ધ્યાન આપે છે. માર્કેટીંગ અને વેંચાણ જુથો માત્ર ગ્રાહકો તથા ઉપભોક્તાઓ પર જ ધ્યાન આપશે. ઉત્પાદન વિભાગને માત્ર કેટલા એકમોનું ઉત્પાદન થયું તેની જ ચિંતા હોય છે. આ, કંપનીને વિભાગોમાં જોવાની રીત છે.

ચેરમેન અથવા સીઈઓએ આ બધા વિભાગોને અલગ અલગ રીતે તથા એક સમાન પદ્ધતિએ સમજવાની જરૂર પડશે. ચેરમેન જાણે છે કે દરેક વિભાગનું કાર્ય અલગ અને અદ્વિતિય છે, પરંતુ તેઓ સ્વતંત્ર છે. એક જ સમયે નાના અને મોટા બંને તરફ નજર રાખવી તે નેતાની કુનેહ છે.

શું નાણાં વિભાગની વ્યક્તિ માર્કેટીંગ અને ઉત્પાદન વિશે સમજશે ? માનવ સંસાધન (HR) વિભાગ શું કરે છે તે માર્કેટીંગની વ્યક્તિ સમજી શકશે ? શું માનવ સંસાધન વિભાગ નિમણુકો અને વહીવટી કાર્યોથી આગળ જઈ શકશે ? આ છે બૃહદ ફલક તરફ જોવું. આ નેતૃત્વનું વલણ છે.

એવો એક ખોટો ખ્યાલ છે કે જો એક ઉત્પાદન વિભાગની વ્યક્તિ અન્ય વિભાગનું કાર્ય શીખવાનું શરૂ કરે તો તેનાં પોતાનાં કામમાં ઉત્પાદક્તા ઘટી જાય છે. જોકે, સત્ય આનાથી ઉલટું છે. ઉત્પાદનકર્તા વ્યક્તિની કુનેહોનો ગણ સુધરશે અને તે એક વધુ ઉત્પાદક કર્મચારી બનશે. માનવ સંસાધન વ્યક્તિ, જે અન્ય વિભાગોનાં કાર્યો તથા ભૂમિકાઓ સમજે છે, તે વધુ સારી HR વ્યક્તિ બને છે.

તો પછી શા માટે આપણામાંના મોટાભાગના લોકો ટૂકડાઓ તરફ જોઈએ છીએ, આખી વસ્તુ તરફ નહીં ? આ આપણી ભૂતકાળની તાલીમ અને પાશ્ચાદભૂને કારણે છે. આપણા પરિવારો, શિક્ષણ અને વાતાવરણ આપણી વિચારવાની રીત માટે જવાબદાર છે. આથી જો તમે એક ચાર્ટર્ડ એકાઉન્ટન્ટ છો તો તમે નાણાંકીય આંકડાઓ સાથે વ્યવહાર કરવા તાલીમબદ્ધ થયેલા છો. એક માનવ સંસાધન કરતી વ્યક્તિને ઔદ્યોગિક સંબંધો, પગાર, ઈન્ટરવ્યુઓ, માનવ

શક્તિ આયોજન અને તેના કામના ચોક્કસ ક્ષેત્રનું શિક્ષણ તથા તાલીમ અપાયાં હોય છે. સમયોપરાંત તમે તે ક્ષેત્રમાં વિશેષતા પ્રાપ્ત વ્યક્તિ બની જાવ છો. આજે આને "સુપર સ્પેશીયલાઈઝેશન"નો યુગ કહેવાય છે.

એક વિશેષજ્ઞ બનવામાં કંઈ જ ખોટું નથી, પરંતુ આ પ્રક્રિયામાં આપણે બૃહદ ફલક ચૂકી જઈએ છીએ. આપણે કંપની તરફ જોવાનું ભૂલી જઈએ છીએ અને માત્ર વિભાગ તરફ નજર કરીએ છીએ. મુદ્દો એ છે કે - તમારી જાતને એક ચોક્કસ વિભાગ પૂરતી મર્યાદિત ન કરી દો; સમગ્ર ચિત્રને ધ્યાન પર લો. એક ચેરમેન અથવા સીઈઓની જેમ વિચારો; આ કંપની તરફ જોવાની નેતૃત્વની રીત છે.

આજે "ફાઈનાન્સ ફોર નોન ફાઈનાન્સ મેનેજર્સ" જેવા અભ્યાસક્રમો ઘણા લોકપ્રિય થઈ રહ્યા છે. આવા અભ્યાસક્રમો તમને એ જ કંપની તરફ જુદી દૃષ્ટિથી જોતાં શીખવે છે. તેઓ તમને ખંડિત નહીં સમગ્રતયા જોતાં શીખવે છે. આ નેતૃત્વની તાલીમ છે. સારી કંપનીઓ તેમના કર્મચારીઓને બધા વિભાગો તથા કાર્યોની તાલીમ આપે છે. બદલામાં, તેઓ તેમના કર્મચારીઓને મહાન નેતા બનાવે છે.

ચાણક્યનું નેતૃત્વના સાત સ્તંભોનું દૃષ્ટાંત પણ એક વ્યક્તિને જંગલ અને વૃક્ષો બંને તરફ જોતાં શીખવે છે. જંગલ વગરનાં વૃક્ષો અને વૃક્ષો વગરનું જંગલ બંને અપૂર્ણ છે, પરંતુ બંને સ્વતંત્ર છે તેવું આપણું જ્ઞાન આપણને આપણા વાતાવરણ તથા આપણે જેમાં કામ કરીએ છીએ તે સ્થિતિ તરફ વધુ જાગૃત બનાવે છે.

આ પુસ્તક નેતૃત્વના સાત સ્તંભોનું દૃષ્ટાંત સમજાવે છે અને તમને નેતૃત્વ વિશે શીખવવામાં તેનો ઉપયોગ કરે છે. આ પુસ્તકમાં આ દૃષ્ટાંતને કેવી રીતે ભારતીય પોલીસ પદ્ધતિમાં લાગુ કરાયું છે તે દર્શાવ્યું છે. જોકે, આ મોડેલ માત્ર પોલીસ નેતૃત્વ માટે જ નથી; આ મોડેલના સિધ્ધાંતો કોઈ પણ ક્ષેત્રનાં નેતૃત્વને લાગુ કરી શકાય છે.

આ પુસ્તકમાં, તમે નેતૃત્વના સિધ્ધાંતો તથા આચરણ બંને જોશો - ચાણક્ય, વિચારો તથા ક્રિયા બંનેમાં. તમે પ્રાચીન ભારત અને આધુનિક ભારત બંનેને એક સાથે જોશો. આ પુસ્તકમાં એક આંતરશિસ્તને લગતું વલણ છે. અમે ચાણક્યના નેતૃત્વ વિશેના ખ્યાલો અને તેના અમલીકરણને ડી. શિવનંદનની પોલીસ નેતૃત્વ સાથે જોડી દીધા છે. વધુ મહત્વનું એ છે કે આ પુસ્તક તમને

તમારી અંદરના નેતાને શોધવામાં મદદ કરશે.

તમે એક વેપારી, પોલીસમેન, એક શૈક્ષણિક સંસ્થાના ડીન, એક ગૃહસ્થ અથવા જોબ માર્કેટમાં પ્રવેશતા વિદ્યાર્થી હોઈ શકો છો. આ દરેક વ્યક્તિ નેતૃત્વ વિશે શીખી શકે છે. જે વ્યક્તિ એક નેતા નથી, તે આ સાત રહસ્યોને લાગુ કરીને નેતા બની શકે છે. એક વર્તમાન નેતા આ સિધ્ધાંતોને અનુસરીને વધુ સારો નેતા બની શકે છે. જો તમે એક વાલી છો તો તમે તમારાં બાળકોને આ સિધ્ધાંતો શીખવીને તેમને ભવિષ્યના નેતા બનાવી શકો છો. આ પુસ્તકનું દરેક પ્રકરણ આ સિધ્ધાંતોને તમારા અંગત તથા વ્યાવસાયિક જીવનમાં લાગુ કરવાનાં સૂચનો પૂરાં પાડે છે.

નેતૃત્વને સમજવા માટે વાંચવાનું ચાલુ રાખો. નેતા બનવા માટે આ પુસ્તકને વાંચવાનું ચાલુ રાખો.

પોલીસદળમાં નેતૃત્વ

નેતા તેનાં લક્ષ્યો, હેતુઓ તથા જવાબદારીઓ વિશે સ્પષ્ટ હોવા જરૂરી છે, કારણ કે તેણે તેની ટીમને દિશા ચિંધવાની હોય છે. રૂપાંતરકર્તા નેતૃત્વ એ નેતૃત્વનું સૌથી ઉચ્ચ સ્વરૂપ છે, જ્યાં વ્યક્તિ સંસ્થાકીય સંસ્કૃતિનું એક સકારાત્મક, ઉત્પાદક તથા પરિણામ લક્ષી સંસ્કૃતિમાં પરિવર્તન કરે છે. દાખલા તરીકે, હરીયાળી ક્રાંતિ અથવા ટેલીકોમ ક્રાંતિએ ભારતને બદલી નાખ્યું. ભારતમાં દરેક વ્યક્તિએ આ ક્રાંતિના લાભો લણ્યા. બદલાવ લાવતાં નેતૃત્વનાં પરિણામો પણ આવાં જ હોય છે.

વારંવાર પ્રશ્ન ઉઠે છે કે શું એક વ્યક્તિ એકલી જ આખી સીસ્ટમમાં પરિવર્તન લાવી શકે. વાસ્તવિક્તામાં, માત્ર એક વ્યક્તિ પરિવર્તન કરી શકે અને બદલાવ સર્જી શકે. અલબત્ત જુથ પ્રયાસ બદલાવને શક્ય બનાવે છે. છતાં, બદલાવની આખી પ્રક્રિયા બદલાવ સર્જનાર વ્યક્તિ - પરિવર્તનકર્તા નેતાથી શરૂ થાય છે.

જુદા જુદા પ્રકારના નેતાઓ માટે જુદી જુદી કુનેહો આવશ્યક છે, કારણ કે દરેક નેતાનો હેતુ અલગ હોય છે. રાજકીય નેતામાં મીશનરી ધૂન - ઈચ્છા - ધરાવનાર વ્યક્તિની દૃષ્ટિ મહત્વની છે. નરેન્દ્ર મોદી અને નિતિશ કુમાર જેવા મુખ્યપ્રધાનો એ રાજકીય નેતાઓ છે જેમણે ગુજરાત તથા બિહાર રાજ્યને ભારતનાં સૌથી વિકાસશીલ રાજ્યો બનાવ્યાં છે. કોઈ પણરાજ્યની સરકાર પાસે માનવ તેમજ ભૌતિક બંને પ્રકારના જરૂરી સ્ત્રોતો તેમજ તેના કબજામાં વહીવટી પદ્ધતિ છે. એક વખત બદલાવ માટેની રાજકીય ઈચ્છા પ્રજવળી ઉઠે,

એટલે સિસ્ટમ સકારાત્મક પગલાં ભરવા માટે સક્રિય થઈ જાય છે અને લગભગ તાત્કાલિક બદલાવ આવવા લાગે છે.

કોર્પોરેટ નેતૃત્વમાં, એક વખત જુદી જુદી ફંડીંગ એજન્સીઓ અથવા આઈપીઓ દ્વારા પૈસા જેવા સ્ત્રોતો ઉપલબ્ધ થવા લાગે એટલે સંસ્થા સક્રિય થઈ શકે અને ઉત્પાદન અથવા સેવા સર્જી શકે. તે ઉત્તમ પ્રતિભાઓને કામ કરવા રોકી શકે, સમય મર્યાદા નિશ્ચિત કરી શકે અને ઉત્પાદનો તરતાં મૂકી શકે. એક કોર્પોરેટ નેતા તરીકે સ્ટીવ જોબ્સે સમયના ટૂંકાગાળામાં આઈફોન, આઈપેડ તથા આઈપોડ સફળતાપૂર્વક બહાર પાડ્યાં. રતન તાતાએ તેઓ ગ્રાહકને જે કિંમતે આપવા માંગતા હતા તે કિંમતે નેનો બહાર પાડી.

શું પોલીસદળમાં નેતૃત્વ કંઈ અલગ છે ? એને માટે, વ્યક્તિએ એ સમજવાની જરૂર છે કે ભારતમાં પોલીસનો હેતુ કાયદા અને વ્યવસ્થા જાળવણી અને ગુના થતા રોકવા તથા તેના પર કાબુ રાખવાનો છે.

જોકે આ બૃહદ હેતુઓના દાયરાની અંદર કેટલીય અજાણી બાબતો પડેલી છે. સામાન્યથી અલગ કાંઈ પણ અને બધી જ વસ્તુને માટે પોલીસ સિસ્ટમની જરૂર છે તેવું દેખાય છે - હુલ્લડ પર કાબુ, વાહનવ્યવહાર પર કાબુ, સાર્વજનિક સંવાદિતાની જાળવણી, વીઆઈપીઓ તથા સામાન્યજનનું રક્ષણ, ગુનાની છાનબીન, નક્ષલીઓને સંભાળવા, આતંકવાદ સાથે કામ કરવું - આ સૂચિ અંતહીન છે. જ્યાં વેંચાણ લક્ષ્યો વડે સહેલાઈથી પરિણામો માપી શકાય છે તેવી કંપનીની ભૂમિકાને આપણે નક્કી કરી શકીએ છીએ તેટલી સહેલાઈથી આપણે પોલીસની ભૂમિકા નક્કી કરી શકતા નથી.

તે ઉપરાંત, પોલીસમાં એક ભૂલ એ જીવન મરણની બાબત છે. અવારનવાર નવા પ્રકારના ગુનાઓ ઉદ્ભવે છે. ઉદાહરણ તરીકે, ૨૦ વર્ષ પહેલાં સાયબર ક્રાઈમ વિશે સાંભળ્યું પણ ન હતું, પરંતુ આજે તે પોલીસ છાનબીનનો ઘણો મોટો ભાગ છે.

પોલીસની ક્રિયા ઘણી નાટકીય છે. તે ચોવીસે કલાકનું કામ છે. આથી, અન્ય પ્રકારની નેતૃત્વ કરતાં પોલીસ નેતૃત્વમાં ઘણી વધારે આવડતોની જરૂર પડે છે. એક તરફ, પોલીસ અંડરવર્લ્ડ ડોનને નાબૂદ કરવા માટે કાર્ય કરે છે; તો બીજી તરફ તે એક ખોવાઈ ગયેલાં બાળકને ઘેર પહોંચવામાં મદદ કરે છે. તે મહિલાઓને સુરક્ષિત અને વરિષ્ઠ નાગરિકોને ઘરમાં સલામતી અનુભવ કરવા વિશે છે. તે એક પાગલ યુવાનને તેની મોટરબાઈકની ઝડપ વધારતાં અટકાવવા

વિશે છે; તો તે એક પુખ્ત છોકરા અથવા છોકરીને તેમના માતા-પિતાના વિરોધ છતાં લગ્ન માટેના સાથી પસંદ કરવા માટેના કાયદાકીય હક્ક ભોગવવા દેવા માટે પણ છે.

છતાં, આપણો સમાજ પોલીસની ભૂમિકાને યોગ્ય માન આપતો નથી. એવું કહેવાનો આશય નથી કે બધા પોલીસો સંપૂર્ણ હોય છે. સીસ્ટમમાં ભ્રષ્ટાચાર છે; કેટલાક પોલીસો તો પોતે જ ખાખીવર્દીમાં ગુનેગાર હોય છે. જોકે, બધા જ પોલીસમેન ભ્રષ્ટાચારી કે ગુનેગાર નથી. પોલીસો એ સમાજનો આવશ્યક ભાગ છે અને તેના વગર સમાજ પડી ભાંગશે.

પોલીસદળને જે પડકારોનો સામનો કરવો પડે છે તે અકલ્પનીય છે. જ્યારે દેશ દિવાળી, ગણેશ ચતુર્થી, દુર્ગાપૂજા, સ્વાતંત્ર્ય દિવસ, ઈદ અથવા ક્રીસમસની ઉજવણી કરતો હોય છે ત્યારે પોલીસને રજા હોતી નથી. એક પોલીસમેનની ૨૪ કલાકની ફરજ હોય છે અને તેણે દિવસના ૧૨ કલાક કામ કર્યાનો રીપોર્ટ કરવાનો હોય છે. તેમની પાસે વાત કરવા જેવું કોઈ પારિવારિક જીવન હોતું નથી. એક પોલીસની પત્ની તેનો પતિ એક ગુનેગારની ગોળીનું નિશાન બની જશે તેની ચિંતા સાથે જીવતી હોય છે. પોલીસમેનની પુત્રી માટે યોગ્ય વર શોધવો મુશ્કેલ છે. તે ઉપરાંત, પોલીસની વર્દી વાળા છોકરાઓ લગ્ન માટે આદર્શ સાથી ગણાતા નથી. પોલીસ પેન્શનર્સના હક્કો માટે લડવા માટે કોઈ સંગઠન નથી; તેઓ કોર્પોરેટ દુનિયામાં તેમના સમોવડીયાઓ કરતાં ઘણો ઓછો પગાર મેળવે છે. હકીકતમાં, મોટાભાગના વરિષ્ઠ પોલીસ અમલદારો, જો તેમણે તે માર્ગ પસંદ કર્યો હોત તો, મલ્ટીનેશનલ કંપનીઓના સીઈઓ બનવા જેટલી તીક્ષ્ણ બુદ્ધિ પ્રતિભા ધરાવતા હોય છે. બ્રેકીંગ ન્યુઝ માટે માધ્યમો હંમેશાં ખડે પગે રાહ જોતા હોય છે. સતત રાજકીય દબાણને કારણે પોલીસમેન પ્રચંડ તણાવમાંથી પસાર થાય છે.

આ ધ્યાનમાં લો. મુંબઈમાં લગભગ ૨ કરોડની વસ્તી છે અને પોલીસ પુરુષો તથા મહિલાઓની સંખ્યા છે ૪૨૦૦૦. તેમના કામના કલાકો ૧૨ હોવાથી તેમાંના અડધા દિવસ દરમિયાન ફરજ પર હોય છે અને અડધા રાત્રે ફરજ પર હોય છે. આમ લગભગ ૨૦,૦૦૦ પોલીસો ૨ કરોડ લોકોની રક્ષા કરે છે. એટલે કે દરેક પોલીસે લગભગ ૧૦૦૦ માણસોનું રક્ષણ કરવાનું હોય છે. આ એક વેંચાણકર્તા ૧૦૦૦ સેલ્સ એકાઉન્ટ સંભાળતો હોય તેના જેવું જ છે. એક કોર્પોરેટ નોકરી અને પોલીસની નોકરીમાં રહેલા તણાવની તમે કેવી રીતે સરખામણી કરશો ?

વળી એક પોલીસમેને કોઈ પણ અને દરેક વ્યક્તિ સાથે કામ પાડવાનું હોય છે - એક ફિલ્મ સ્ટાર, એક ગેરકાનુની ઘુસણખોર, શેરીમાં રખડતો એક દારુડીયો કે પાગલ, આત્મહત્યાનો પ્રયાસ કરતો યુવાન વિદ્યાર્થી, વાહનના અકસ્માતો, ધંધાદારી ગુનાઓ, ગેરકાયદે નાણાં પડાવવા માટે આવતા ફોન વગેરે. દરેક પોલીસમેન સતતપણે અજાણી બાબતો સાથે કામ કર્યા કરતો હોય છે.

પોલીસદળ સતતપણે સ્ત્રોતો તથા માનવબળના અભાવનો સામનો કરે છે. છતાં, તેમનું લક્ષ્ય સમાજમાં શાંતિ સ્થાપવાનું હોય છે. જ્યારે તેમણે લક્ષ્ય સિદ્ધ કરી લીધું હોય અને શાંતિ પ્રવર્તતી હોય, ત્યારે કોઈ તેમના વિશે વિચારતું નથી. જ્યારે ગુનાનો દર ઊંચો હોય ત્યારે બધા તેમને દોષ આપે છે. પોલીસની હાજરી અનુભવાતી નથી; પરંતુ તેમની ગેરહાજરી અનુભવાય છે. આ બધાં કારણોસર, પોલીસની નોકરીને થેન્કલેસ (આભાર વગરની) નોકરી ગણાય છે.

છતાં આ જ સમાજ અને સિસ્ટમમાં, પોલીસદળમાં સારી નેતૃત્વ મળવી તે વધુ સારાં ભવિષ્ય માટેની આશા લાવે છે. આ આખી દુષ્કર પરિસ્થિતિમાં એક એવો નેતા બહાર આવે છે, જે ઉપરથી નીચે સુધી બધાંને પ્રેરણા આપે છે, કોઈક એવું જે તેમને પિતાની જેમ શિસ્તબદ્ધ કરે છે અને માતાની જેમ તેમની સંભાળ લે છે.

આ પુસ્તક એવા પોલીસ અમલદારો વિશે છે, જેમણે, સમયાંતરે લાખો પુરુષો તથા સ્ત્રીઓમાં આશા જન્માવી છે અને તેઓ જે વર્દી પહેરે છે તેનું ગૌરવ વધાર્યું છે. જ્યારે તેઓ તેમની કારકીર્દિ તરફ પાછું વળીને જુએ છે ત્યારે આનંદ અનુભવે છે અને કહે છે, “હા, અમે પોલીસમાં જોડાવાનો સાચો નિર્ણય કર્યો હતો. આ આનંદ આવા નેતાઓએ કરેલા પ્રયત્નોમાંથી મળ્યો હોય છે. આવા નેતાઓ પોલીસોમાં એવી લાગણી જન્માવે છે કે તેમણે સમાજ માટે ફાળો આપ્યો છે અને રાષ્ટ્રનાં ઘડતરમાં મદદ કરી છે, અને આ રીતે તેઓ એક પોલીસમેનમાં કંઈક પ્રાપ્ત કર્યાની ભાવના દાખલ કરે છે.”

ડી. શિવનંદન આખાં પુસ્તકમાં એક કેસ સ્ટડી છે. છતાં, આ પુસ્તક એ પોલીસદળ વિશે છે જે તેના નેતા સાથે મજબૂતાઈથી ઊભું રહ્યું. એ તેમની પહેલાંના એવા ઘણા બીજા આગેવાનો વિશે છે જેમણે જુદા જુદા રૂપે નેતૃત્વ પ્રદર્શિત કરી હતી. આ પુસ્તક સંદર્ભ માટેના દસ્તાવેજ તરીકે ભાવી પોલીસ નેતાઓ માટે લખાયું છે અને એ યુવાન પુરુષો તથા મહિલાઓ માટે પણ, જેઓ

પોતાનામાં માન્યતા ધરાવી શકે છે અને કહી શકે છે, “હું પણ શિવનંદન જેવો બની શકું છું અને ભરતીનાં પાણીને પાછો હઠાવી શકું છું.” કહેવાય છે તેમ, નેતૃત્વ એ “ને બદલે” સફળ થવું તે છે, “ને કારણે” નહીં.

આ પુસ્તક તમારા અને મારા જેવી સામાન્ય વ્યક્તિઓ માટે પણ છે. હવે પછી, જ્યારે આપણે બળબળતી બપોરે જ્યારે એક ટ્રાફિક પોલીસને તેનું કામ કરતો જોઈએ ત્યારે તેના પર ગુસ્સે થવાને બદલે તથા તેને ભ્રષ્ટાચારી કે બિનકાર્યક્ષમ ગણાવવાને બદલે, તેની સાથે સહાનુભૂતિ દર્શાવીને કહી શકશું, “તમે જે કરો છો તેને માટે તમારો આભાર; મને ખબર છે કે મારી પત્ની તથા બાળકો ઘરમાં સલામત છે...”

ચાણક્ય કોણ હતા ?

ભારતમાં ઈ.પૂ. ચોથી સદીમાં જન્મેલ ચાણક્ય વિષ્ણુગુપ્ત તથા કૌટીલ્ય તરીકે પણ ઓળખાય છે. સદીઓ દરમિયાન, વિદ્વાનોએ ચાણક્યને એક ભાગ્યેજ જોવા મળે તેવા માસ્ટરમાઈન્ડ તરીકે વર્ણવ્યા છે, જેઓ વ્યવસ્થાપન, અર્થશાસ્ત્ર, રાજનીતિ, કાયદો, નેતૃત્વ, વહીવટ, યુદ્ધનીતિ, સૈન્યની યુક્તિઓ, વ્યુહરચનાઓ, નાણાં, હિસાબો તથા અન્ય ઘણા વિવિધ ક્ષેત્રોમાં નિપુણ બન્યા હતા.

નંદ વંશનો અંત લાવવા માટે અને તેમના સુયોગ્ય શિષ્ય, ચંદ્રગુપ્ત મૌર્યને સમ્રાટની ગાદીએ સ્થાપવા માટે તેઓ જવાબદાર છે. આથી તેઓ "કીંગમેકર" કહેવાય છે. તેમને દુનિયા જીતવા નીકળેલા એલેક્ઝાન્ડરની ભારતમાં થયેલી હાર માટેનું મુખ્ય ભેજું હોવાનું શ્રેય પણ અપાયું છે.

એક રાજનીતિના વિચારક તરીકે, માનવ ઈતિહાસમાં પ્રથમ વખત, ચાણક્યએ એક "રાષ્ટ્ર" માટેનો ખ્યાલ જોયો હતો. તેમના સમય દરમિયાન, ભારત વિવિધ રજવાડાંઓમાં વિભાજિત થયેલ હતું. તેઓ તેમને બધાંને એક મધ્યવર્તી સંચાલન હેઠળ એક સાથે લાવ્યા, અને આ રીતે આર્યાવર્ત કહેવાતા રાષ્ટ્રનું નિર્માણ કર્યું, જે પછીથી ભારત બન્યું.

તેમણે પોતાનાં પુસ્તકો, *"કૌટીલ્યનું અર્થશાસ્ત્ર"* અને *"ચાણક્ય નીતિ"*માં તેમનાં જીવન પર્યંતનાં કાર્યો આલેખ્યાં છે.

અર્થશાસ્ત્રમાં ૬૦૦૦ સૂત્રો છે, જેમનું ૧૫ પુસ્તકો, ૧૫૦ પ્રકરણો અને ૧૮૦ વિષયોમાં ચાણક્યના પોતાના વડે જ વર્ગીકરણ કરાયું છે.

અર્થશાસ્ત્રમાં નેતૃત્વ વિશેના ઘણા ફિલોસોફીકલ ખ્યાલો, જેમકે, *અન્વીક્ષીકી* (વિચારનું વિજ્ઞાન), *રાજર્ષી* (દાર્શનિક-રાજા), ઈન્દ્રીયજય (જેનો પોતાના પર કાબુ છે), *વિજીગીશુ* (વિજેતા), નો દુનિયામાં ભારતનો અજોડ ફાળો છે.

સદીઓથી આખા વિશ્વના વિદ્વાનો તથા બુદ્ધિશાળી લોકો નેતૃત્વ તથા સંચાલન જેવા વિષયો માટેનાં માર્ગદર્શન માટે *અર્થશાસ્ત્ર*નો ઉપયોગ કરે છે. યુગોથી આખી દુનિયાના શાસકોએ રાષ્ટ્રનાં ઘડતર માટે, આધ્યાત્મિક મુલ્યો

આધારિત મજબૂત અર્થતંત્ર ઘડવા માટે *અર્થશાસ્ત્ર*નો સંદર્ભ લીધો છે.

અર્થશાસ્ત્રનો શાબ્દિક અનુવાદ છે "સંપત્તિનું શાસ્ત્ર", પરંતુ તે આ પૃથ્વી પરના દરેક વિષય વિશેનું જાણકારી ધરાવે છે. તે સંપત્તિનું જ્ઞાન છે અને જ્ઞાનની સંપત્તિ છે.

પ્રકરણ-૧

સ્વામી

નેતા

સ્વામી	**રાજા**
અમાત્ય	પ્રધાન
જનપદ	દેશ
દુર્ગ	કિલ્લેબંધ શહેર
કોષ	તિજોરી, ખજાનો
દંડ	સૈન્ય
મિત્ર	સહયોગી

કૌટીલ્યનું અર્થશાસ્ત્રએ નેતૃત્વનું પુસ્તક છે. એક નેતાએ દેશને દોરતી વખતે જે વિવિધ પ્રશ્નો સાથે કામ કરવું પડે તેને માટે તે તૈયાર સંદર્ભગ્રંથ તથા માર્ગદર્શિકા છે. ઘણી સદીઓ સુધી ભારતમાં રાજાઓ માટે *અર્થશાસ્ત્ર*નો અભ્યાસ ફરજીયાત હતો.

*અર્થશાસ્ત્ર*ને ૧૫ પુસ્તકોમાં વહેંચવામાં આવ્યું છે. છઠા પુસ્તકમાં, પ્રથમ પ્રકરણના પ્રથમ શ્લોકમાં ચાણક્ય રાજ્યના સાત સ્તંભોની વ્યાખ્યા કરે છે. તેઓ કહે છે કે પ્રથમ સ્તંભ નેતા પોતે જ છે. અહીં એક મહત્વનો મુદ્દો લેવો જોઈએ. *અર્થશાસ્ત્ર* નેતાનો સંદર્ભ પુરુષવાચક ''તે'' વડે આપતું હોવા છતાં, (આ પુસ્તક આજ માર્ગને અનુસરશે) નેતાના ગુણધર્મો કોઈ ચોક્કસ જાતિ પૂરતા મર્યાદિત નથી. આજે, મહિલા નેતાઓ છે, અને નાન્યતર સમાજમાંથી પણ નેતાઓ છે, જાતિ, જન્મ સ્થળ તથા પાશ્ચાદભૂ ભલે ગમે તે હોય, કોઈ પણ વ્યક્તિ નેતા બની શકે છે. આથી, આ પુસ્તક વાંચતી વખતે વિચારો, ''હું પણ નેતા બની શકું.''

ભાગ - અ

પ્રથમ રહસ્ય

સ્વામી : નેતા

નેતા કોણ છે ? અને શા માટે ચાણક્ય એક નેતા પર આટલો બધો ભાર આપે છે ? આપણામાંના મોટાભાગના લોકો એક ચોક્કસ હોદ્દો અથવા પદવી ધરાવતી વ્યક્તિ - જેમ કે એક કંપનીના ચેરમેન અથવા સીઈઓ, એક રમત જુથનો કેપ્ટન, એક શૈક્ષણિક સંસ્થાના ડીન અથવા એક સૈન્યના વડા તરીકે એક નેતા વિશે વિચારે છે. એમાં શંકા નથી કે આ લોકો નેતાઓ છે. જોકે, વ્યક્તિને એક મહાન નેતા બનાવવા માટે અન્ય કેટલાક ગુણો પણ જરૂરી છે, એક એવો નેતા જે ઉત્પાદક, પરિણામલક્ષી તથા પ્રેરણા આપનાર હોય.

વ્યક્તિ વારસાથી, શક્તિ અથવા લાગવગ વડે એક નેતાનું પદ મેળવી શકે છે. પરંતુ જો વ્યક્તિ તેને માટે લાયક નહીં હોય તો તે સ્થાન તેને ટકવા દેશે નહીં.

—સ્વામી ચિન્મયાનંદ

આ ગુણો અથવા લાયકાતો કઈ છે ? આ પ્રકરણમાં આપણે એક સારા નેતાના ગુણો વિશે ચર્ચા કરશું.

તે પહેલાં આપણે એક મહત્વનો સવાલ પૂછીએ.

• તમે શું પસંદ કરશો : એક સારો નેતા કે ખરાબ નેતા ?

જવાબ સ્વયં સ્પષ્ટ છે. દરેકની ઇચ્છા એક શ્રેષ્ઠ નેતા માટે કાર્ય કરવાની હોય છે. જોકે, દરેક તંત્ર પાસે સારા નેતાઓ હોય તે જરૂરી નથી. માટે લોકો એવા દુર્લભ રત્નો મેળવવાનો પ્રયત્ન કરે છે જે અનૈતિક અથવા ગેરકાયદે માર્ગો

લીધા વગર પ્રમાણિક્તાપૂર્વક તથા કાર્યક્ષમ રીતે, જુથનાં લક્ષ્યો સિદ્ધ કરવા માટે તેને દોરી શકે.

હવે આપણે પરિસ્થિતિ બદલીએ અને પછીનો પ્રશ્ન પૂછીએ :

• તમે શું પસંદ કરશો : ખરાબ નેતા કે નેતા જ ન હોય તે ?

શું આનો જવાબ આપવો મુશ્કેલ છે ? મોટા ભાગનાં તંત્રોમાં આ જ વાસ્તવિક્તા છે. બધા પોતાના નેતા આદર્શ હોય તેવું ઇચ્છે છે, પરંતુ સામાન્ય રીતે નેતાઓ સંપૂર્ણતાની નજીક પણ નથી હોતા. હકીકતમાં, આપણામાંના મોટાભાગનાને લાગે છે કે તેઓ ખરાબ નેતા છે, અને જો તેઓ પદત્યાગ કરે અથવા તેમને સ્થાને બીજાને મુકવામાં આવે તો તંત્ર સફળતા તરફ હરણફાળ ભરશે.

કલ્પના કરો કે ઓચિંતા આવા એક નેતાને અકસ્માત થાય છે, અને બીજા દિવસથી તંત્ર પાસે કોઈ વડો નથી. બોર્ડ તેમના સ્થાને બીજી વ્યક્તિની શોધ કરવાનું ચાલુ રાખે છે. જોકે, પછીનાં એક વર્ષ સુધી આદર્શ નેતા શોધી શકાતો નથી. પરિણામે, તંત્રની પ્રવૃત્તિઓ ધીમી પડી જાય છે, કારણ કે વ્યુહાત્મક નિર્ણયો લેવા માટે કોઈ નથી અને કર્મચારીઓ કોઈને જવાબ આપવા ઉત્તરદાયી નથી. આ કોઈને પણ માટેની વાત બને છે, પછી કોઈકને માટેની અને છેવટે કોઈ કામ કરતું નથી. ક્રમશઃ કર્મચારીઓ વિચારવા લાગે છે કે જૂના નેતા એટલા બધા ખરાબ ન હતા - છેવટે ભલે ધીમે પણ કામ તો ચાલતું જ હતું. તંત્ર દિશાહીન હોય અને કર્મચારીઓ અનાથ હોવાનું અનુભવે તેના કરતાં તો તેઓ સારા જ હતા.

આ વસ્તુ આપણને બીજા મહત્વના પ્રશ્ન તરફ લઈ જાય છે.

• જો એક ખરાબ નેતા સારો નેતા બની જાય તો શું ?

આ શક્ય છે. આપણે પૂછ્યું કે : કેવી રીતે ? એવી ઘણી જુદી જુદી પદ્ધતિઓ છે જેના વડે એક ખરાબ નેતા સારો નેતા બની શકે. ઘણા કર્મચારીઓને પણ સારા નેતા બનવાની તાલીમ આપી શકાય છે. આથી, જો એક સૌથી ઉપરના નેતાનું નિધન થાય અથવા તે નિવૃત્ત થાય તો તે સ્થાન માટે પસંદ કરવા માટે નેતાઓનું આખું જુથ તૈયાર હોય. શિર્ષથી લઈને છેક નીચે સુધી, તંત્રમાં બધા જ લોકોમાં નેતૃત્વના ગુણો વિકસાવીને તથા તેને માટે તાલીમ આપીને આ વસ્તુ સિદ્ધ કરી શકાય છે.

સૈન્યમાં એક કહેવત છે, "એક સૈનિક મૃત્યુ ન પામે ત્યાં સુધી ક્યારેય છોડી જતો નથી." એટલે કે જો એક જુથનો નેતા યુદ્ધ દરમિયાન મૃત્યુ પામે તો તેના પછીની વ્યક્તિ નેતાની ભૂમિકા ઉપાડી લે છે અને યુદ્ધ ચાલુ રાખે છે. જો બીજી વ્યક્તિનું મૃત્યુ થાય તો ત્રીજી વ્યક્તિ નેતાનું પદ લઈ લે છે. સશસ્ત્રદળોમાં એક સ્વસંચાલિત સીસ્ટમ હોય છે જે દરેક પરિસ્થિતિમાં નેતાઓ બનાવે છે.

કોઈને નવાઈ લાગી શકે છે કે શું કોઈ પણ વ્યક્તિ નેતા બની શકે છે. અહીં મુદ્દો એ છે કે જે જુથ યુદ્ધ લડવા જાય છે તેમાં દરેક વ્યક્તિ કોઈ જનરલ નેતાની જેમ વિચારવાની તાલીમ અપાયેલ હોય છે. નેતૃત્વ માત્ર પાયરી કે હોદ્દાથી જ નથી હોતો : તે વલણ અને કાર્યક્ષમતા વડે હોય છે.

૨૦૦૮, ૨૬ નવેમ્બરના મુંબઈના આતંકવાદી હુમલામાં, એક આસીસ્ટન્ટ પોલીસ સબ-ઈસ્પેક્ટર તુકારામ ઓમ્બલે એ નેતાનું સ્થાન લીધું હતું. તે પોતાની છાતી પર ગોળીઓ ઝીલતો આગળ કૂચ કરી ગયો. પરંતુ અજમલ કસાબને તેણે જીવતો પકડ્યો. ઓમ્બલેએ તેનો હોદ્દો કોઈ પણ હોય, પોતાનું નેતૃત્વ સાબિત કરી દીધું.

એજ આતંકી હુમલા દરમિયાન મુંબઈ પોલીસે ૧૬ માણસો ગુમાવ્યા. આમાંના માત્ર બે-હેમંત કરકરે, જોઈન્ટ કમિશ્નર ઑફ પોલીસ, એન્ટી ટેરટીસ્ટ સ્કવોડ અને અશોક કામત, એડીશનલ કમિશ્નર ઑફ પોલીસ, ઈસ્ટર્ન રીજીયન આઈપીએસ- ઑફિસરો હતા. આઈપીએસ અથવા ભારતીય પોલીસ સેવા ભારતમાં સૌથી ઉચ્ચ સ્તરની પોલીસ સેવા છે. કરકરે અને કામત બંને સાચા અર્થમાં નેતા હતા, જેમને શ્રેષ્ઠ તાલીમ અને ઉચ્ચ પદ મળ્યું હતું. બાકીના ૧૪ પોલીસ ઈન્સ્પેક્ટર, સબ-ઈન્સ્પેક્ટર્સ અથવા હવાલદારો હતા.

છતાં તેઓ બધા નેતા પુરવાર થયા. આજે, તેમનાં પદ કોઈ પણ હોય, દેશ તેમની શહીદી માટે તે ૧૬ જવાનોને સલામ કરે છે. આ ક્રિયામાં "પરિસ્થિતિ મુજબનું નેતૃત્વ" છે. આ માણસોની તાલીમ અને વલણ તેમને કટોકટીના સમયે આગળ લાવ્યું, અને તેમને નેતા બનાવ્યા.

આપણે એ પણ નોંધવું જોઈએ કે એવા ઘણા બીજા હતા જેઓ આ કાર્ય દરમિયાન મૃત્યુ ન પામ્યા, પરંતુ જ્યારે તેમણે હવાલો લઈ તેમના નેતૃત્વના ગુણો સાબિત કરી આપ્યા.

આથી આપણે જોઈએ છીએ કે એક નેતા, ચાણક્યના મત મુજબ એક સ્વામી, એક એ વ્યક્તિ છે જે પહેલ કરે છે અને વધુ ઊંચા હેતુ માટે બલીદાન

આપવા તૈયાર હોય છે.

ડૉ. અબ્દુલ કલામના જીવનની એક પ્રખ્યાત ઘટના તેમના ગુરુ અને નેતાએ એક કટોકટી કેવી રીતે સંભાળી તે દર્શાવે છે. પ્રો. સતિશ ધવન તે સમયે ઇન્ડીયન સ્પેસ રીસર્ચ ઓર્ગેનાઇઝેશન (ISRO) ના ચેરમેન હતા અને ડૉ. કલામને રોહિણી ઉપગ્રહને ભ્રમણ કક્ષામાં મૂકવા માટે પ્રથમ ઉપગ્રહ તરતો મૂકનાર સાધન SLV-3 વિકસાવવાનું કાર્ય સોંપાયું હતું. આ ૧૯૭૩માં હાથ ધરવામાં આવેલ સૌથી મોટો ઉચ્ચ ટેક્નોલોજી ધરાવતો અવકાશ કાર્યક્રમ હતો. સમગ્ર અવકાશ ટેક્નોલોજી સમુદાયના બધા જ પુરુષો તથા મહિલાઓને આ કાર્ય માટે કામ લગાડી દેવાયાં હતાં. હજારો વૈજ્ઞાનિકો ઇજનેરો તથા ટેક્નિશીયનોનો અથાગ પરિશ્રમ ૧૯૭૯ના ૨૦મી ઓગસ્ટે પ્રથમ SLV-3 લોન્ચમાં પરિણમ્યો.

વહેલી સવારે SLV-3 એ પ્રસ્થાન કર્યું અને પ્રથમ તબક્કે સુંદર રીતે પૂર્ણ થયો. બધા જ તબક્કાનાં રોકેટ્સ તથા સીસ્ટમ્સ કામ કરતાં હોવા છતાં, મીશન તેનો હેતુ સિદ્ધ ન કરી શક્યું કારણ કે બીજા તબક્કામાં કન્ટ્રોલ સીસ્ટમની કામગીરી નબળી પડી. ભ્રમણ કક્ષામાં મુકાવાને બદલે, ઉપગ્રહ બંગાળની ખાડીમાં ડૂબી ગયો. મિશન નિષ્ફળ રહ્યું.

આ ઘટના પછી શ્રી હરીકોટાની એક પ્રેસ કોન્ફરન્સમાં, જ્યાં પ્રો. ધવન અને ડૉ. કલામ બંને હાજર હતા. ડૉ. કલામ પ્રોજેક્ટ ડાયરેક્ટર અને મીશન ડાયરેક્ટર હોવા છતાં, પ્રો. ધવને મીશન સિદ્ધ ન થવાની જવાબદારી પોતે લે છે તેમ જાહેર કર્યું.

પછીથી, જ્યારે ૧૯૮૦માં જુલાઈની ૧૮મી એ SLV-3 ને ફરી લોન્ચ કરવામાં આવ્યું અને તેણે સફળતાપૂર્વક રોહિણીને ભ્રમણ કક્ષામાં ગોઠવ્યો ત્યારે પછીની પ્રેસ કોન્ફરન્સમાં પ્રો. ધવને, સફળતાની વાત પ્રેસ સાથે કરવા માટે ડૉ. કલામને આગળ કર્યા.

આમ, નેતાઓ સફળતાનું શ્રેય જેમણે તેના માટે કામ કર્યું હોય તેમને આપે છે પરંતુ તેમની નિષ્ફળતાની જવાબદારી પોતે લઈ લે છે. આ ઘટનાની ડૉ. કલામના જીવન પર પ્રચંડ અસર પડી અને પછીથી તેઓ ભારતના સૌથી વધુ આદરણીય નેતાઓમાંના એક બન્યા.

અર્થશાસ્ત્ર પુસ્તક-૧, પ્રકરણ-૧૯માં શ્લોક ૧-૫માં ચાણક્ય કહે છે કે :

“જો રાજા ઉર્જાવાન હશે, તો તેની પ્રજા તેટલી જ ઉર્જાવાન હશે, જો તે સુસ્ત (અને તેની ફરજો અદા કરવામાં આળસુ) હશે તો પ્રજા પણ આળસુ હશે,

અને આથી તેની સંપત્તિ ખવાઈ જશે. તે ઉપરાંત, એક આળસુ રાજા સહેલાઈથી તેના શત્રુઓના હાથમાં સપડાઈ જશે. માટે, હંમેશાં રાજા પોતે જ ઉર્જાવાન હોવો જોઈએ."

નેતાઓ દાખલો બેસાડે છે અને આદર્શરૂપ બની જાય છે. *ભગવદ્ગીતા*માં કૃષ્ણ પણ કહે છે : "જેવો રાજા, તેવી પ્રજા."

આથી, ઉર્જાવાન હોવું તે ઘણું જ મહત્વનું છે. એક નેતા શારીરિક રીતે ઉર્જાવાન અને માનસિક રીતે સજાગ તથા ચકોર હોવો જોઈએ.

જો નેતા આળસુ હશે, તો તેના અનુયાયીઓ પણ તેવા જ હશે. ખરાબ નેતૃત્વ હેઠળ સૌથી ઉત્પાદક લોકો પણ આળસુ બની જશે. બીજી તરફ, એક ઉર્જાવાન અને સક્રિય નેતા આળસુ લોકોને પણ પોતાની અપેક્ષા કરતાં પણ વધુ કરવા પ્રેરિત કરશે.

ચાણક્ય પણ ધ્યાન દોરે છે કે જો નેતા ચકોર અને સજાગ નહીં હોય તો, લોકો તેની સંપત્તિ નષ્ટ કરી નાખશે. માટે, એક તંત્રનાં નાણાં પર જાગૃતતાની સીધી અસર પડે છે. ભ્રષ્ટ લોકો સતતપણે નેતા વડે પકડાઈ જવાના ભયમાં રહે છે. જો નેતા સજાગ ન હોય, તો તે સિસ્ટમમાં ભ્રષ્ટાચારને આમંત્રિત કરે છે.

નેતા માટે ઉર્જાવાન હોવું તે સૌથી મહત્વનું છે. આનો અર્થ છે કે નેતા બીજા તેને પ્રેરિત કરે તેવી અપેક્ષા ન રાખી શકે. તે સ્વયં-પ્રેરિત હોવો જોઈએ. મોટીવેશન અને ઈન્સ્પીરેશન વચ્ચેનો તફાવત એ છે કે મોટીવેશન હંમેશાં "ને કારણે" હોય છે. જ્યારે ઈન્સ્પીરેશન "તેમ છતાં" હોય છે. વધુ ઉચ્ચ કારણ, એક ઉચ્ચ આદર્શ કે જેને માટે તે બધું જ ન્યોચ્છાવર કરવા તૈયાર હોય તેને માટેની પ્રેરણા નેતાને પ્રેરિત કરે છે.

પોલીસદળમાં, રાષ્ટ્ર એ પ્રેરણા છે. એ એટલો ઉચ્ચ આદર્શ છે કે દરેક પોલીસમેન તેને માટે તેના જીવનનું અંતિમ બલીદાન આપી દેવા તૈયાર હોય છે. જોકે, અહીં પણ નેતા તેમના આદર્શરૂપ હોવા જરૂરી છે. કહેવત છે તેમ "જ્યારે આગળ વધવાનું મુશ્કેલ બને છે, ત્યારે મુશ્કેલી ભાગી જાય છે." તે પહેલ છે, તે નેતૃત્વ છે, તે પ્રેરણા છે.

ભાગ - બ

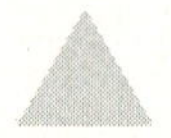

ચાણક્યના મત મુજબ

નેતૃત્વ માટેની ગુણવત્તા

*અર્થશાસ્ત્ર*નાં પુસ્તક ૬ માં, ચાણક્ય એક નેતાની જુદી જુદી ગુણવત્તાઓ વર્ણવે છે. આ પુસ્તકમાં આપણે એક સ્વામી માટે નેતૃત્વની ગુણવત્તાનાં મુખ્ય પાસાંઓ પર ધ્યાન કેન્દ્રિત કરશું. આ ગુણવત્તાઓ જન્મસિદ્ધ અધિકારો નથી. સખત પરિશ્રમ અને સતત પ્રયાસ વડે તેમને વિકસાવવી જોઈએ.

આ ગુણવત્તાઓ નેતૃત્વના વૈશ્વિક સિદ્ધાંતો છે. આથી, જો તમે એક નેતા બનવા માંગતા હોવ, તો આ ગુણવત્તાઓનું આચરણ-મહાવરો કરો અથવા તમે આ ગુણવત્તાઓ ધરાવતા હોય તેવા આદર્શ નેતાનું અવલોકન પણ કરી શકો.

એક સ્વામી (નેતા)ની લાયકાતો આ મુજબ છે. (અર્થશાસ્ત્રનું પુસ્તક-૬, પ્રકરણ-૧ શ્લોક-૩) :

- બુદ્ધિશાળી અને સંચાલન શક્તિવાળો
- વડીલો સાથે સહયોગ કરનાર
- વાણીમાં સત્યવાદી
- વચનભંગ નથી કરતો
- કૃતજ્ઞ
- તાલીમ માટે ઇચ્છુક
- સરળતાથી મળી શકાય તેવો

ચાલો, આપણે આ દરેક વિશે વિગતવાર જોઈએ.

• બુદ્ધિશાળી અને સંચાલન શક્તિવાળો

બુદ્ધિ અને સંચાલન શક્તિ એ એક જ સિક્કાની બે બાજુઓ છે. દરેક નેતાએ બુદ્ધિશાળી હોવું જ જોઈએ. બુદ્ધિશાળીપણુંએ મોટેભાગે શૈક્ષણિક તેજસ્વીતા અથવા ઉચ્ચ આઈક્યુ આંક છે તેમ વિચારવામાં આવે છે. સંશોધને પુરવાર કર્યું છે કે જન્મ સમયે દરેક વ્યક્તિની બુદ્ધિ એક સમાન હોય છે. જોકે, સમય પસાર થતો જાય છે તેમ, વ્યક્તિના શિક્ષણ તેમજ વાતાવરણને આધારે, તેની અથવા તેણીની બુદ્ધિ તીક્ષ્ણ બને છે.

તમારાં મન તથા બુદ્ધિને ખેંચવાનો પ્રયત્ન કરીને વ્યક્તિ વધારે બુદ્ધિશાળી બની શકે છે. દાખલા તરીકે, આપણે એવા વિદ્યાર્થીઓ જોઈએ છીએ. જેઓ વધારાનો પ્રયાસ કરે છે અને પરીક્ષામાં સારા ગુણ મેળવે છે. છતાં, શિક્ષણ એ સતત અને આજીવન પ્રક્રિયા રહેવી જોઈએ. સારાં પુસ્તકો, વર્તમાનપત્રો તથા સંશોધનપત્રોનું વાંચન તમને વધુ જાગૃત અને દુનિયા વિશે વધુ માહિતગાર બનાવવામાં મદદ કરશે. પરંતુ એ પણ નોંધી રાખો કે, માહિતી એકઠી કરવી તે તમને બુદ્ધિશાળી નથી બનાવતું. તમે એકઠી કરેલી માહિતીનું વિશ્લેષણ કરવાની, મહત્વના નિર્ણયો લેવાની તથા એ નિર્ણયો પર ક્રિયા કરવાની કુનેહ વિકસાવી જરૂરી છે.

જો એક નેતા તેના અભ્યાસ, સંશોધન, ચર્ચા વિચારણા તથા વિશ્લેષણ દ્વારા તેની મુખ્ય સમસ્યા કઈ છે તે સમજ્યો છે અને તે સમસ્યાનાં નિરાકરણ સુધી પહોંચ્યો છે તો તે માત્ર શરૂઆત જ છે.

તેણે જે જાણ્યું છે તેનો અમલ કરવો તે બીજું પગલું છે. એ ખરો પડકાર છે, જ્યાં નેતાઓ મુખ્ય ભૂમિકા ભજવે છે.

માટે, સંચાલન શક્તિવાળા બનવું તે બીજું પાસું છે. તમારાં આયોજનનો અમલ કરવા માટે પહેલ કરવી, હિંમત હોવી અને આત્મવિશ્વાસ હોવો જરૂરી છે. "તમારાં કાર્યનું આયોજન કરો અને આયોજન મુજબ કાર્ય કરો." એમ સ્વામી ચિન્મયાનંદ કહે છે. નેતાએ તેની નેતૃત્વની ક્ષમતા સાબિત કરવા માટે આ કરવું જ જોઈએ.

એક આયોજનનો અમલ કરવાનું સહેલું નથી કારણ કે માર્ગમાં ઘણા અવરોધો હશે. કેટલાક લોકો તેમણે જેનો સામનો કરવો પડશે તેવા અવરોધો વિચાર કરીને, ક્યારેય શરૂ જ નથી કરતા. બીજા શરૂ તો કરે છે, પરંતુ જ્યારે અવરોધો સામે આવે ત્યારે અટકી જાય છે. મહાન નેતાઓ શરૂ કરે છે અને

સમસ્યાઓ આવવા છતાં, તેઓ સફળ થાય તેની ખાતરી કરે છે.

પરિણામો શું છે તે નેતાઓ જાણે છે અને તેમને સિદ્ધ કરે છે.

• વડીલો સાથે સહયોગ કરનાર

આને માટેનો સંસ્કૃત શબ્દ છે *વૃદ્ધસંયોગ* એટલે કે વૃદ્ધોના સંયોગમાં હોવું.

એટલે કે નેતૃત્વ, વ્યવસ્થાપન અને નાણાં જેવાં ક્ષેત્રોમાં "વાસ્તવિક-જીવન"ના તજજ્ઞો પાસેથી શીખવું. વાસ્તવિક જીવનના તજજ્ઞો પાસેથી શીખવાની અને તેમને મળવાની તમારી યાત્રા હંમેશ માટે ચાલુ રહેવી જોઈએ. લોકોના ત્રણ પ્રકાર હોય છે : જેઓ પોતાની ભૂલોમાંથી શીખે છે; જેઓ પોતાની ભૂલોમાંથી ક્યારેય નથી શીખતા; જેઓ બીજાની ભૂલોમાંથી શીખે છે; ત્રીજા પ્રકારના લોકો શ્રેષ્ઠ છે. "વડીલો સાથે સહયોગ"નો અર્થ છે કે તમારા કરતાં વધારે અનુભવી અને પરિપક્વ છે તેમની પાસેથી શીખવું.

શીખવાનું ચાલુ રાખવું તે એક નેતાનો મહાન ગુણ છે.

• વક્તવ્યમાં સત્યવાદી

સત્ય બોલવું તે એક નેતા માટે મહત્વનું છે. પરંતુ "સત્યને સમજવું" તે તેની પહેલાંનું પગલું છે. આ સફળતાની ચાવી છે. એક નેતાએ કોઈ પણ નિર્ણય લેતાં પહેલાં સત્ય જાણવું જોઈએ.

ઉદાહરણ માટે, જો તંત્રમાં કોઈ વિખવાદ છે, તો નેતા કોઈ ઉતાવળીયો નિર્ણય ન લઈ શકે.

તેણે લોકો સાથે વાત કરવી જોઈએ અને માહિતી તથા પુરાવા એકઠા કરવા જોઈએ. ત્યાર પછી તેણે માહિતીની પુનઃ પુનઃ ચકાસણી કરવી જોઈએ. જો તેને સત્ય મળી આવે તો તે સત્યને સ્વીકારે છે તેની ખાતરી કરવી અને તે શોધને આધારે પગલાં લેવાં તે બીજું પગલું છે.

છેવટે, જ્યારે નેતા લેવાયેલ નિર્ણય અને પગલાંના સંબંધમાં બોલે છે ત્યારે એ "વક્તવ્યમાં સત્યવાદી" હોવાનો સમય છે. નેતાએ પોતાને જ સાચું છે અને યોગ્ય છે તેમ લાગે તે જ કહેવું જોઈએ.

એક મહાન નેતા એ છે જે વસ્તુને જે છે તે જ રૂપે કહે છે.

એક નેતાએ વાસ્તવિકતાનો સામનો કરવો જરૂરી છે અને કેટલીક વાર સત્ય કડવું હોય છે. પરંતુ સત્યની બાજુએ ઊભા રહેવું તે જ નેતૃત્વ છે. સત્યનો

સામનો કરવામાં બીજો મહાન પડકાર છે ભાવનાઓ. એક નેતાએ યાદ રાખવું જરૂરી છે કે, "વ્યક્તિએ ભાવનાઓને સમજવી પરંતુ લાગણી પ્રધાન ન થવું જરૂરી છે."

માણસોમાં પ્રકૃતિએ મસ્તકને હૃદયની ઉપર મૂક્યું છે. નેતાએ મસ્તકને હૃદય પર શાસન કરવા દેવું જોઈએ, એનાથી ઉલટું ન કરવું જોઈએ.

નેતૃત્વમાં આપણામાંના મોટાભાગના જે "ગટ ફીલીંગ"ની વાત કરે છે તે મન તથા હૃદયનું મિશ્રણ છે. જ્યારે વ્યક્તિ સાહજિક થઈને કાર્ય કરે છે, તે નેતૃત્વનું સૌથી ઉચ્ચ સ્તર છે. ઘણા લોકો અંતરજ્ઞાનને છઠી ઈન્દ્રીય કહે છે. અંતરજ્ઞાન અંતરદૃષ્ટિમાંથી આવે છે. અંતરદૃષ્ટિ અનુભવ તથા પરિપક્વતામાંથી આવે છે અને પરિપક્વતા સત્યને સમજવામાંથી આવે છે.

બધા જ મહાન નેતાઓમાં સત્યને સમજવાના તેનો સામનો કરવાના તથા તેને વ્યક્ત કરવા ગુણ હતા. મોટાભાગના લોકો માને છે કે સત્ય તથા નીતિમત્તા સારા ગુણો છે પરંતુ આજની દુનિયામાં તેનું આચરણ કરી શકાતું નથી. જોકે, હકીકત એ છે કે, લાંબાગાળે માત્ર સત્ય અને નીતિમત્તાનો માનવ જ સાચો નેતા સાબિત થાય છે. અંતમાં માત્ર સત્યનો જ જય થાય છે. આપણું રાષ્ટ્ર ચિન્હ (જે મંડુક ઉપનિષદમાંથી લેવામાં આવ્યું છે.) કહે છે, *"સત્યમેવ જયતે"*

એક નેતા પોતે જ સત્ય છે.

• વચનભંગ નથી કરતા

ભારતીય પરંપરામાં ભગવાન રામને આદર્શ રાજા મનાય છે. આપણા રાષ્ટ્રપિતા ગાંધીજી એ *"રામ-રાજ્ય"* સારાં સંચાલન વાળાં આદર્શ રાજ્યના ખ્યાલને આગળ વધાર્યો.

તુલસી *રામાયણ*માં રામના વંશમાં નેતૃત્વની પરંપરા વિશે વાત કરતી પ્રખ્યાત ઉક્તિ છે : *"રઘુકુળ રીત સદા ચલી આયી, પ્રાણ જાયે પર વચન ન જાયે."* (રઘુવંશની એ પરંપરા છે કે પ્રાણનું બલીદાન આપવું પડે તોપણ, અમે વચનભંગ નહીં કરીએ.)

વધારે પડતાં વચન આપવાં અને ઓછાં પૂરાં કરવાં તે નેતૃત્વ નથી. તે જે કહ્યું છે તે પૂરું કરવા વિશે છે.

"વૉક ધ ટૉક" (બોલ્યા મુજબ કાર્ય કરો) એ મંત્ર છે. આ ખૂબ જ સાદી

છતાં ગહન રીત છે. એવો સમય પણ હોય છે જ્યારે ટીમ નેતાએ આપેલાં વચનો પૂરાં કરવા માટે તેના પર વિશ્વાસ નથી કરતી. અહીં જ નેતૃત્વનો ઉદ્‌ભવ થાય છે. *ચાણક્ય સ્પીક્સ* ફિલ્મમાં નારાયણ મૂર્તિ કહે છે તેમ, "લોકોને પાણી પર ચાલતા કરવા તે નેતૃત્વ છે... તે તેમને બલીદાન માટે તૈયાર કરવા તે છે..."

અમુક સમયે, તમારે એકલા જ ચાલવું પડે છે. નોબેલ ઈનામ વિજેતા રવીન્દ્રનાથ ટાગોરે *ગીતાંજલી*માં લખ્યું હતું, "જ્યારે દુનિયા અટકી જાય... નેતા ચાલવાનું શરૂ કરે છે... એકલો ચાલે છે..."

યાદ રાખો, એ તમે બીજાને આપેલું વચન નથી, જે તમારે નિભાવવાનું છે, પરંતુ તમે યાત્રા શરૂ કરી ત્યારે લીધેલ પ્રતિજ્ઞા નિભાવવાની છે.

પોલીસદળમાં દરેક દાખલ થનાર વ્યક્તિ જ્યારે યુનિફોર્મ ધારણ કરે છે ત્યારે ભૂમિના કાયદાને લાગુ કરવા માટે "બંધારણીય પ્રતિજ્ઞા" લે છે. આથી છેવટે, વાત પોતાની જાતને આપેલ વચન ન તોડવા વિશે છે.

એ નેતૃત્વનું વચન છે.

• કૃતજ્ઞ

કૃતજ્ઞતા એટલે વિનમ્રતા. વિનમ્રતામાં જ ખરી તાકાત પડેલી છે. એવી માન્યતા છે કે નમ્ર લોકો શક્તિહીન હોય છે. પરંતુ તેનાથી ઊલટું સત્ય છે - શક્તિશાળી લોકો નમ્ર હોય છે.

ચાલો અહીં આપણે પ્રવૃત્તિમાં વિનમ્રતા જોઈએ. શિવનંદને તેમની પોલીસદળની લાંબી અને તેજસ્વી કારકીર્દિ દરમિયાન, જુદા જુદા વરિષ્ઠો, સહકર્મીઓ, હાથ નીચે કામ કરનારાઓ તથા ટીમના સભ્યો સાથે કામ કર્યું છે અને તેમની જુદી જુદી નિમણુકો દરમિયાન લાખો લોકો સાથે વ્યવહાર કર્યો છે. આટલા બધા લોકોનાં નામ યાદ રાખવાનું તેમને માટે શક્ય નથી, પરંતુ તેમણે વરિષ્ઠ હોદ્દા પર કામ કર્યું હતું તેથી, મોટાભાગના લોકો તેમને યાદ રાખશે.

એવું વારંવાર બનતું કે ભૂતકાળમાં તેમણે જેની સાથે કામ કર્યું હોય તે તેમને મળે અને પૂછે, "શિવનંદન સાહેબ, તમને હું યાદ છું? હું ફલાણો ફલાણો છું અને તમારા થાણાના પોસ્ટીંગ વખતે મેં તમારી સાથે કામ કર્યું હતું." "ના, તમે કોણ છો?" અથવા "તમારું નામ શું?" એવું પૂછવાની ક્ષોભજનક પરિસ્થિતિ ટાળવા માટે શિવનંદન સાહેબે ભલે તે લોકો તેમનાથી ઉતરતી પાયરીના હોય

તોપણ બધાંને માનપૂર્વક એમ કહીને મળવાનું શરૂ કર્યું કે, "હા સર, તમે કેમ છો ?" અથવા "હા મેડમ, વાત કરવા માટે તમારો આભાર." લોકોએ તેમને તેમની વિનમ્રતા માટે યાદ રાખ્યા.

જ્યારે તમે એક નેતા તરીકે કામ કરો ત્યારે તમે પણ આ અજમાવી શકો. "મને બધી ખબર છે." તેમ વિચારવું તે એક નેતા માટે ભયજનક વલણ છે.

જુથના સભ્યોને શ્રેય આપવું મહત્વનું છે. જો તેઓ સારો દેખાવ કરે, તો બધો શ્રેય તમે ન લઈ લો. તેને બદલે, પાછળ રહો અને સાચો હીરો કોણ છે તે દુનિયાનો જાણવા દો. કોઈકની પ્રશંસા કરવી તે તમારાં મુલ્યમાં જ વધારો કરશે.

તમે ખરેખર નમ્ર છો તે તમે કેવી રીતે જાણશો ? એક શ્રીમંત એક વાર તેના ગુરુ પાસે ગયો અને કહ્યું, "હું વિનમ્રતા કેળવવા માંગું છું." ગુરુએ તેને તેનાં કરતાં નીચે હોય તેને મદદ કરવા સૂચવ્યું. તેણે તેમ કર્યું અને ગુરુ પાસે પાછો ગયો અને કહ્યું, "આજે મેં એક ગરીબ માણસને સંપત્તિ આપીને મદદ કરી છે. હવે હું વિનમ્ર છું." ગુરુએ કહ્યું, "ના" અને તેને બીજા તેનાથી ઉતરતા માણસને મદદ કરવા કહ્યું. પરંતુ જુદા જુદા લોકોની ફરી ફરીને મુલાકાત પછી તેણે છેવટે તેના ગુરુને પૂછ્યું, "હું ક્યારે વિનમ્ર બનીશ ?" એ શાણા વૃદ્ધે જવાબ આપ્યો, "જ્યારે તને કોઈ પણ વ્યક્તિ કોઈ પણ રીતે તમારા કરતાં ઉતરતી નહીં લાગે ત્યારે તેં વિનમ્રતા પ્રાપ્ત કરી હશે !"

સત્તા, સ્થાન અથવા સંપત્તિની બાબતમાં બધા સમાન નહીં હોય. પરંતુ જે દિવસે, તમને ખ્યાલ આવશે કે ઈશ્વરની નજરમાં બધા જ સરખા છે ત્યારે...

તમારી અંદરના નેતાનો જન્મ થયો છે.

• તાલીમ માટે ઈચ્છુક

તાલીમ માટે ઈચ્છુક હોવાનાં બે પાસાં છે : તાલીમબદ્ધ થવાની અને બીજાને તાલીમ આપવાની ઈચ્છા. આ એક જ સિક્કાની બે બાજુઓ છે. તાલીમ એ આપણા જીવનનો ઘણો જ મહત્વનો ભાગ છે. જ્યારે આપણે આ દુનિયામાં જન્મ લઈએ છીએ ત્યારે આપણે આપણા માતા-પિતા તથા વાતાવરણ પર સંપૂર્ણ રીતે આધારિત છીએ. તેઓ ધીમે ધીમે આપણને ચાલવાની, બોલવાની, ટોઈલેટ મેનર્સની અને બાહ્ય દુનિયા સાથે વ્યવહાર કરવાની તાલીમ આપે છે.

જ્યારે આપણે શાળામાં જઈએ છીએ ત્યારે આપણને વાંચતાં, લખતાં, બીજા સાથે ભળતાં તથા અન્ય ઘણી આવડતોમાં માહેર થતાં શીખવવામાં આવે

છે. આપણે મોટા થઈએ છીએ તેમ આપણને નોકરી અપાવે તેવી ક્ષમતા ઘડવા માટે આપણે વ્યવસાયિક કોર્સ લઈએ છીએ. જીવનના આ તબક્કા સુધી, આપણે શીખવાની ઉચ્ચ અવસ્થામાં હોઈએ છીએ. પરંતુ એક વખત આપણે આપણા જીવનમાં આપણા વ્યવસાય અથવા નોકરી સાથે ગોઠવાઈ જઈએ એટલે આપણે આત્મસંતુષ્ટ-તૃપ્ત થઈ જોઈએ છીએ.

આ જોખમી છે. અહીંથી વ્યક્તિએ સતત શીખવાનું વલણ વિકસાવવું જોઈએ. શીખવાનું ચાલુ રાખો અને તમારાં ક્ષેત્રમાં વધુ જ્ઞાન પ્રાપ્ત કરવા માટે તમારી જાતને ધકેલો. એમ કહેવાય છે કે સફળતાનું રહસ્ય માત્ર શીખવામાં જ નથી પરંતુ મગજમાંથી ખોટું કાઢી નાખવામાં, ફરી શીખવામાં અને સતતપણે શીખવામાં રહેલ છે.

નેતાઓ આ જાણે છે. તેઓ પુસ્તકોમાંથી અને લોકો પાસેથી, રીપોર્ટર્સ, વર્તમાનપત્રો તથા સરકારી એજન્સીઓ વડે પૂરી પડાતી માહિતીઓમાંથી પણ શીખે છે. શીખ્યા કરવું તે તેમનો જુસ્સો બની જાય છે. તેઓ ક્યારેય ધરાઈ નથી જતા; તેઓ નવી સંભાવનાઓ સામે પોતાને ખૂલ્લા કરતા રહે છે.

માત્ર જ્યારે તમે મૃત્યુ પામો ત્યારે જ શીખવાનું અટકવું જોઈએ. બુદ્ધ તેમની મરણશૈય્યા પર હતા અને મુલાકાતીઓ તેમને મળવા ટોળે વળ્યા હતા. એક શિષ્યએ પૂછ્યું, "આ અવસ્થામાં તમે શા માટે આટલા બધા લોકોને મળો છો ?" તેમણે કહ્યું, "જેથી હું જતાં પહેલાં દરેક વ્યક્તિ પાસેથી થોડુંક વધારે શીખી શકું."

વ્યક્તિએ નિયમિતપણે અને સતતપણે શીખતો રહેવું જોઈએ. આ છે તાલીમ માટે ઇચ્છુક હોવું. પરંતુ જે તાલીમબદ્ધ છે તેમણે અન્યોને પણ તાલીમ આપવી જોઈએ. તમારું જ્ઞાન ક્યારેય તમારા પોતાના સુધી સિમિત ન રાખો. તેને બીજા સાથે વહેંચવું જ જોઈએ. એક સાચા નેતાને ક્યારેય બીજા વડે પોતાનું જ્ઞાન ચોરાઈ જવાની કે લઈ લેવાવાની ચિંતા નથી હોતી. હકીકતમાં વહેંચાય તેમ જ્ઞાન વધે છે. જ્યારે બીજી મીણબત્તી સળગાવવા માટે એક મીણબત્તીનો ઉપયોગ કરાય છે ત્યારે તેની જ્યોત ઘટતી નથી. દરેક મીણબત્તીએ બીજી ઘણી મીણબત્તીઓમાં જ્યોત પ્રગટાવવી જોઈએ. એ જ જીવનની ખરી પરિપૂર્ણતા છે.

એક નેતા એ વાતની ખાતરી કરે છે કે તેના જુથના સભ્યોને ઉચ્ચતમ સ્તરની તાલીમ અપાય. લોકો તમારી સાથે લાંબાગાળા માટે, ટૂંકા ગાળા માટે કે મધ્યમ ગાળા માટે રહે, પરંતુ તાલીમમાં કરેલ રોકાણ ઉચ્ચતમ ધોરણનું હોવું

જોઈએ. મહાન નેતાઓ સારી તાલીમ પદ્ધતિઓ તથા સંસ્થાઓ ઘડે છે. તેઓ પોતે પણ તાલીમમાં સામેલ થાય છે. તેઓ કાર્યક્રમની રૂપરેખા બનાવે છે અને પોતાનું જ્ઞાન તથા ડહાપણ વહેંચવા માટે શ્રેષ્ઠ લોકોને આમંત્રવામાં આવે તેની પણ ખાતરી કરે છે.

આ નેતૃત્વની પરિપૂર્ણતા છે.

• સહેલાઈથી મળી શકાય તેવા

એક નેતા પોતાને જ્યારે લોકોની જરૂર હોય ત્યારે માત્ર નહીં પરંતુ લોકોને જ્યારે તેમની જરૂર હોય ત્યારે પોતાને ઉપલબ્ધ કરાવે છે.

નેતા એક જ સમયે અનેક ભૂમિકાઓ ભજવે છે. તે માતા, પિતા, મિત્ર, દાર્શનિક તથા માર્ગદર્શક છે. એક નેતા તંત્રની અંદરની કોઈ પણ સમસ્યા માટે તૈયાર અને ઉપલબ્ધ સ્ત્રોત જેવો છે.

લોકો માત્ર નેતા તરફ નથી જોતા. તેઓ આશા સાથે તેના તરફ જુએ છે. અને પોતાના લોકોની સંભાળ લે તેવો નેતા હોવો એ મહાન આશીર્વાદ છે.

પોલીસમાં એક નેતા તરીકે, શિવનંદન સીસ્ટમની સમસ્યાઓ જાણતા હતા. પોલીસમાં તમારી હાથ નીચેના કર્મચારીઓ પાસેથી ઉચ્ચતમ સ્તરની આજ્ઞાંકિતતાની અપેક્ષા રખાય છે. જો નેતા હુકમ કરે તો વ્યક્તિએ જીવ આપી દેવા પણ તૈયાર રહેવું જોઈએ. પરંતુ શિવનંદન જાણતા હતા કે તેમણે તેમના કર્મચારીઓની સંભાળ પણ લેવી જોઈએ. તેમની સંભાળ લેવા માટે, તેમણે તેમના વિચારો, લાગણીઓ તથા વર્તણુક જાણવી જરૂરી હતી.

લોકોને બેરોકટોક પ્રવેશ આપવો તે મહત્વનું છે. સમસ્યા જો અવિકસિત તબક્કામાં હોય તો તેને સારી રીતે સંભાળી શકાય છે. જો તે વખતે નિર્ણયો ન લેવાય, તો તે બેકાબુ બની જાય છે. પ્રારંભિક તબક્કામાં જ માહિતી તથા ડેટા તમારા સુધી પહોંચતા કરવા માટે, ઓપન-ડોર પોલીસી ધરાવવી અથવા સહેલાઈથી મળી શકાય તેવા હોવું જરૂરી છે.

પહેલાંના સમયમાં પણ રાજાઓ *જનતા દરબાર* રાખતા, એવું સ્થળ જ્યાં રાજા સામાન્યજનને મળતા. આજે "રાજા" શબ્દ સુસંગત નહીં હોય, પરંતુ આપણામાંની દરેક વ્યક્તિ તેની પોતાની દુનિયામાં એક રાજા છે. તમે ઉચ્ચ, મધ્ય કે તળીયાનો કોઈ પણ હોદ્દો ધરાવતા હો, તમે તમારી દુનિયાના રાજા છો અને તમારી નીચેના લોકો માર્ગદર્શન તથા નિર્ણયો માટે તમારી તરફ જુએ છે.

માટે, તમારો પોતાનો જનતા દરબાર બનાવો અને લોહચુંબક તરફ લોખંડની કણીઓ ખેંચાઈ આવે તે રીતે માહિતીને તમારા તરફ આવવા દો. એક સમસ્યા ઉકેલનાર તથા ઝડપથી નિર્ણય લેનાર બનો.

હવે તમારી અંદર રહેલ નેતા અન્યોને સાચા અર્થમાં મદદ કરે છે.

• નેતૃત્વની લાયકાતોનો મહાવરો કરવો

આ બધી જ લાયકાતો અંદર અંદર સંકળાયેલી છે અને તે એક નેતાનાં જુદાં જુદાં પરિમાણો સૂચવે છે. તમને થશે કે ક્યાંથી શરૂઆત કરવી - કઈ ગુણવત્તા પ્રથમ વિકસાવવી. એક વર્તુળમાં દરેક બિંદુ શરૂઆતનું બિંદુ છે, તેમજ અંતિમ બિંદુ પણ છે.

આમાંની કોઈ પણ ગુણવત્તા પર કામ કરવાથી શરૂઆત કરો. તમને આશ્ચર્ય થશે કે બાકીની લાયકાતો પણ ધીમે ધીમે આપોઆપ જ વિકસશે. ઉદાહરણ તરીકે, જો તમે વધુ વાંચવાનું શરૂ કરશો તો તમે વધુ માહિતગાર તથા બુદ્ધિશાળી બની જશો. સાથો સાથ જ, કારણ કે તમે અન્ય શક્યતાઓ તરફ વધુ જાગૃત થશો તેથી સ્વાભાવિક રીતે તમે વસ્તુઓ તરફ અલગ રીતે જોવાનું શરૂ કરશો અને વલણમાં નમ્ર બનશો. અથવા તમે કૃતજ્ઞ બનવાનો મહાવરો કરવા ઈચ્છતા હો તો, એક ઓપન-ડોર પોલીસીથી શરૂ કરો. તમને મળવા આવનાર દરેક વ્યક્તિને માન આપો.

બધાંને માટે સમાન થવું તે નેતૃત્વ છે. તમારા નોકરો, ડ્રાઈવરો અથવા કર્મચારીઓ સાથે માનપૂર્વક વર્તન કરીને તમે દરેક પણ આ ગુણ વિકસાવી શકો છો.

નેતૃત્વની આમાંની કોઈ પણ ગુણવત્તા લઈને તે મુજબ કરવાનું શરૂ કરો. "મહાવરો" કરવાનું શરૂ કરવું તે મહત્વનો ભાગ છે. નેતૃત્વની લાયકાતો તથા સિદ્ધાંતો જાણવા તે જ પૂરતું નથી. એક નેતા બનવા માટે, વ્યક્તિએ એક નેતાની જેમ વિચારવું જોઈએ; એક નેતાની જેમ વિચારવા માટે, વ્યક્તિએ એક નેતાની જેમ કામ કરવું જોઈએ અને એક નેતાની જેમ કામ કરવા માટે, હૃદયમાંથી તેમ કરવાની ઈચ્છા થવી જોઈએ.

તમારી દરેકની અંદર પડેલા નેતાને જાગવા દો.

ભાગ - ક

સક્રિય નેતૃત્વ

સંયોજિત ગુનાઓ સંભાળવા

તમે તમારાં યુદ્ધનાં મેદાનો પસંદ નથી કરી શકતા, તમારે માટે ઈશ્વર તે કામ કરે છે; પરંતુ તમે એવી જગ્યાએ એક ધોરણ સ્થાપિત કરી શકો છો, જ્યાંથી તે ક્યારેય વિસ્થાપિત નથી થઈ શકતું.

- નાતાલીયા ક્રેન

૧૯૯૦માં મુંબઈમાં પરિસ્થિતિ માત્ર ખરાબ જ નહીં, ઘણી જ ખરાબ હતી. ડરની માનસિક્તાએ કબજો જમાવ્યો હતો અને અંડરવર્લ્ડના ગુંડાઓ શહેર પર શાસન કરતા હતા.

કોઈ પણ સરકારની પ્રથમ ફરજ તેનાં લોકોને સુરક્ષા પૂરી પાડવાની છે. સૂરક્ષાનો અર્થ તમારું રક્ષણ કરતા સો ચોકીદારો હોય તેવો નથી થતો. તેનો અર્થ છે સલામત હોવાની લાગણી. જો આ લાગણીની ખાતરી ન અપાય અને બધા પોતાનાં અસ્તિત્વ વિશે ચિંતિત હોય તો તે જીવતું મોત છે. મુંબઈનાં લોકો એ તેમની સુરક્ષાની ભાવના ગુમાવી હતી.

એ ૧૯૯૭નો ઑક્ટોબર મહિનો હતો. એક પોલીસ કાર્યવાહીમાં જાવેદ ફાવડા નામનો એક ગુંડો ઠાર થયો હતો. મુંબઈ પોલીસ પર તે ગેરકાયદે હત્યા હતી તેવું દોષારોપણ કરતી PIL દાખલ કરાઈ હતી. જ્યારે ન્યાયમૂર્તિ એ એસ આગ્વાઈરને આ બાબતની તપાસ કરવાનું કહેવામાં આવ્યું ત્યારે તેમણે માત્ર તે જ ઘટના તરફ નજર ન કરી પરંતુ ગુંડાઓ વિરુદ્ધ પોલીસ ક્રિયાઓની બીજા પ્રશ્નો કરી શકાય તેવી ૯૫ બાબતો શોધી કાઢી. આમાં પોલીસ કાર્યવાહીઓમાં સદા પાવડે તથા વિજય ટંડેલની હત્યાનો પણ સમાવેશ હતો.

પરિણામે, પોલીસદળનો ઉત્સાહ પડી ભાંગ્યો. ત્યાર પછી, પોલીસે

સંયોજિત ગુનાઓ સામે કોઈ મજબૂત પગલાં લેવાનું ટાળ્યું. તે સમયે જે પોલીસ ઓપરેશન સ્પેશીઆલીસ્ટ પોતાનાં કદ કરતાં મોટા લાગતા હતા, તેઓ જ હવે સ્વ-બચાવમાં હતા, કારણ કે તેમને પાવડે, ટંડેલ તથા બીજા વિવિધ ગુંડાઓની હત્યાની ખોટી પોલીસ કાર્યવાહી માટે દોષી ઠેરવવામાં આવ્યા હતા. આ વસ્તુએ સંયોજિત ગુના કરતી સીંડીકેટને ગતિ આપી અને બેરોકટોક ગોળીબાર તથા હત્યા થવાનું ચાલુ રહ્યું.

અંડરવર્લ્ડે શહેરને બાનમાં લઈ લીધું. માત્ર ૧૯૯૮માં ૯૩ ઘટનાઓમાં અંડરવર્લ્ડ વડે ૧૦૧ લોકોની હત્યા થઈ. પોલીસ માત્ર દર્શક બની રહી અને કાયદો અને વ્યવસ્થાની સ્થિતિ એ હદ સુધી નેતૃત્વની નિષ્ફળતા બની ગઈ કે જોર જુલમથી નાણાં પડાવવાના ભયને કારણે કોઈ લગ્નો નહોતાં થતાં, કોઈ મોટરકારની ખરીદી નહોતી કરાતી, કોઈ ફ્લેટ નહોતા વેંચાતા કે કોઈ હાઈપ્રોફાઈલ જમણવારો નહોતા ગોઠવાતા. જો તમારી પાસે એક ફેન્સી કાર હોય તો ગુંડાઓ પૈસા માંગતા; જો તમે એક લગ્ન ગોઠવો તો તેઓ પૈસા માંગતા. દેશના નાણાકીય પાટનગરમાં મુડી અંદર નહોતી આવતી, ઉલટાની બહાર જતી હતી.

ઑક્ટોબર ૧૯૯૭ થી જુલાઈ ૧૯૯૮ સુધી, જ્યારે પોલીસે કોઈ પણ મજબૂત પગલાં નહોતાં લીધાં તે પરિસ્થિતિની કલ્પના કરો.

આ પરિસ્થિતિમાં માત્ર એક જ વસ્તુની સખત રીતે જરૂર હતી, પોલીસ નેતૃત્વ.

આવા તણાવભર્યા સમયે, ૧૯૯૮ની ૧ લી જુલાઈએ ગઢચિરોળીનાં જંગલમાંથી શિવનંદનને જોઈન્ટ પોલીસ કમિશ્નર, ક્રાઇમ (Jt. CP, Crime) તરીકે મુંબઈ લાવવામાં આવ્યા. તે સમયનાં મુંબઈ પોલીસદળમાં તેઓ માત્ર એક ઉમેરો હતા.

તેમની પાસે કંઈક કરી દેખાડવા માટે તે વર્ષના માત્ર છ જ મહિના રહ્યા હતા. તેમને તે વખતના મુંબઈ શહેર પોલીસના કમિશ્નર આર.એચ. મેન્ડોન્ડાનો હૃદયપૂર્વકનો ટેકો હતો. તે ઉપરાંત, સમગ્ર પોલીસદળનો તેમનામાં વિશ્વાસ અને પીઠબળ હતું અને બદલામાં, તેઓ તેમની સફળતાની સિદ્ધીઓનું બધુ શ્રેય તેમની સમગ્ર ટીમને આપે છે.

આ એ સમય પણ હતો જ્યારે ભારત વર્ષોથી માત્ર એક જ રાષ્ટ્રીય ચેનલવાળો દેશ હતો તેમાંથી સો કરતાં વધારે ટેલીવિઝન ચેનલ તરફ ગયો હતો.

રીયલ-ટાઈમ ચેનલ્સ મુંબઈ પોલીસ માટે બેધારી તલવારની જેમ એક જ સમયે આશીર્વાદ તથા શ્રાપ બંને હતી. પોલીસકર્મીઓ શિવનંદનને જે માહિતી આપતા તે પોલીસ ડીપાર્ટમેન્ટમાં કોઈ જાણી શકે તે પહેલાં જ આખા દેશમાં પ્રકાશિત થઈ જતી. આમ, સમાચાર ચેનલો પોલીસોને પણ માહિતી આપનાર બની ગઈ. જો પોલીસદળ તે માહિતીની યોગ્ય વ્યવસ્થા કરી શકે તો તેઓ તેનો ફાયદો ઉઠાવી શકે. પરંતુ જો તેઓ તેમાં નિષ્ફળ જાય તો લોકોનો રોષ ભભૂકે અને સરકારની સ્થિરતા પણ જોખમમાં આવી પડે.

એક દિવસ શિવનંદન એક ટેલીવિઝન ન્યુઝ ચેનલ પર એક ગૃહિણીનો ઈન્ટરવ્યુ જોતા હતા. તેણીએ કહ્યું, "મને ડર છે કે મારા પતિ, જેઓ સવારમાં ઘરમાંથી બહાર જાય છે તે સાંજ પડે પાછા ઘેર આવશે કે નહીં. તેઓ જ્યાં સુધી પાછા ન આવે ત્યાં સુધી મને તે જીવતા છે અને ક્યારેય ઘેર પાછા આવશે જ તેવી ખાતરી નથી થતી." આ વિધાન શિવનંદન માટે વિજળીના શોક સમાન હતું.

જેણે નાગરિકોના રક્ષણની પ્રતિજ્ઞા લીધી હતી તેવા એક પોલીસ અમલદાર તરીકે, તેમણે વિચાર્યું, "નાગરિકોને આવું ન લાગવું જોઈએ. આપણે તેમને રક્ષણ આપવા સક્ષમ હોવા જોઈએ. જો આ ગૃહિણી સુરક્ષિત હોવાનું ન અનુભવતી હોય તો હું મારી નોકરી બરાબર નથી કરતો."

તેમની અંદરનો નેતા જાગી ઉઠ્યો હતો.

આ પગલાં ભરવાનો સમય હતો.

પરંતુ એક્શન પ્લાન શું હતો ?

પોલીસદળનો ઉત્સાહ વધારવો તે પ્રથમ કામ કરવાનું હતું.

તેમણે તેમના માણસોને બોલાવ્યા અને કહ્યું, "કોર્ટની બાબતની બાકી રહેલી પૂછપરછ સમય લઈ રહી છે. પરંતુ અમે તમને બધી જ કાયદાકીય સહાય આપીશું. આથી, ભૂતકાળને પાછળ છોડી દો અને આપણે વર્તમાન પરિસ્થિતિ મુજબ કામ શરૂ કરીએ."

પછીનું પગલું પોલીસના માણસોને કાયદાનું રક્ષણ આપવાનું હતું. તેઓ પ્રખ્યાત વકીલ વી.આર. મનોહરને મળ્યા અને તેમને હકીકતોથી અવગત કરાવ્યા. મનોહરે પોલીસોનો પક્ષ લીધો અને છેવટે ૧૯૯૯ના ફેબ્રુઆરીમાં બોમ્બે હાઈકોર્ટ પાસેથી તેમને ઘણાં જ અનુકુળ ન્યાય અપાવ્યો.

જોકે, બોમ્બે હાઈકોર્ટનો નિર્ણય આવ્યો તે પહેલાં પડકાર એ હતો કે પોલીસોને પ્રેરિત કરવાના હતા. પગલાં ભરવાનો સમય આવી ગયો હતો; પોલીસને કોર્ટના નિર્ણયની રાહ જોવામાં સમય બરબાદ કરવાનું પરવડે તેમ ન હતું. જેણે પોલીસ તંત્રને નિષ્ક્રીય કરી નાખ્યું હતું તે ડર આ હતો : જો તેઓ પગલાં ભરે, અને હાઈકોર્ટ પોલીસને પોતાને જ સજા કરે તો શું ? શિવનંદને સીસ્ટમને કાર્યરત કરવા માટે પોતે જ આગળ રહીને દોરવણી આપવી પડે તેમ હતી.

તેમણે તેમની ટીમને બોલાવી અને એમ કહીને તેમને પ્રેરિત કર્યા કે, “તમે સંયોજિત ગુનાઓ સામે મજબૂત પગલાં ભરો, અને હું તમારું ધ્યાન રાખીશ.” જોકે, આ વસ્તુ કાયદાકીય રક્ષણની ખાતરી નહોતી આપતી. તેમણે કહેવાનું ચાલુ રાખ્યું, “મારું નામ પણ FIR માં હોઈ શકે છે. જો હાઈકોર્ટ જેમણે પગલાં ભર્યાં છે તે લોકોને ફાંસી દેવાનો નિર્ણય લે તો તમે મને ગુનેગાર ઠરાવી શકો છો.”

પરંતુ નેતૃત્વમાં પ્રેરણાત્મક વ્યાખ્યાનો અને મહાન વચનો જ પૂરતાં નથી.

તેમણે જરૂરી સ્ત્રોતો સાથે ટીમને પીઠબળ પૂરું પાડવાનું હતું અને પ્રથમ સ્ત્રોતમાં પૈસા હતા. આપણા જેવા દેશમાં, જ્યાં અનાજ, કપડાં અને આશ્રય સ્થાન જેવી જરૂરિયાતોની હજી સમસ્યા હોય, તેવા સમયે એક વ્યક્તિ માત્ર ખોટાં વચનો તથા આશાઓથી કેવી રીતે પ્રેરિત થઈ શકે ?

મોટાભાગના હવાલદારો અન્ય વિવિધ સમસ્યાઓનો સામનો કરવા ઉપરાંત, ઝૂંપડપટ્ટીમાં ખરાબ રહેઠાણ અવસ્થામાં રહે છે. આવી પરિસ્થિતિમાં તેમનું કેવી રીતે ધ્યાન રખાયું તે બાબતની હવે પછીનાં પ્રકરણોમાં જેની ચર્ચા થશે. પરંતુ આ કિસ્સામાં વાસ્તવિક્તા એ હતી કે ગેંગવોર્સમાં પૈસાએ મહત્વનો ભાગ ભજવ્યો હતો અને આ ગેંગવોરમાં પોલીસનો ઉપયોગ થયો હતો.

એવી અફવા હતી કે તે સમયે એ સર્વસામાન્ય રીત હતી કે પોલીસ પોતે જ એક ગેંગને બીજી ગેંગ સામે ખતમ કરવા તથા નકામી બનાવી દેવા માટે ગેંગ પાસેથી જ પૈસા લેતી હતી. એક રીતે ગેંગવાળાઓ જ કાર્યવાહી માટે ભંડોળ પૂરું પાડતા હતા. આ સંપૂર્ણપણે ગેરકાનૂની હતું, પરંતુ પોલીસ નેતાઓનું તેમના પોતાના પોલીસો પર કોઈ નિયંત્રણ ન હતું.

એક નેતા તરીકે, વ્યક્તિએ પૈસાનું મુલ્ય સમજવું જોઈએ અને તેને માટેની જરૂરિયાતને માન આપવું જોઈએ. તમારા જુથના સભ્યો પણ માણસો છે અને

ઘણાને ભણાવવા, ખવરાવવા તથા સંભાળ લેવા માટે મોટા પરિવારો હોય છે. ''લોભ''માંથી આવતો ભ્રષ્ટાચાર સંપૂર્ણપણે અસ્વીકાર્ય છે. પરંતુ જો એક વ્યક્તિ મૂળભુત ''જરૂરિયાત''ને કારણે ભ્રષ્ટ છે તો આ વાસ્તવિક્તા સમજવી તે નેતાની જવાબદારી છે.

માટે, આ બાબત ધ્યાનમાં લઈને શિવનંદને સરકારને એક દરખાસ્ત કરી અને કાર્યવાહી કરવા માટેના વિશિષ્ટ ભંડોળ પેટે ૧ કરોડ રૂપિયા મંજુર કરાવ્યા.

એક વખત પૈસા ફાળવાયા એટલે તેમણે ૧૨ પ્રદેશોમાં ફેલાયેલ ૧૨ જુથના બધાંજ હવાલદારો તથા ઇન્સ્પેક્ટરોની તેમની ટીમને બોલાવી. પછી તેમણે ખૂલ્લમ ખૂલ્લા તેમને પૈસા વહેંચી દીધા. આ કાયદાકીય રીતે સ્વીકાર્ય પૈસા હતા અને તેમણે તે સ્વીકારવા માટે રસીદો પર સહી પણ કરી. હવે વ્યવહાર કરવામાં પારદર્શિતા હતી. આમ કરીને, તેમણે તેમની ટીમને અનેકગણી શક્તિશાળી બનાવી. આ પોલીસકર્મીઓ મોબાઈલ ફોન ખરીદી શક્યા, આખા દેશમાં ઘૂમી શક્યા અને બાતમીદારોને જરૂરી પ્રોત્સાહકો આપી શક્યા. સરેરાશ આ સશક્તિકરણ અદ્‌ભૂત કાર્યોમાં પરિણમ્યું.

શિવનંદન ગુના અને આતંકવાદને ટક્કર આપવા માટે (MCOCA) (મહારાષ્ટ્ર કન્ટ્રોલ ઑફ ઓર્ગેનાઇઝ્ડ ક્રાઇમ એક્ટ, ૧૯૯૯) લાવનાર અમલદારોમાંના એક હતા. MCOCA ઉપોદ્‌ઘાત કહે છે કે, ''વર્તમાન કાયદાકીય માળખું, જેમ કે પેનલ અને પ્રોસીડ્યુરલ કાયદાઓ તથા એડજ્યુડીકેટરી સીસ્ટમ, સંયોજિત ગુનાઓનું નિયંત્રણ કરવાના માર્ગ તરીકે અપર્યાપ્ત છે. માટે, સરકારે ચોક્કસ સંજોગોમાં સંયોજિત ગુનાઓને નિયંત્રિત કરવાના માર્ગ તરીકે વાયર, ઇલેક્ટ્રોનિક અથવા મૌખિક આદાન-પ્રદાન સહિતની કડક તથા પ્રતિબંધક જોગવાઈઓ સાથેનો વિશિષ્ટ કાયદો લાગુ કરવાનું નક્કી કર્યું છે.''

MCOCA હેઠળ, નોંધાયેલ પ્રથમ ગુનો મુંબઈના પૂર્વ મેયર શ્રી મીલીંદ વૈદ્યના ખૂનના પ્રયાસનો હતો. આ પ્રયાસમાં અન્ય ત્રણ જણ માર્યા ગયા હતા. એક વર્ષની અંદર ટ્રાયલ સફળતાપૂર્વક પૂરી થઈ હતી. ત્રણ ગુનેગારોને ફાંસીની સજા અપાઈ હતી; અન્ય સાતને જન્મ ટીપ અને બધાંને સાથે મળીને કુલ એક કરોડ પાંચ લાખ રૂપિયાનો દંડ કરાયો હતો.

આ ઝડપી ટ્રાયલ અને લદાયેલ સજાએ સંયોજિત ગુનાના ક્ષેત્રની કરોડરજ્જુમાં લખલખું પ્રસરાવી દીધું.

હાઈ પ્રોફાઈલ ફિલ્મ પ્રોડ્યુસર્સ તથા ઉચ્ચ સ્થાને બીરાજનાર લોકોની

તરત પછી થયેલી ઘણી ધરપકડો તથા દોષ-સિદ્ધિએ ગુનેગારોને યોગ્ય સિગ્નલ્સ મોકલી દીધાં અને પોલીસોને નબળા ધારી ન લેવાની ચેતવણી તેમને મળી ગઈ.

પોલીસદળને હાઈકોર્ટ તરફથી, પ્રેસ તરફથી તથા ન્યાય તરફથી પૈસા, સ્ત્રોતો તથા કાયદાકીય મદદ તથા રક્ષણ આપવામાં આવ્યાં. મજબૂત પીઠબળની સાથે સાથે તાલીમ પણ પૂરી પાડવામાં આવી.

પછીનું પગલું યોગ્ય લોકો મેળવવાનું હતું. ટીમમાં વિવિધ સક્ષમ અમલદારોને લાવવામાં આવ્યા. દશરથ આવહાદ, આસીસ્ટન્ટ કમિશ્નર ઑફ પોલીસ (ACO) આવા અમલદારોમાંના એક હતા.

શિવનંદને તેમને આત્મવિશ્વાસુ બનવા તથા પગલાં લેવાનું શરૂ કરવા માટે પણ પ્રોત્સાહિત કર્યા.

ટીમને ખૂલ્લો પડકાર આપવામાં આવ્યો અને તેમણે તે ઉપાડ્યો.

તેમણે કહ્યું, “એકઠા મળીને, ચાલો હવે આપણે ઘસી આવતાં પાણીને ખાળીએ.”

૧૯૯૮ના નવેમ્બરની ૧૧મીએ ધસી આવતી મુશ્કેલીનો સામનો કરાયો. ગુના શાખાના અમલદારોને માહિતી મળી હતી કે કેટલાક ગેંગસ્ટરો આર્થર રોડ જેલની સામે તેમનાં નિશાન પર હતી તેવી એક વ્યક્તિને મારી નાંખશે.

ટીમે ગેંગસ્ટરોના આવવાની ધીરજપૂર્વક રાહ જોઈએ. જ્યારે ગેંગસ્ટરો પાંચ વ્યક્તિનાં જુથમાં જગ્યા પર આવ્યા, તો તેઓ પોલીસને જોઈને આશ્ચર્ય પામ્યા. તેમણે દોડવાનું શરૂ કર્યું અને દાદર સુધી તેમનો પીછો કરવામાં આવ્યો. પોલીસે સ્વ-રક્ષામાં ગોળીબાર કર્યો અને ચાર ગુનેગારો ઠાર મરાયા. આ કાર્ય માર્ગ ખૂલ્લો કરનાર હતું. નહીંતર, ત્યાં સુધી, લોકોની હત્યા થતી હતી અને પોલીસ સુરક્ષાત્મક હતી.

આ ઘટનાએ પોલીસનાં ઉત્સાહમાં જેની સખત જરૂર હતી તે ગતિ પૂરી પાડી. પોલીસ ઘણું કરી શકે તે આત્મ વિશ્વાસની પુનઃ પ્રાપ્તિ થઈ હતી અને ત્યાર પછી, પાછું વાળીને જોવાનું ન હતું.

આના પછી MPDAA (મહારાષ્ટ્ર પ્રીવેન્શન ઑફ ડેન્જરસ એક્ટીવીટીઝ એક્ટ) હેઠળ ઘણી દોષ-સિદ્ધિઓ થઈ. લગભગ ૧૫૦૦ ગુંડાઓ તથા પૈસા પડાવનારાઓને હદ પાર કરાયા. ૧૫૦૦ હથિયારો પાછાં મેળવાયાં અને ૩૦૦ ગુંડાઓને પોલીસ કાર્યવાહીઓમાં પ્રભાવહીન કરાયા. આ બધાં પગલાંઓ દરમિયાન શિવનંદને સતત સજાગ રહેવું પડ્યું અને ખરું નેતૃત્વ દર્શાવવું પડ્યું.

આ બધું શરૂ કર્યા પછી, તેમણે રમત જીતવાની હતી.

• સૂઝબૂઝવાળી વિચારસરણી અને વ્યુહાત્મક માહિતી સંચય

દરેક ક્ષણે અસામાન્ય વિચારસરણી જરૂરી હતી. વ્યુહાત્મક રીતે માહિતી એકઠી કરવાની એક ઘટનાનો અહીં ઉલ્લેખ થવો જોઈએ. તે સમયે, માહિતી માટે માત્ર થોડાક જ ટેલીફોનનું ટેપીંગ થતું હતું. પરંતુ જ્યારે શિવનંદને પ્રવેશ કર્યો ત્યારે તેમણે નવો માર્ગ વિચાર્યો.

તેમને લાગ્યું કે ઉપરની સપાટીએ સમસ્યા તરફ જોવાને બદલે તેનાં મૂળમાં ઘા કરવો તે વધુ સારું રહેશે.

નાના, સ્થાનિક ગુંડાઓના ફોન ટેપ કરવાને બદલે, પોલીસદળે એવા ગેંગ લીડર્સના ફોન ટેપ કરવાનું નક્કી કર્યું જેઓ પાકીસ્તાન તથા અન્ય દેશોમાં છુપાયા હતા.

તેઓ વિદેશ સંચાર નિગમ લીમીટેડ (VSNL)ની ઑફિસમાં ગયા. ઓપરેશન મેનેજર સાથે તે ફોન નંબરો ટેપ કરવા વિશે વાત કરી. આથી આખા દેશમાંથી જ્યારે ગેંગસ્ટરો તેમની ગેંગના નેતા સાથે વાત કરવા માટે પાકીસ્તાન વાત કરે ત્યારે પોલીસ અદ્ભૂત ઈલેક્ટ્રૉનિક ઈન્ટેલીજન્સ મેળવી શકે. જેણે તેમને સ્પર્ધાત્મક ફાયદો આપ્યો.

ઉદાહરણ તરીકે, પોલીસને ફિલ્મ ડાયરેક્ટર પહેલાજ નેહલાનીની હત્યા કરવાનાં આયોજન વિશે માહિતી મળી. પોલીસ ટીમે નેહલાનીનાં ઘરની બહાર રાહ જોઈ અને તેને નિશાન બનાવનાર ગુંડાઓને નિષ્ક્રીય કરી નાંખ્યા. અન્ય ઘણી હાઈપ્રોફાઈલ ફિલ્મી વ્યક્તિઓ, જેમ કે આમીરખાન, જે.પી. દત્તા, મહેશભટ્ટ વગેરે તેમની સૂચિમાં હતા. સમયસર માહિતી પ્રાપ્ત કરીને, પોલીસ ગુંડાઓને નિષ્ક્રીય બનાવી શકી હતી.

આ ખરા અર્થમાં વ્યુહાત્મક નેતૃત્વ હતું. પરદેશમાં છૂપાયેલા ગેંગ નેતાઓના ભારતમાં રહેલા માણસોના ફોન ટેપ કરવાને બદલે સીધા તેમના જ ફોન ટેપ કરવા તે એક અતિ વિચક્ષણ વિચાર રહ્યો. આનાં પરિણામ સ્વરૂપે, ફિલ્મ ઉદ્યોગના આગળ પડતા લોકો, રાજકારણીઓ તથા ઉદ્યોગપતિઓ સહિત સેંકડો લોકોનો જીવ બચાવી શકાયો.

તે સમય પછીથી, કોઈ પણ બીલ્ડરની ગોળી મારીને હત્યા નથી થઈ. જ્યારે પહેલાં ૧૯૯૫માં ઓમ પ્રકાશ કુકરેજા, વલ્લભ ઠક્કર, નટવરલાલ શાહ

જેવા બીલ્ડરો, ઇસ્ટ-વેસ્ટ એરલાઇનના મેનેજીંગ ડાયરેક્ટર તકીયુદ્દીન વાહીદ, ફિલ્મ પ્રોડ્યુસર અને મ્યુઝીક ઇન્ડસ્ટ્રી ટાઇકૂન ગુલશન કુમાર તથા મીલમાલિક સુનિત ખટાઉ અંડરવર્લ્ડના કમભાગી શિકારો બન્યા હતા. આ હાઈ-પ્રોફાઇલ લોકોનો ધોળે દિવસે હત્યા કરવામાં આવી હતી, જે જનતાના રોષ તરફ દોરી ગઈ હતી. વેપારી સમુદાયે તેમની અતિશય નાખૂશી પ્રદર્શિત કરતા કાળા વાવટા ફરકાવીને "બ્લેક" દિવાળી જાહેર કરેલી. હવે તે માત્ર એક શહેરની સમસ્યા ન હતી. મહારાષ્ટ્ર રાજ્ય અને તેનું મંત્રીમંડળ અને રાષ્ટ્રનું પાટનગર દિલ્હી પણ હચમચી ગયાં હતાં. આ આંતરાષ્ટ્રીય સમાચાર અને ભારતની અર્થવ્યવસ્થા તથા સુરક્ષાના પાયા માટે ઊંડી ચિંતાઓ વિષય બની ગયા હતા.

આથી, આ કાર્યવાહીની સફળતા એ રીતે માપી શકાય કે ૨૦૦1 થી ૨૦૧૧, જ્યારે પત્રકાર જે.ડેની અને ઈકબાલ કાસકરની હત્યા થઈ ત્યાં સુધીમાં એક પણ શૂટઆઉટ થયો ન હતો.

૧૯૯૮માં ગુંડાઓ વડે એક સો એક વેપારી માણસોની હત્યા કરાઈ હતી. શિવનંદન અને મુંબઈ પોલીસ, એક ટીમ તરીકે, પછીનાં ૧૧ વર્ષમાં આ સંખ્યાને શુન્ય સુધી નીચે લાવવામાં સફળ થઈ. તેઓ લોકોમાં સુરક્ષાની લાગણી ફરી સ્થાપવામાં સફળ થયા. શાંતિની પુનઃસ્થાપના થતાં હોટેલ ઉદ્યોગ, બીલ્ડીંગ ઉદ્યોગ ફૂલ્યાફાલ્યા અને અન્ય બધા જ ઉદ્યોગોની પ્રવૃત્તિ વિકસી.

ભારતનું વ્યાવસાયિક કેન્દ્ર, જે લગભગ મૃતપ્રાય થઈ ગયું હતું તે ફરી એક વાર ધમધમતું નાણાં કેન્દ્ર બની ગયું. તે વર્ષે, મુંબઈમાંથી સંયોજિત ગુનાઓ દૂર કરવામાં ગુના શાખાને મળેલી સફળતાને બીરદાવવા માટે, મહારાષ્ટ્ર રાજ્યએ ટીમના સભ્યોને ગુણવત્તા સભર સેવા માટે આઠ પ્રેસીડન્ટસ પોલીસ મેડલ એનાયત કર્યા, જ્યારે શિવનંદનને વિલક્ષણ સેવા બદલ પ્રેસીડન્ટસ પોલીસ મેડલથી નવાજ્યા.

૨૦૦૦નાં વર્ષમાં અપાયેલ આઠ પોલીસ મેડલમાંથી સાત જોઇન્ટ કમિશ્નર ઑફ પોલીસ ક્રાઇમ તરીકે શિવનંદન તથા તેમની ટીમ વડે મેળવાયા.

જેમણે આ ચંદ્રકો મેળવ્યા તે સાત લોકો છે :

૧. ડી. શિવનંદન જોઇન્ટ સીપી (ક્રાઇમ)

૨. એ.ડી. શિંદે ડીસીપી (ઇકોનોમીક ઓફેન્સ વીંગ)

૩. એસ.જે. ઇનામદાર, ઇન્સ્પેક્ટર, ગુના શાખા

૪. વી કે નવધારે, ઇન્સ્પેક્ટર, ગુના શાખા

૫. એમ.ડી. જાવેદ શહીદ, ઈન્સ્પેક્ટર, ગુના શાખા
૬. એ.એમ. દારેકર, હેડ કોન્સ્ટેબલ બેજ નં. ૧૮૫૯૧
૭. બીએ ગાડગે, હેડ કોન્સ્ટેબલ બેજ નં. ૧૪૮૩૩

તેઓએ અપેક્ષાથી આગળ જઈને કામ કર્યું હતું. તેમણે પરિણામો આપ્યાં હતાં.

હવે તેઓ પેલી ટેલીવિઝન પર જોયેલી મહિલાને યાદ કરીને કહી શકતા હતા, "મેડમ મને આશા છે કે હવે તમે ખુશ છો અને તમને ખાતરી છે કે તમારા પતિ જીવતા ઘેર પાછા ફરશે અને તેઓ કોઈ સ્થાનિક ગુંડા કે ગેંગસ્ટરનું નિશાન બની જશે તેવી ચિંતા કરવાની જરૂર નથી."

આપણે શિવનંદને જોઈન્ટ સીપી, ક્રાઈમ તરીકે કાર્યભાર સંભાળ્યો તે પહેલાં મુંબઈની શું પરિસ્થિતિ હતી અને ત્યાર પછીની પરિસ્થિતિનું જરા પાછળ જઈને અવલોકન કરીએ. મુંબઈ એવું શહેર છે જ્યાં વ્યાપાર ફૂલેફાલે છે અને લોકો સુરક્ષિત હોવાનું અનુભવે છે.

આ કઈ રીતે કરાયું ?

માફીયા ગેંગ પર એક છ - પાંખીયા હુમલાની વ્યુહરચના હતી :

– અટકાયત

– ગેરકાયદે નાણાં પડાવનારને અટકાવાયા

– ગેંગસ્ટરોની ધરપકડ કરાઈ

– ગોળી છોડે તેવાં બંદુકો કબજામાં લેવાયાં

– પોલીસ કાર્યવાહી

– મકોકા હેઠળ ધરપકડ

ઉપરની વ્યુહરચનાનાં આધારે પરિસ્થિતિ તરફ સ્પષ્ટ નિર્દેશન મેળવવા માટે આપણે થોડા આંકડા જોઈએ.

• પૈસા પડાવવાના કિસ્સાઓ

૧૯૯૮-૨૦૦૧ના સમયગાળામાં, નાણાં પડાવવાના કુલ ૧૨૨૯ કિસ્સાઓમાં, ૧૬૫૧ અટકાયતો થઈ; એટલે કે તે એ સમયગાળો હતો જ્યારે અટકાયતોની સંખ્યા મહત્તમ હતી. આથી, ૧૯૯૩માં પૈસા પડાવવાના થયેલા ૭૨૮ કિસ્સાઓની સંખ્યા ૨૦૦૯માં ઘટીને ૧૭૬ થઈ ગઈ અને ત્યાર પછી તેમાં ક્રમિક ઘટાડો થઈ રહ્યો છે.

• પોલીસ કાર્યવાહી

૧૯૯૮-૨૦૦૧ના સમયગાળામાં, ૨૩૮ પોલીસ કાર્યવાહીઓમાં ૨૯૮ ખતરનાક ગુનેગારોને નિષ્ક્રીય કરવામાં આવ્યા. આ પગલાંની અસર વર્ષો સુધી ટકી રહી.

• ગુનેગારો વડે કરાયેલ ગોળીબાર

અંદર અંદરની દુશ્મની વાળી ગેંગવોર્સમાં ૧૭૬ ઘટનાઓમાં ૧૯૨ ગુનેગારો દૂર થયા હતા. ૨૦૦૯માં માત્ર આઠ જ શૂટઆઉટની ઘટના બની.

• ગેંગસ્ટર્સની ધરપકડ

૧૯૯૮-૨૦૦૧ના સમયગાળામાં - કુલ ૧૬૩૫ - આ આંકડો મગજ સ્તબ્ધ કરી દે તેવો છે - ગેંગસ્ટર્સની ધરપકડ કરાઈ, જેણે અંડરવર્લ્ડ નેક્ષસ પર સંપૂર્ણ નિયંત્રણ લાવી દીધું. પરિણામે, ૨૦૦૯માં માત્ર ૬૬ ગુનાખોરોની ધરપકડ થઈ જ્યારે ૨૦૧૨માં માત્ર ૩૮ ગેંગસ્ટરની ધરપકડ કરાઈ. આ સ્પષ્ટપણે દર્શાવે છે કે ગુંડા ટોળકીઓ શહેર પરની તેમની પકડ ગુમાવવા લાગી.

• મકોકા કિસ્સાઓ

મકોકા લાગુ કરાયા પછી ૧૯૯૯-૨૦૦૧માં ૫૩ કિસ્સાઓમાં ૨૧૪ ગેંગસ્ટર્સની ધરપકડ કરાઈ હતી. ૨૦૦૯માં આ આંકડો માત્ર પાંચ કેસમાં ૨૪ ગેંગસ્ટર્સની ધરપકડ જેટલો નીચે આવી ગયો.

• બંદુક વડે ખૂનની ઘટનાઓ

ગેંગસ્ટર્સ માત્ર ધોળા દિવસે જ લોકોનાં ખૂન કરતા હતા. ૧૯૯૮નું વર્ષ સૌથી ખરાબ હતું જ્યારે ૯૩ ઘટનાઓમાં ૧૦૧ નાગરિકોની હત્યા કરાઈ. ગેરકાયદે નાણાં ઉઘરાવવાં તે સર્વસામાન્ય ઘટના હતી. નાના ગુનાઓ તથા નાણાં પડાવવાના ૩૬૭ કેસ નોંધાયા હતા, જેમાંથી ૩૨ ફિલ્મ સ્ટાર્સને નાણાં પડાવવા માટે ધમકી મળી હતી. આ ગુનેગારોને એક જ વર્ષમાં અટકાયતમાં લેવા માટે ૬૪૦ અટકાયતો કરાઈ હતી.

• માફીયા ગેંગ પર બહુ પાંખીયો હુમલો (સંપૂર્ણ આંકડાઓ)

નોંધ : બોલ્ડમાં આપેલા આંકડાઓ શિવનંદન જોઈન્ટ સીપી (ક્રાઇમ) તરીકે હોદ્દા પર હતા તે સમયગાળો દર્શાવે છે.

વર્ષ	૧૯૯૩	૧૯૯૪	૧૯૯૫	૧૯૯૬	૧૯૯૭	૧૯૯૮	૧૯૯૯	૨૦૦૦	૨૦૦૧	૨૦૦૨	૨૦૦૩	૨૦૦૪	૨૦૦૫	૨૦૦૬	૨૦૦૭	૨૦૦૮	૨૦૦૯
અટકાયતો (MPDA)	૧૩૨	૧૧૬	૧૨૯	૩૫૩	૧૦૪	**૩૬૫**	**૬૩૮**	**૨૪૨**	**૪૦૬**	૨૮૧	૧૬૫	૧૩૭	૧૯૦	૧૮૬	૧૫૧	૮૦	૬૧
નાણાં પડાવનાર ની અટકાયત	૬૯	૪૮	૫૧	૧૭૩	૯૧	૨૦૦	૩૯૪	૧૨૭	૨૪૨	૧૯૨	૧૧૭	૩૭	૪૨	૨૬	૨૭	૨૩	૨૨
ગેંગસ્ટરોની ધરપકડ	૨૧૩	૪૩૫	૨૪૮	૨૭૩	૩૦૮	**૪૫૫**	**૪૩૭**	**૩૪૮**	**૩૯૫**	૩૦૪	૧૬૩	૨૦૭	૧૭૪	૨૩૫	૨૦૮	૨૯૧	૬૮
ગોળીબાર શસ્ત્રો પકડાયા	૩૮૬	૨૮૬	૨૪૮	૨૨૬	૨૬૯	૫૩૫	૫૪૦	૪૩૪	૪૭૧	૩૪૩	૫૬૪	૪૬૬	૫૦૬	૩૫૫	૩૯૯	૩૧૧	૩૧૪
પોલીસ કાર્યવાહી	૩૬	૩૦	૯	૫૭	૭૨	**૪૮**	**૮૩**	**૭૩**	**૯૪**	૪૭	૪૦	૧૫	૧૩	૧૬	૧૨	૨૦	૮
{fkufk ધરપકડો	-	-	-	-	-	-	૬૪	૬૫	૮૫	૩૧	૧૨	૯૦	૧૩૪	૧૨૩	૫૨	૮૦	૨૮

સ્ત્રોત : ગુના શાખા, મુંબઈ પોલીસ

• નીતિ અને શ્રેધ્યેયતા સાથે કાર્ય કરવું

નેતૃત્વ સાબિત કરવા માટે તમારામાં નૈતિક શ્રેષ્ઠતા હોવી જોઈએ તથા તમે આદર્શ નમુનારૂપ બનવા જોઈએ; કોઈ તમને ભ્રષ્ટાચાર અથવા અન્ય કોઈ આડીઅવળી બાબતમાં દોષી ઠેરવી શકવા ન જોઈએ. નેતાનું એક માત્ર ધ્યાન પોતાના કાર્ય પર મન લગાડી રાખવાનું હોવું જોઈએ. જો આ અખંડિતતા જાળવી શકાય, તો નેતાને તેની જ્યાં પણ બદલી થાય ત્યાં તથા નિવૃત્ત થયા પછી પણ માન આપવામાં આવે છે.

મુંબઈમાં આ ધમાલ થઈ તે પહેલાં, ૧૯૯૫-૯૮ દરમિયાન શિવનંદન નાગપૂર રેન્જમાં, ડેપ્યૂટી ઇન્સ્પેક્ટર જનરલ (DIG) હતા, જેમાં નાગપૂર, ચંદ્રપૂર, ગઢચિરોળી, ભંડારા, બોન્ડીયા તથા વર્ધાનો સમાવેશ થતો હતો. આ નકસલોની મજબૂત પકડવાળા પ્રદેશમાં તેમણે સામનો કરેલા પડકારો મુંબઈમાં દળના તરીકે વડાના પડકારો કરતાં સંપૂર્ણપણે અલગ હતા.

આ નકસલ અસરગ્રસ્ત વિસ્તારમાં તેમનાં નૃત્વની શૈલી તેમણે પાછળથી મુંબઈમાં અપનાવેલી શૈલી કરતાં સંપૂર્ણપણે ભિન્ન હતી. એક સ્થળ અને સમયે જે વસ્તુએ કામ કર્યું તે બીજી જગ્યાએ કામ ન કરે. જુદા જુદા પડકારો માટે નેતાએ તે મુજબના ઉકેલો સર્જવા પડે.

આ વિસ્તારોમાં નકસલવાદીઓના મુજબ પોલીસો ''ખાસ દુશ્મનો'' હતા. આથી, પોલીસોપર છાપો મારીને તેમની હત્યા કરાતી અને તેમની સામે જમીનમાં સુરંગોનો ઉપયોગ કરાતો.

મેટ્રો શહેરોમાં પોલીસ કાર્યવાહીઓમાં ગેંગસ્ટરોને મારતી વખતે શિવનંદને જાણ્યું કે નકસલવાદીઓ સાથે આ પ્રકારની હત્યા વળતા પ્રહાર જેવી થઈ હોત, કારણ કે, વ્યક્તિ એમ કહી શકે તે મનોવિજ્ઞાન વડે પ્રેરિત બંડ અથવા આતંકવાદ હતો. ગેંગસ્ટારોની જેમ નકસલવાદીઓની હત્યા વધુ હજારો નકસલવાદીઓ ઊભા થવામાં પરિણમત.

આથી તેમણે અલગ ઉપાય વિશે વિચાર્યું. તેમની પાસે અન્ય અનુભવી જુથ સભ્યોની સાથે સાથે સક્ષમ સહાયકો પણ હતા. ભેગા મળીને તેમણે એક જૂદું ક્રિયા આયોજન ઘડ્યું.

વ્યુહરચના લોકોને શરણે થઈ જવા માટે તૈયાર કરવાની હતી. તે સમયે, સરકાર તેમને શરણે થઈ જવા માટે કોઈ નાણાંકીય સહાય આપતી ન હતી.

માત્ર સારાં આચરણ અને સારાં પોલીસ કર્તવ્ય વડે શિવનંદન અને તેમની ટીમ પરિસ્થિતિ સંભાળી શકી.

કોઈ બિનજરૂરી વ્યક્તિની ધરપકડ ન થાય તેની ખાતરી કરાઈ હતી; કોઈ નિર્દોષ વ્યક્તિને પરેશાન નહોતી કરાઈ અને કોઈને બિનજરૂરી ગોળી મારવામાં નહોતી આવી. છેવટે, ટીમ નકસલપ્રદેશના બધા જ મહારાષ્ટ્રીયનોને શરણે થવા તૈયાર કરી શકી.

શિવાજી તુમરેડ્ડી અને તેની પત્ની એક ઉદાહરણ છે. તેઓ તેમની એકે-૪૭ રાઈફલ્સ તથા રોકડા ૧.૫-૨ લાખ રૂપિયા સાથે શરણે થયાં. તેમને કોઈ પૈસા ઑફર નહોતા કરાયા, ઉલટાનાં તેઓ પૈસા સાથે શરણે આવ્યાં.

આવાં પરિણામો પ્રાપ્ત કરવા માટે તમારે બીજા પર વિશ્વાસ રાખવો જોઈએ અને બીજાનો તમારામાં વિશ્વાસ હોવો જોઈએ. આ સંપૂર્ણપણે જુદી વ્યુહરચના છે.

નકસલવાદ આપણા દેશની ઘણી ગંભીર સમસ્યા તરીકે ચાલુ રહ્યો છે. પરંતુ છેવટે મહારાષ્ટ્રમાં તો શિવનંદન તેના પર નિયંત્રણ કરવામાં ઘણો મોટો ફાળો આપી શક્યા. શિવનંદન અને તેમના જુથના અન્યોએ નાગપુર રેન્જ છોડી તે સમય સુધીમાં, વ્યુહાત્મક નેતૃત્વના ઉપયોગ વડે તથા એક અલગ વિચાર પ્રક્રિયા લાગુ કરી હોવાથી, નકસલજુથમાં એક પણ મહારાષ્ટ્રીયન બચ્યો ન હતો. ટીમ છેલ્લે એટલું તો સિદ્ધ કરી શકી હતી.

નકસલવાદ અને નૈતિક ધોરણો સાથે સંકળાયેલ એક ઘટના અહીં નોંધવા યોગ્ય છે.

તે સમયગાળા દરમિયાન, પોલીસોનાં એક જુથે એક ચોક્કસ વિસ્તારમાં કેમ્પ રાખ્યો હતો, જ્યાં નકસલવાદીઓ ભટકતા હતા. રાત્રે જોઈ શકાય તેવાં દુરબીનો દ્વારા, પોલીસોએ ગ્રામવાસીઓનું એક જુથ જોયું. લીલા રંગનાં જંગલમાં, લોકોએ લીલો યુનિફૉર્મ પહેર્યો હતો અને તેમના હાથમાં બંદુકો હતી.

પોલીસોને લાગ્યું કે તેઓ નકસલો હતા, આથી તેમને પડકાર કર્યો. કાર્યવાહી દરમિયાન, એક ગ્રામવાસી મૃત્યુ પામ્યો. પોલીસોને ખ્યાલ આવે કે તે નકસલવાદી ન હતો. ત્યાં સુધીમાં ઘણું મોડું થઈ ચૂક્યું હતું. પોલીસે આ વ્યક્તિને ખસેડવાનો પ્રયાસ કર્યો, પરંતુ તે હોસ્પીટલે પહોંચે તે પહેલાં તે મૃત્યુ પામ્યો.

હવે, દ્વિધા એ હતી કે પોલીસે એમ કહેવું જોઈએ કે તેમણે એક

નકસલવાદીને મારી નાખ્યો હતો, કે પછી એ હકીકત કબૂલ કરવી જોઈએ કે ભૂલથી એક સામાન્ય ગામડીયાને ગોળી મરાઈ હતી.

ફોન પર આ બાબત શિવનંદનના ધ્યાન પર લાવવામાં આવી. તેમનું સ્પષ્ટ નિર્દેશન એક પ્રેસ કોન્ફરન્સ બોલાવીને ઓળખમાં ભૂલ થવાની એક ગરીબ ગામડીયાને ગોળી મરાઈ હતી તે કબુલ કરવાનું હતું.

આ પરિસ્થિતિ માટે શિવનંદને જવાબદારી પણ લેવાની હતી. તેમણે આખી નાગપૂર રેન્જ, જેમાં સાત જીલ્લાના પોલીસો હતા, ને જે ગરીબ મહિલાએ તેનો પતિ ગુમાવ્યો હતો તેના પુનઃવસવાટ માટે પોતાનાથી બની શકે તેટલી રકમ - એક દિવસનો પગાર - ફાળા રૂપે આપવા કહ્યું. પાછળથી આ મહિલાને રોજગારી પણ આપવામાં આવી.

આ બે સાવ વિરુદ્ધ દિશાનાં ઉદાહરણો છે. આ બંનેમાંથી લેવા જેવી મુખ્ય વાત છે : માત્ર નેતૃત્વ જ મહત્વનું છે. હકીકતમાં, આ બંને ઉદાહરણોમાં શિવનંદનનું નેતાૃત્વ ચાણક્ય વડે વર્ણવાયેલ નેતૃત્વની ગુણવત્તા પર પ્રકાશ પાથરે છે. ચાલો જોઈએ કે કેવી રીતે :

બુદ્ધિશાળી અને સંચાલનશક્તિથી ભરપૂર

જ્યારે શિવનંદને મુંબઈમાં અન્ડરવર્લ્ડ પર ત્રાટકવાનું કામ ઉપાડ્યું, તેમણે ખૂબ બુદ્ધિપૂર્વક તથા સંભાળપૂર્વક આયોજન કરીને અને તેમને ઉપલબ્ધ હોય તેવા કાયદાકીય માર્ગોને ઉપયોગ કરીને આ કરવાનું હતું. પરંતુ માત્ર સારાં આયોજનો પરિણામો મેળવતાં નથી. તમારે તમારાં આયોજનને ક્રિયાન્વિત કરવું પડે છે. આપણે શિવનંદનને એક આયોજન બનાવતાં અને પછી તેમને ક્રિયામાં મૂકતાં જોઈએ છીએ, જેમાં તેમનાં જુથમાં આત્મવિશ્વાસ દાખલ કરવો, તેમને પર્યાપ્ત સ્ત્રોતો તથા તાલીમ પૂરાં પાડવાં તથા જુથને રોકી રાખતા હોય તેવા પ્રશ્નો હલ કરવાનો સમાવેશ થાય છે. છેવટે, આપણે મુંબઈને સલામત અને આબાદ થતું જોઈએ છીએ.

નિવૃત્ત આસીસ્ટન્ટ કમિશ્નર ઑફ પોલીસ, દશરથ અવહાદ, જેમણે ગુના શાખામાં શિવનંદન સાથે કામ કરેલું, તેઓ કહે છે, "શિવનંદન મહારાષ્ટ્ર પોલીસદળના સૌથી સારા અમલદારોમાંના એક હતા. તેઓ એક સંચાલન શક્તિથી ભરપૂર નેતા હતા અને હંમેશાં મોખરે રહીને કટોકટીભરી પરિસ્થિતિ સંભાળતા હતા. ગેંગસ્ટર્સ સાથે કામ કરવું સરળ ન હતું, પરંતુ શિવનંદન એક

સાચા નેતા હતા, અને તેમણે ક્યારેય તેમના અમલદારોને પાછા પડવા ન દીધા.''

વડીલો સાથે સહયોગ

જ્યારે શિવનંદન આયોજન ઘડતા હતા ત્યારે તેમણે વિવિધ ક્ષેત્રોના વડીલો (તજજ્ઞો)ની સલાહ લીધી. દાખલા તરીકે, તેઓ સર્વશ્રી કે એફ સુસ્તમજી, જુલીયો રીબેરો, વીકે સરાફ, એસવી ભાવે, એસ રામમૂર્તિ, એસ કે બાપટ, સતિશ સાહણે, અરવિંદ ઈનામદાર અને એમ. આર. રેડ્ડી જેવા વરિષ્ઠ અમલદારોને વારંવાર મળતા હતા તથા તેમનામાંથી પ્રેરણા મેળવતા હતા.

વક્તવ્યમાં સત્યવાદિતા

જેને ભૂલથી નકસલવાદી ધારી લેવાયો હતો તેવા ગરીબ ગ્રામીણના મૃત્યુ તરફ શિવનંદનનો પ્રત્યાઘાત એ મુદ્દાની બાબત છે. શિવનંદન પાસે તે વ્યક્તિને નકસલવાદી જાહેર કરીને હકીકતો પર ઢાંકપીછોડો કરવાની તક હતી, જે આવા કિસ્સાઓમાં કરાતી સામાન્ય વસ્તુ છે. છતાં, તેમણે ભૂલ સ્વીકારી અને વક્તવ્યમાં સાચા રહ્યા.

વચનભંગ નથી કરતા

તમે જે તમારી જાતને આપો છો તે સૌથી મોટું વચન છે. આપણે જોયું કે શિવનંદન ખૂશ હતા કે તેમણે લોકોને સુરક્ષાની ખાતરીનું જે વચન આપ્યું હતું તે પૂરું થયું. તેઓ ટેલીવિઝન પર જોયેલી મહીલાને યાદ કરી શક્યા, જે તેના પતિનાં જીવન વિશે ડર અનુભવતી હતી, અને નિશ્ચિંત થયા કે તેઓ તેણીના ડરને નાબૂદ કરવામાં સફળ રહ્યા. તેમણે પોતાને આપેલ વચનનો ભંગ કર્યો નહીં.

કૃતજ્ઞ

શિવનંદન તેમના હેતુઓને સિદ્ધ કરવામાં જેમણે તેમને ટેકો આપ્યો હતો તે લોકો તરફ હંમેશાં આભારી રહ્યા, પછી તે તેમના જુથના સભ્યો હોય, જેમણે તેમને સશક્ત કર્યા તે વરિષ્ઠ અમલદારો હોય, વડીલો હોય કે અન્ય તજજ્ઞો. તેઓ માને છે કે બધી જ સફળતા જુથના પ્રયાસને કારણે જ શક્ય બની. આ વિનમ્રતા સાથે, વ્યક્તિ પોતાની કારકીર્દિમાં પણ ઉપર ચઢે છે, નહીંતર, તેઓ ડાયરેક્ટર જનરલ ઑફ પોલીસની પદવી પર પહોંચી શક્યા ન હોત.

તાલીમ માટે ઇચ્છુક

શિવનંદન એવી વ્યક્તિ છે જે હંમેશાં શીખવા તથા શોધખોળ કરવા તૈયાર હોય છે. ૨૬/૧૧ના મુંબઈ આતંકવાદી હુમલા પછી, તેમનું કાર્ય ભારતમાં દુનિયાના સ્તરની સુરક્ષા સીસ્ટમ તથા પ્રક્રિયાઓ બનાવવાનું હતું. તેમણે IBC ઇન્ટેલીજન્સ બ્યુરો તથા અન્ય સેન્ટ્રલ પોલીસ ઓર્ગેનાઇઝેશન્સમાંથી ઇઝરાયેલી વિશેષજ્ઞો તથા તજજ્ઞોને પણ આમંત્રણ આપ્યું. આ તેમની બીજા નિષ્ણાતો પાસેથી શીખવાની આતુરતા દર્શાવે છે. તેમની સેવાનાં વર્ષો દરમિયાન તેમણે જ્યાં પણ કામ કર્યું, ત્યાં શિવનંદને પ્રો. ઋષિકુમાર પંડ્યા, એન.એચ. અત્રેય, ઓમ કૌલ, શ્રીમતિ જયા રાવ, સ્વામી સુખબોધાનંદ તથા અન્ય પ્રેરણાત્મક વક્તાઓને પોલીસદળને વ્યાખ્યાનો આપવા માટે આમંત્રિત કર્યા.

સરળતાથી મળી શકાય તેવા

શિવાજી તુમરેડ્ડી તથા તેની પત્નીની તેમની એકે-૪૭ રાઇફલ તથા ૧.૫-૨ લાખ રૂપિયાની રોકડ સાથેની શરણાગતી શિવનંદનની પરિસ્થિતિને સંભાળવાની કુનેહનું પરિણામ હતી. આ દર્શાવે છે કે લોકોને તેમની સાથે આસાએશ અનુભવાતી અને તેઓ તેમનામાં વિશ્વાસ મુકી શકતા. શિવનંદનમાં સામાન્ય માણસ સાથે જોડાઈ શકવાની આવડત છે. જ્યારે કોઈ તેમને પ્રથમ વખત મળે ત્યારે પણ દેખાય છે કે તેઓ કેટલા સરળતાથી મળી શકાય તેવા છે અને તેઓ તરત જ તેમની સમસ્યાઓ તથા ચિંતાઓ પર કામ કરશે. એક નેતાનો આ ઘણો જ મહત્વનો ગુણધર્મ છે.

★ નેતૃત્વ માટેની ચાવીઓ ★

૧. તમારા લોકોની નૈતિકતા વધારો : તેને માટે તેઓ તમારા તરફ નજર કરશે.
૨. અલગ રીતે વિચારો : પ્રયોગો માટે તૈયાર રહો.
૩. નૈતિકતાનાં ધોરણો ઊંચાં રાખો : અંગત અખંડિતતા આની ચાવી છે.
૪. લોકોને સ્ત્રોત આપો : દરેક કાર્યવાહી માટે પૈસા, સાધનો તથા ટેક્નિકોની જરૂર હોય છે.
૫. ભૂલો કબૂલ કરો : તેમને છુપાવવાની કોશિશ ન કરો.

ટિપ્પણી

મારી અંદરનો નેતા

ટિપ્પણી

મારી અંદરનો નેતા

પ્રકરણ-૨

અમાત્ય

પ્રધાન/મેનેજર

સ્વામી	રાજા
અમાત્ય	**પ્રધાન**
જનપદ	દેશ
દુર્ગ	કિલ્લેબંધ શહેર
કોષ	તિજોરી, ખજાનો
દંડ	સૈન્ય
મિત્ર	સહયોગી

ભાગ - અ

બીજું રહસ્ય

અમાત્ય : મેનેજર

અર્થશાસ્ત્રમાં પ્રધાનનાં મહત્ત્વ પર વારંવાર ભાર અપાયો છે. હકીકતમાં પુસ્તક-૧માં પ્રકરણ ૮નું શિર્ષક છે. *અમાત્યઉત્પત્તિ*, જેનો અર્થ છે ‘પ્રધાનોની નિમણુક’.

એક અમાત્ય કોણ છે ? તેને મંત્રી અથવા પ્રધાન કહી શકાય. કોર્પોરેટ દુનિયામાં તેનું પ્રતિરૂપ છે વ્યવસ્થાપક અથવા મેનેજર. નેતાઓ તથા મેનેજરો વચ્ચે એક તફાવત છે, છતાં સમાનતાઓ પણ છે. સંદર્ભના આધારે, દરેક નેતા કોઈકને માટે મેનેજર છે અને દરેક મેનેજર કોઈકને માટે નેતા છે.

આપણે એક ઉદાહરણ લઈએ. એક કંપનીના સીઇઓ એક નેતા છે. જો તે કંપનીના વાઇસ પ્રેસીડન્ટ (VP) સીઇઓ માટેનાં કામનો થોડોક ભાગ સંભાળે છે, તો વીપી પ્રધાન અથવા મેનેજર થઈ જાય છે. જોકે, વીપી પોતે પણ તેના જુથના સભ્યોનો નેતા છે. તેના હાથ નીચેના માણસે જેમ કે સહાયક ઉપાધ્યક્ષ, તેના પ્રધાન બની જાય છે.

તેવી જ રીતે, સીઇઓ કંપનીના ચેરમેન માટેના મેનેજર અથવા પ્રધાન છે. તે કંપનીનાં બોર્ડને અહેવાલ આપે છે અને સંસ્થાનું વ્યવસ્થાપન કરે છે.

એક વ્યક્તિ, કે જે એક કર્મચારી તરીકે હોટેલ સંભાળે છે તે ઘરમાં એક પતિ અને પરિવારનો વડો છે. આમ, તેનાં ઘરમાં તે નેતા છે. એક કંપનીનાં IT વિભાગમાં કામ કરતી વ્યક્તિને કંપનીનાં નાણાં વિશે ચિંતા કરવાની ન હોય. પરંતુ જ્યારે તેણે પોતાને ઘેર પરિવારની વ્યવસ્થા કરવાની હોય, ત્યારે તેણે

બીલો ચૂકવવા માટે તથા ખર્ચની વ્યવસ્થા કરવા માટે નાણાનાં મૂળભૂત ખ્યાલો સમજવા જ પડે છે.

આ પ્રકરણમાં, આપણે પ્રધાન - જેને આપણે મેનેજર કહીશું - ના ગુણધર્મોની ચર્ચા કરીશું. તમે જીવનમાં સફળ થવા માટે આ ગુણધર્મો વિકસાવવા તરફ કામ કરી શકો.

આપણે તે કરીએ તે પહેલાં, કંપનીઓને શા માટે મેનેજરની જરૂર હોય છે અથવા શા માટે એક રાજાને તેના અમાત્ય અથવા પ્રધાનની જરૂર પડે છે તે આપણે જોઈએ. આ આપણને એ પણ સમજાવશે કે શા માટે આજે મેનેજમેન્ટની ડીગ્રીની ખૂબ જ માંગ છે, શા માટે તાજા મેનેજમેન્ટ ગ્રેજ્યુએટો આટલો ઊંચો પગાર અને વળતર આપતી તકો મેળવે છે અને શા માટે બીઝનેસ થવા બી-સ્કુલ્સ આજે એક ફૂલતો ફાલતો ઉદ્યોગ છે.

અર્થશાસ્ત્રના પુસ્તક-૧, પ્રકરણ-૭, શ્લોક ૯માં ચાણક્ય કહે છે કે,

"શાસન માત્ર સહયોગીઓની મદદ વડે જ સફળતાપૂર્વક ચલાવી શકાય છે. એકલું એક પૈડું ચાલતું નથી. આથી, તેણે (શાસકે) પ્રધાનોની નિમણુક કરવી જોઈએ અને તેમના અભિપ્રાયો સાંભળવા જોઈએ."

આ શ્લોકમાં આપણે ઊંડી ડૂબકી મારીએ.

● **સહયોગીઓની મદદ :** રાજાના દૃષ્ટિબિંદુથી પરિસ્થિતિ તરફ જુઓ. તેણે એક વિશાળ રાજ્ય સંભાળવાનું છે, જે એકલા કરવું અશક્ય છે. કોઈ પણ વ્યક્તિ, જે એમ વિચારે કે તે પોતે જ તે કરી શકે તેમ છે, તે જીવનમાં વિકસી ન શકે. નેતાઓ ટીમવર્કનાં મહત્વને જાણે છે.

પહેલાંનાં દિવસોમાં, રાજા પાસે તેના મિત્રો, સલાહકારો, ગુરુઓ, શિક્ષકો તથા વડીલોના રૂપમાં સહયોગીઓ હતા. ભારતમાં રાજાને તેના ગુરુ વડે સલાહ અપાતી હોય તેવી આપણી વિભાવના છે. આ બધા મજબૂત સહયોગો છે.

● **એક પૈડું ચાલતું નથી :** અહીં ચાણક્ય એક તુલના આપે છે. જો એક બળદગાડાંમાં માત્ર એક જ પૈડું હોય તો ગાડું ગોળ ગોળુ વર્તુળમાં ફર્યા કરે છે. હલન ચલન છે પરંતુ પ્રગતિ નથી. ક્રિયા છે પરંતુ દિશા નિર્દેશ નથી.

ભારે સરસામાન અને ઘણા લોકોને વહી જવાના હોય તેવાં વાહનોને ઘણાં પૈડાંઓ હોય છે. વાહન જેટલું વધારે મોટું તેટલા વધારે પૈડાં જરૂરી છે અને તે વધુ મજબૂત પણ હોવાં જોઈએ. ભારે મશીનરીનાં વહન માટે ભારે ખટારાઓને

ઘણી વાર ૪૦-૫૦ પૈડાંઓ હોય છે.

આ યાદ રાખો : એકલું એક પૈડું ઘુમતું નથી.

● **પ્રધાનોની નિમણુક કરો :** આથી, ચાણક્ય પ્રધાનોની નિમણુક કરવાનું સૂચન કરે છે. પ્રધાનોની સંખ્યા રાજ્યનાં કદ અને રાજા જે જવાબદારીઓ સંભાળે છે તેના દળ પર આધાર રાખે છે.

વ્યાપાર જગતમાં આવી જ પરિસ્થિતિ અસ્તિત્વ ધરાવે છે. જો એક વ્યક્તિ એક જ હોટેલની માલિકી ધરાવે છે, તો તે સંભાળવા માટે માત્ર એક જ મેનેજરની જરૂર પડશે. પરંતુ હોટેલોની ચેઇનના માલિકને દરેક હોટેલના કામકાજની અલગ અલગ રીતે અને સાથે મળીને સંભાળ લેવા માટે ઘણા વધારે મેનેજરોની જરૂર પડી શકે છે.

જોકે, ઘણી વાર માલિકો પોતે જ મેનેજરો હોય છે. ખાસ કરીને પ્રથમ પેઢીના વેપારીઓ વ્યાપારની માલિકી હોવા અને તેને સંભાળવા વચ્ચેનો તફાવત સમજી શકતા નથી. એક વાર તમે આ તફાવત સમજી લો, પછી તમારો વ્યાપાર ફાલવા માંડે છે.

ઉદાહરણ તરીકે, એક રેસ્ટોરન્ટનો માલિક મેનેજર ગ્રાહકોના ઓર્ડર લેશે, બીલ બનાવશે અને ગ્રાહકને પીરસશે. શરૂઆત માટે આ સારું છે, જ્યારે માલિકે જમીની વાસ્તવિક્તા શીખવાનો પ્રયાસ કરવો જ જોઈએ. પરંતુ પછીનું પગલું એવો મેનેજર મેળવવાનું છે જે કામકાજ ચાલુ રાખે, જેથી માલિક વ્યાપારનાં ભવિષ્ય વિશે વિચારવા પર ધ્યાન આપી શકે.

માલિકે વ્યાપારના વિસ્તરણ, વ્યાપારની સંભવિત તકો, ખર્ચ ઘટાડવો, મેનપાવર સપ્લાયરના સ્ત્રોતો, ગ્રાહકોનો સંતોષ, વધારો નફો કરવો અને આવા અન્ય ક્ષેત્રો વિશે વિચારવાની જરૂર છે. જોકે, તે જો દરરોજ સવારથી સાંજ સુધી રેસ્ટોરન્ટમાં કામ કરે છે તો આ આવશ્યક પ્રશ્નો વિશે વિચારવાનો તેની પાસે સમય જ ક્યાં છે ?

માટે, વિગતોની સંભાળ લે તેવા એક મેનેજરની નિમણુક માલિકને "વિચારવાના સમય" માટે મુક્ત કરે છે. નેતાઓ આ સમજે છે. આથી જ તેઓ નેતા છે.

જોકે, આવું બને તે માટે, પ્રથમ જરૂરિયાત તમારા લોકોનો વિશ્વાસ કરવાની છે. જો તમે તમારા મેનેજરો પર વિશ્વાસ નહીં કરો, તો તમે ક્યારેય

તેમને કામ નહીં ફાળવો, અને તમારી પાસે નેતા બનવાનો સમય નહીં રહે.

અન્યોમાં વિશ્વાસ મુકવાની ક્ષમતા અને બીજા તમારામાં વિશ્વાસ મુકી શકે તેવું વલણ મહત્વની લાયકાતો છે જે એક નેતાએ વિકસાવવી જ જોઈએ. તેની સાથે સાથે, એ ખાતરી કરો કે તમે તમારા મેનેજરને સમાન ગણો છો. માત્ર કારણ કે તેઓ તમને રીપોર્ટ કરે છે, તેનો અર્થ એવો નથી કે તેઓ બુદ્ધિશાળી નથી અથવા તેમની સાથે તુચ્છકારભર્યો વર્તાવ કરવો જોઈએ.

આગલાં પ્રકરણમાં, નેતાની ગુણવત્તાઓમાંની એક છે વિનમ્રતા. તમારા લોકો તરફ કૃતજ્ઞ બનો અને તેમની સાથે માનભર્યું વર્તન કરો.

● **તેમના અભિપ્રાયોને સાંભળો :** ચાણક્ય કહે છે, "પ્રધાનોની નિમણુક કરો અને તેમના અભિપ્રાયો સાંભળો."

મેનેજર માટેની જરૂરિયાત સમજી ગયા પછી, પછીનું સોપાન છે તેમને સાંભળવા. સાંભળવું એ શ્રવણ કરવા કરતાં અલગ છે. સામી વ્યક્તિ જ્યારે બોલતી હોય ત્યારે આ તેના તરફ ખૂલ્લા મનવાળું વલણ છે.

આપણામાંના દરેક એક ચોક્કસ રીતે વિચારવા ટેવાઈ ગયેલા હોઈએ છીએ. આપણે આપણા અનુભવોને આધારે આપણા જીવનની વાસ્તવિક્તાઓ ઘડીએ છીએ. પરંતુ સાંભળવામાં, તમે સામી વ્યક્તિને સમજવા માટે તૈયાર હોવાને તમારી જાતને પડકાર આપો છો. તમે સ્વીકારો છો કે તમે અને સામી વ્યક્તિ બંને સાચા હોઈ શકો છો; અથવા તમારી દલીલો ખોટી હોઈ શકે અને સામી વ્યક્તિ સાચી હોઈ શકે છે. તમે જુદી જુદી શક્યતાઓ સામે તમારું મગજ ખૂલ્લું કરો છો.

મેનેજરો મશીનો નથી. તેઓ પણ સતત વિચારતા હોય છે અને કામમાં પોતાનું દિમાગ લગાડતા હોય છે. તેમનામાં પણ આંતરસૂઝ હોઈ શકે જે તેઓ તમારી સાથે વહેંચવા માંગતા હોય. તેમની જમીની વાસ્તવિક્તા પર એક પકડ હોય છે. તેઓ તમારા તંત્રનાં આંખ અને કાન છે. પરંતુ જો તમે તેમના અભિપ્રાયોને "સાંભળો" નહીં તો આ બધા અનુભવો નકામા છે.

ઔદ્યોગિક યુગમાં, મશીનો વડે દરરોજ કેટલા એકમોનું ઉત્પાદન થયું તેના આધારે ઉત્પાદક્તા મપાતી હતી. ઝડપ મહત્વની હતી. ઝડપ મેળવવા માટે વ્યક્તિએ વિચારવાનું અટકાવીને યંત્રવત્ત કામ કરવું પડતું. જોકે, જ્યારે ટોયોટાની કેન્દ્રિતતા જથ્થાને બદલે ગુણવત્તા થઈ ગઈ ત્યારે તેણે આ રીત બદલી નાખી. હવે, એસેમ્બલી લાઈનની કોઈ પણ વ્યક્તિને જો ઉત્પાદનની ગુણવત્તા

સંતોષજનક ન લાગે તો તેને અસ્વીકાર કરવાની છૂટ આપવામાં આવી. અંતિમ નિરિક્ષણ અને સ્વીકાર કે અસ્વીકારના નિર્ણય માટે ઉત્પાદને ગુણવત્તા નિયંત્રણ વિભાગ પાસે પહોંચવાની જરૂર રહી નહીં. આથી, એસેમ્બલી લાઈનની દરેક વ્યક્તિ એક "વિચાર કરનાર" વ્યક્તિ બની ગઈ જેના અભિપ્રાયને માન અપાતું હતું.

આજની દુનિયા વિચારો તથા નવાં સંશોધનોની છે. માટે, નેતાએ તેના મેનેજરોના અભિપ્રાયોને સાંભળવા જોઈએ. ચાણક્યની આ સમયની ચકાસણી થયેલ રીત આજે પણ દરેક પરિસ્થિતિમાં સુસંગત છે.

જ્યારે રાજા એક સમસ્યાનો સામનો કરે ત્યારે તેણે તેના પ્રધાનો સાથે તેની ચર્ચા કરવી જોઈએ અને પછી નિર્ણય લેવો જોઈએ.

તમે આ ઉક્તિ સાંભળી જ હશે, "રાજા તેને મળતી સલાહ જેટલો જ સારો છે." આજની પરિસ્થિતિમાં પણ અંતિમ નિર્ણય લેતાં પહેલાં તમારે તમારી ટીમના લોકો તરફથી ઈનપુટ લેવા જરૂરી છે. આ પ્રધાનો તથા મેનેજરો તમને જુદી જુદી દૃષ્ટિથી વિચારવામાં મદદ કરે છે જે જ્યારે તમે એકલા એક સમસ્યાનું વિશ્લેષણ કરતા હો ત્યારે કદાચ વણદેખ્યા કર્યા હોય.

પોલીસ સીસ્ટમને પણ તેના **અમાત્યો** હોય છે. એક પોલીસ કમીશ્નર તરીકે, શિવનંદન પાસે પણ જુદા જુદા ઝોનને સંભાળતા DCPઓ (ડેપ્યુટી કમીશ્નર ઑફ પોલીસ) રૂપે તેમના મેનેજરો હતા. તેઓ નિયમિત ધોરણે તેમની સાથે મીટીંગો, યોજના કરતા અને શહેરમાં શું ચાલી રહ્યું છે તે વિશે જાણવા માટે તેમની માહિતીઓ તથા દૃષ્ટિઓનો ઉપયોગ કરતા.

આ વસ્તુએ તેમને તેમના જ્ઞાનનો આધાર ઘડવામાં મદદ કરી. તેઓ સંપૂર્ણ ચિત્ર મેળવવા માટે દરેક અહેવાલ અને માહિતીના દરેક ટૂકડા અને જુદા જુદા DCPઓ વડે એકઠી કરીને અપાયેલી બધી જ માહિતીઓને ગંભીરતાપૂર્વક લેતા. હકીકતોની પુનઃચકાસણી કરવા માટે તેમના પોતાના બાતમીદારો પણ હતા. મહત્વની વસ્તુ હતી દિમાગને ખૂલ્લું રાખવું અને પ્રત્યક્ષ અથવા પરોક્ષ રીતે તેમના સુધી આવતી માહિતીના દરેક ટૂકડાને માન આપવું.

જો કસોટીના સમય દરમિયાન જેઓ તેમને પડખે ઊભા રહ્યા તેવા તેમના અસરકારક અને કાર્યક્ષમ "પ્રધાનો" તેમની પાસે ન હોત, તો શિવનંદન તેમની કારકીર્દિમાં સફળ થયા ન હોત.

રાજા તેના પ્રધાનો વગર ક્યારેય સંપૂર્ણ ન હોઈ શકે અને એક પ્રધાન ક્યારેય તેના રાજા વગર સંપૂર્ણ ન હોય. એક બીજાનાં પ્રતિબિંબની જેમ તેઓ પરસ્પર આધારિત છે. એકબીજા સાથેનો તેમનો વ્યવહાર એક તંત્રના ઝડપી વિકાસમાં ફાળો આપે છે. તેમનો પરસ્પર વિશ્વાસ પરિણામ મેળવવા માટે જરૂરી એવું બળ છે.

એ નોંધવું પણ અગત્યનું છે કે દરેક મેનેજરમાં એક નેતા બનવાની શક્તિ પડેલી હોય છે અને દરેક નેતા ભૂતકાળમાં એક સારો મેનેજર હતો. એક સારો નેતા બનવા માટે તમે એક સારા અનુયાયી બનવાથી શરૂઆત કરો.

થોડી વાર અટકો અને અત્યાર સુધી તમે શું વાંચ્યું તેના વિશે વિચારો.

ચાણક્યના મત મુજબ, વિચારવું એ પ્રથમ ગુણધર્મ છે જે એક નેતાએ વિકસાવવો જોઈએ. આ પુસ્તક તમને "વિચારવા" માટે પ્રોત્સાહિત કરે છે. વિચારવાની આ પદ્ધતિને *"અન્વીક્ષીકી"* કહે છે. જેનો અર્થ ફીલોસોફી અને બુદ્ધિશાળી વ્યક્તિ એવો પણ થાય છે.

તમે વિરામ લીધો જ છે ત્યારે અહીં વિચારવા માટે એક પ્રશ્ન છે. એક દિવસમાં તમે વિચારવા પાછળ કેટલો સમય ગાળો છો ? શું તમે માત્ર વિચારવા માટે તમારા નિત્યક્રમમાં સમય ફાળવેલો છે ?

વિચારવા વિશે વિચારવું તે તમને એક મહાન નેતા બનાવે છે.

ભાગ - બ

ચાણક્યના મત મુજબ

વ્યવસ્થાપન

અર્થશાસ્ત્ર વસ્તુઓ શીખવવા માટે સૂત્રોનો ઉપયોગ કરવાની અજોડ અને રસપ્રદ પદ્ધતિને અનુસરે છે. એક પંક્તિનાં આ અદ્‌ભૂત સૂત્રોમાં ગહન આંતરદષ્ટિ ભરેલી હોય છે. પુસ્તક-૧, પ્રકરણ-૧૫નાં સુત્ર ૪૨ના કિસ્સામાં આપેલ વ્યવસ્થાપનની વ્યાખ્યાનું પણ આવું જ છે.

"કામ હાથ ધરવાનું શરૂ કરવાના માર્ગો, માનવબળ અને સામગ્રીની શ્રેષ્ઠતા, સમય અને સ્થળની યોગ્ય ફાળવણી, નિષ્ફળતા અને કાર્યસિદ્ધિ સામેની વ્યવસ્થા - આ તેની પાંચ વસ્તુઓમાનું મનન (વ્યવસ્થાપન) છે."

આ સૂત્રમાં ચાણક્ય વ્યવસ્થાપનના પાંચ સિદ્ધાંતો દર્શાવે છે :

૧. કામ હાથ ધરવાનું શરૂ કરવાના માર્ગો (પ્રકલ્પો/એસાઈનમેન્ટ)

૨. માનવબળ તથા સામગ્રીની શ્રેષ્ઠતા.

૩. યોગ્ય સ્થળ અને સમય.

૪. નિષ્ફળતા સામેની વ્યવસ્થા.

૫. કાર્યસિદ્ધિ.

વ્યવસ્થાપનની બધા થીયરીઓ અને ખ્યાલો ચોક્કસ સિદ્ધાંતો પર આધારિત હોય છે. આ એ મૂળભૂત પાયાઓ છે જેના પરથી આપણે મેનેજરની કાર્યક્ષમતા, સંસ્થાનું મુલ્યાંકન કરીએ છીએ. વ્યવસ્થાપનને વ્યાખ્યાયિત કરવા તથા વર્ણવવા માટે દળદાર પુસ્તકો ઉપલબ્ધ છે. જોકે, ચાણક્યએ એક જ સૂત્રમાં વ્યવસ્થાપન વિશેની સૌથી સૂક્ષ્મ દષ્ટિ આપી છે.

હવે આપણે ચાણક્ય વડે નક્કી કરાયેલ વ્યવસ્થાપનના પાંચ સિદ્ધાંતો

તરફ નજર કરીએ.

● કામ હાથ ધરવાનું શરૂ કરવાના માર્ગો (એસાઇનમેન્ટ/પ્રોજેક્ટ્સ)

દરેક તંત્રને વ્યવસ્થાપન કરવા માટે તથા પૂરા કરવા માટે પ્રોજેક્ટ્સ અથવા એસાઇનમેન્ટની જરૂર હોય છે. જોકે, શ્રેષ્ઠ મેનેજર એ છે જે માત્ર તેના ઉપરી વડે અપાયેલ પ્રોજેક્ટ્સ પર જ કામ નથી કરતો, પરંતુ તેની પોતાની મેળે પ્રોજેક્ટ્સ બનાવે પણ છે. સ્ટીફન કોવે તેના પુસ્તક *ધ સેવન હેબીટ્સ ઑફ હાઈલી ઈફેક્ટીવ પીપલ*માં આ બાબતને "સક્રિય" હોવા તરીકે વર્ણવે છે. એક સારા નેતા અને એક સારા મેનેજર માટે આ મહત્વનો ગુણધર્મ છે.

● માનવબળ તથા સામગ્રીની શ્રેષ્ઠતા

એક મેનેજર પાસે એવા સ્ત્રોતો હોય છે, જેને ઉપયોગ કાર્યો પૂર્ણ કરવા માટે તેની વિવેકબુદ્ધિ પ્રમાણે કરવાનો હોય છે. આ સ્ત્રોતો છે તેના માર્ગદર્શન હેઠળ કાર્ય કરતા લોકો અને તેના વડે તથા તેની ટીમ વડે ઉપયોગમાં લેવાતાં સાધનો. એક સારો મેનેજર તેની ટીમને ખૂબજ ઉત્પાદક બનાવવા માટે તથા મશીનરી, સમયગાળો, બજેટ વગેરે જેવી સામગ્રીના મહત્તમ ઉપયોગની ખાતરી કરવા સક્ષમ હોવો જોઈએ.

● યોગ્ય સમય તથા સ્થળ

વ્યવસ્થાપન એ તમારી ચાલ ચાલવા માટે યોગ્ય સ્થળ તથા યોગ્ય સમય નક્કી કરવા વિશે છે. યુદ્ધની માફક, આમાં પણ સમય ઘણો જ મહત્વનો છે. દુશ્મન પર ક્યારે હુમલો કરવો તે પ્રશ્ન એવો નથી જેનો જવાબ આપવો સહેલો હોય. તેને માટે સાવધાની પૂર્વકનાં આયોજન, વિશ્લેષણ તથા ધૈર્યની પણ જરૂર પડે છે. યોગ્ય 'સમય'ની આ લાગણી વ્યક્તિના પોતાના અનુભવ, જ્ઞાન અને અન્ય સ્ત્રોતો પાસેથી મળેલાં માર્ગદર્શનમાંથી આવે છે.

● નિષ્ફળતા સામે વ્યવસ્થા

બે વિકલ્પોને ધ્યાનમાં રાખીને દરેક ચાલનું બહુ સંભાળપૂર્વક આયોજન થવું જોઈએ. શ્રેષ્ઠતમ સફળતા અને સંપૂર્ણ નિષ્ફળતાનું ખરાબમાં ખરાબ દશ્ય. દરેક ચાલ માટે એક બેક-અપ આયોજન હોવું જરૂરી છે. નિષ્ફળતા મળે તેવા સમયે વ્યક્તિએ વૈકલ્પિક ઉપાયો સાથે તૈયાર રહેવું જરૂરી છે. એક વેપારીને એક વાર તેમની સફળતા માટેનાં કારણો પૂછવામાં આવ્યાં, જેનો તેમણે આ

મુજબ જવાબ આપ્યો, "હું દરેક તબક્કે નિષ્ફળતાઓને ખ્યાલમાં રાખું છું. સાહસ શરૂ કરું તે પહેલાં જ હું વૈકલ્પિક ચાલ વિચારી રાખું છું." આ આયોજન અ, આયોજન બ, આયોજન ક વગેરે બનાવી રાખવા જેવું છે.

● કાર્યસિદ્ધિ

આખરે તો, વ્યવસથાપન એટલે પરિણામો મેળવવાની જ વાત છે. તમે જે કરવા માટે બહાર પડ્યા છો તે તમે સિદ્ધ કર્યું છે કે નહીં તે ચકાસવા માટેનાં પરિમાણો ધરાવવાં તે ઘણું જ મહત્વનું છે. દરેક પ્રોજેક્ટ મનમાં એક ચોક્કસ હેતુ સાથે શરૂ કરાય છે. પ્રોજેક્ટ પર કામ થતું જાય તેમ પ્રક્રિયા વિસ્તરી શકે છે, પરંતુ છેવટે તો, લક્ષ્ય જ સિદ્ધ કરવાનું હોય છે, પછી ભલે ત્યાં સુધી પહોંચવા માટેનો માર્ગ શરૂઆતમાં નક્કી કરાયેલ માર્ગ કરતાં અલગ હોય.

● ચાણક્યના મત મુજબ એક સારા વ્યવસ્થાપકના ગુણો

તાત્વિક રીતે વ્યાવસાયિક માણસ એ છે જે સેવા પૂરી પાડે છે. આ એ સેવા છે જે તેનાં વ્યક્તિત્વની સંપૂર્ણ ભાવગ્રંથીમાંથી ઉપર તરી આવે છે. એક ખૂબ જ સાચા અર્થમાં કહીએ તો, તેની વ્યાવસાયિક સેવાઓને તેના પોતાના અંગતપણાથી જુદી ન પાડી શકાય.

તેની પાસે વેંચવા માટે કોઈ માલ નથી, ખેડવા માટે જમીન નથી, તેની પોતાની જાત એ તેની એક માત્ર પૂંજી છે.

જો તે પ્રમાણિક્તાનો ગુણ ન ધરાવતો હોય, તો તે મુલ્યહીન છે. જો તે આ ગુણ ધરાવે છે તો તે અમુલ્ય છે. મુલ્ય કાંતો શૂન્ય છે અથવા અનંત છે.

માટે, તમારી પોતાની એક કિંમત નક્કી ન કરો. સામી વ્યક્તિ માર્કેટમાં તમારું મુલ્ય જે રીતે આંકે તે રીતે તમારી જાતનું અવમુલ્યન ન કરો.

પ્રેમની જેમ જ પ્રતિભા પણ વાપરવાથી વધે છે અને ક્યારેય ખલાસ થતી નથી.

એ નિશ્ચિત છે કે મનુષ્યએ ખોરાક લેવો જોઈએ. આથી, તમારી સેવા માટે તમારે લેવી જોઈએ તે કિંમત નક્કી કરો. પરંતુ, તમારો દેખાવ, તમારું કાર્ય, જે ઘણું જ મહાન છે તેને ક્યારેય વળતર સાથે ગુંચવો નહીં, પછી તે પૈસા હોય, સત્તા હોય કે કીર્તિ હોય.

— જજ એલ્બર્ટ પી. ટટલ

દરેક તંત્રમાં વ્યાવસાયિક માણસ ખરેખર ખૂબ જ મુલ્યવાન હોય છે. આજની સંસ્થાઓમાં વ્યાવસાયિક મેનેજરોએ પ્રમાણિક્તા તથા સેવાલક્ષી કાર્યોના ગુણધર્મો પણ દર્શાવવા જોઈએ. તેની પોતાની જાત એ તેની એક માત્ર મુડી છે.

આપણે અગાઉના પ્રકરણમાં જોયું કે નેતા સ્વયં-પ્રેરિત તથા પ્રેરણાત્મક હોવો જરૂરી છે. તે એવો મજબૂત ખડક છે જે આસપાસનાં તોફાનો વચ્ચે અડીખમ ઊભો રહે છે. તે એ દીવાદાંડી છે જે અન્યોને દિશા સૂચવે છે. તે કાળાં વાદળની રૂપેરી કિનાર છે.

મેનેજરે - ચાણક્યના *અમાત્ય* એ આ બધા તથા તે ઉપરાંતના પણ ગુણો ધરાવવા જરૂરી છે. માટે, ચાલો ફરી એક વાર આપણે *અર્થશાસ્ત્ર* તરફ જઈએ અને એક આદર્શ પ્રધાનના ગુણધર્મો તરફ નજર કરીએ.

પુસ્તક-૬, પ્રકરણ-૧ના સૂત્ર ૪-૬માં ચાણક્ય કહે છે કે અમાત્યના ગુણધર્મો આ મુજબ હોવા જોઈએ :

- શીખવાની તીવ્ર ઇચ્છા
- ધારણ શક્તિ
- સંપૂર્ણ સમજણ
- સત્ય પરની એકનિષ્ઠા
- સૈન્યને દોરવાની ક્ષમતા
- મધુરવાણી

આ ગુણધર્મો અને તેના સૂચિતાર્થો સમજવા માટે તમારે તમારી જાતને મેનેજરનાં સ્થાને કલ્પવી જોઈએ. શું તમે આ ગુણો ધરાવો છો ? જો નહીં, તો તમે તે કેવી રીતે વિકસાવી શકો ?

એ પણ નોંધો કે જ્યારે તમે એક નેતા અને એક મેનેજરના ગુણોની સરખામણી કરો, ત્યારે તમને ઘણી સમાનતાઓ જણાશે. અગાઉ કહ્યા મુજબ, તેઓ એક બીજાનાં પ્રતિબિંબો છે.

● શીખવાની તીવ્ર ઇચ્છા

એક નેતાએ, અને તેવી જ રીતે એક મેનેજરે, સતતપણે શીખવાનું ચાલુ રાખવું જોઈએ. સતતપણે શીખ્યા કર્યા સિવાય, મેનેજરની કારકીર્દિમાં એક સ્થગિતતા આવી જાય છે અને કંટાળો પેદા થાય છે. ઑફિસોમં, મોટેભાગે “હાશ, આજે શુક્રવાર છે !” એ વિચારમાં આનંદ પ્રવર્તે છે. શા માટે ? શું

ઈશ્વર રવિવાર અને સોમવાર વચ્ચે ભેદભાવ કરે છે ? શું સૂર્ય એમ કહે છે, "કારણ કે આજે રવિવાર છે, એટલે હું વધુ તેજસ્વીતાપૂર્વક પ્રકાશીશ અને અન્ય દિવસોએ, હું મારું કામ નહીં કરું ?"

જ્યારે તમે એક નિત્યક્રમમાં જકડાઈ જાવ છો, ત્યારે તમે વિચારવા અને કામ કરવાની ચોક્કસ રીતોનાં છટકાંમાં ફસાઈ જાવ છો અને કોઈ નવી જાણકારી કે શીખવાનું હોતું નથી, તો પછી કંટાળો તો પ્રવેશવાનો જ છે. ત્યારે તમને વિરામો, શની-રવિની રજાઓ તથા વેકેશનોની જરૂર પડે છે.

કહેવાનો અર્થ એ નથી કે તમારે રજાઓ અથવા પરિવાર તથા મિત્રો સાથે ગાળવાનો સમય ન હોવો જોઈએ. પરંતુ દરેક દિવસ એક ઉજવણી જેવો હોવો જોઈએ; તમરો સોમવાર પણ શનિવાર કે રવિવાર જેટલો જ સુંદર હોઈ શકે.

૨૭ વર્ષની ઉંમરથી જ, જ્યારે મેં એક ઉદ્યોગપતિ બનવાની મારી પોતાની યાત્રા શરૂ કરી ત્યારથી જ, હું કામના દિવસો તથા શનિ-રવિ વચ્ચેનો તફાવત ભૂલી ગયો છું. મારે માટે દરેક દિવસ એક ઉજવણી છે, કારણ કે હું દરરોજ કંઈક શીખું છું અને હું મારા પોતાનાથી ક્યારેય કંટાળ્યો નથી. જ્યારે મારે કાંઈ જ ન કરવાનું હોય તેવા દિવસોને હું ધિક્કારું છું. એનો અર્થ એવો નથી કે હું ખાલી કામનો કીડો છું. મને મારું કામ ગમે છે અને હું તેમાં આનંદ મેળવું છું. હું પુસ્તકો વાંચું છું, સંગીત સાંભળું છું, પીક્ચરો જોઉં છું અને પરિવાર તથા મિત્રો સાથે લોંગ ડ્રાઈવ પર પણ જાઉં છું.

એક મેનેજર પણ આ પ્રાપ્ત કરી શકે, જો કરવાનાં કાર્યને માત્ર એક પૂરું કરવાનાં કામ તરીકે નહીં, પરંતુ કંઈક શીખવાની તક તરીકે ગણવામાં આવે. કોઈકને એવું લાગી શકે કે એ તો જ્યારે તમારી પોતાના કંપની હોય અથવા તમે જ તમારા પોતાના બોસ હોવ ત્યારે આ સહેલું છે. પરંતુ તે સત્ય નથી. હું એવા લોકોને જાણું છું જેઓ માલિકો નથી પરંતુ વ્યાવસાયિકો તથા મેનેજરો છે. પરંતુ તેઓ પોતાનું જીવન એક શનિ-રવિથી બીજા શનિ-રવિ વચ્ચે, એક પગાર વધારાથી બીજા પગાર વધારા વચ્ચે અથવા એક નોકરીથી બીજી નોકરી વચ્ચે નથી જીવતા.

તેમનામાં શીખવાની તીવ્ર ઈચ્છા હોય છે. તેઓ સખત પરિશ્રમ કરે છે અને પુષ્કળ શીખે છે. તેઓ સત્તાવાર અહેવાલો વાંચીને, અન્યોને સાંભળીને, મુસાફરી કરીને અથવા તેમની કંપનીઓમાં સમસ્યા ઉકેલીને શીખે છે. તેઓ તેમના ઉપરીઓ તથા કર્મચારીઓ, બાળકો, પરિવારો, મિત્રો તથા તેમના

ગુરુઓના અનુભવો પર આધાર રાખે છે, તેઓ વ્યાવસાયિક જર્નલો, વર્તમાનપત્રો, ટેલીવિઝન ચેનલ્સ, રેડીયો, નાટકો તથા પીક્ચરોમાંથી તેમજ મીટીંગો, સેમીનારો તથા વ્યાવસાયિક અભ્યાસક્રમોમાંથી શીખે છે. તેઓ સૂર્યોદય, પસાર થતાં વાદળ અથવા એક કીડીની ગતિવિધી નિહાળવામાંથી પણ જીવનના પાઠો ગ્રહણ કરે છે. તેમની માનસિક્તા જ શીખવાની હોવાથી, તેઓ કાંઈ પણ તથા બધાંમાંથી શીખે છે.

આખું વિશ્વ તેમનું મહાવિદ્યાલય બની જાય છે અને મનની આ અવસ્થામાં, તેઓ ઊંડા વિચારક, ચિંતન-મનનકર્તા બની જાય છે અને ગુંચવણભરી સમસ્યાઓમાં ઉકેલો શોધી શકે છે.

● ધારણશક્તિ

એક સેમીનારમાં મને કોઈકે પૂછ્યું, ‘‘તમારા જીવનની સૌથી મહાન સમસ્યા કઈ છે?’’ ‘‘સમય આવ્યે મારાં જ્ઞાનને યાદ કરીને અમલમાં ન મૂકી શકવું.’’ એ મારો ત્વરિત જવાબ હતો.

પ્રાચીન ભારતીય ગ્રંથોમાં એવા ઘણા તેજસ્વી વિદ્યાર્થીઓના દાખલા છે જેમાં તેમના ગુરુઓએ તેમને એમ કહીને શ્રાપ આપ્યો હોય કે, ‘‘જ્યારે તારાં જ્ઞાનનો ઉપયોગ કરવાનો સમય આવશે, ત્યારે જ તું તે ભૂલી જઈશ !’’ *મહાભારત*ના સૌથી મહાન યોદ્ધાઓમાંના એક એવા કર્ણને પણ એના ગુરુ પરશુરામે આવો જ શ્રાપ આપ્યો હતો જ્યારે તેમને ખબર પડી કે કર્ણ તેમની પાસે ખોટું બોલ્યો હતો.

પરિણામે, કર્ણ કરતાં ઓછી કુનેહ ધરાવતા તેના દુશ્મન અર્જુને તેને હણ્યો. કર્ણ યુદ્ધશાસ્ત્રમાં નિપુણ હતો, પરંતુ યોગ્ય સમયે તેને જેની જરૂર હતી તે યાદ ન કરી શક્યો અને પોતાનું જીવન ગુમાવવું પડ્યું.

માટે, જ્ઞાનને યાદ રાખવું અને જ્યારે ‘ખરેખર’ તેની જરૂર પડે ત્યારે તે યાદ આવવું તે એવી આવડત છે જે એક મેનેજરે વિકસાવવી જોઈએ. સ્વામી ચિન્મયાનંદે રમુજી રીતે કહ્યું છે, ‘‘પરીક્ષાની પહેલાં હું શાણો છું, પરીક્ષાની પછી હું શાણો છું, પરંતુ પરીક્ષા દરમિયાન હું સાવ જુદો જ છું.’’

ધારણશક્તિ એ માત્ર યાદ રાખવાની આવડત અથવા તમે જે શીખ્યા છો તે ફરી રજુ કરવું તે જ નથી. તે શક્ય તેટલા ટૂંકા સમયમાં ભૂતકાળના માહિતી સંગ્રહમાં જવું, ખરેખર શું જરૂરી છે તે પસંદ કરવું, વર્તમાન સમસ્યાનું નિદાન

કરવું, શું સુસંગત છે તે પસંદ કરવું તે છે. યુદ્ધ વિમાનના ચાલકોએ નિમિષમાત્રમાં નિર્ણય લેવાનો હોય છે. પોલીસે અહીં અને હમણાં જ શું કરવું છે તે વિચારવાનું હોય છે.

શું તમે તમારા જીવનમાં ક્યારેય એવી ઘટનાનો સામનો કર્યો છે, જ્યારે એક ખૂબ જ મુશ્કેલ પરિસ્થિતિમાં તમે સાવ જ એકલા હોવ, અને જ્યારે નિર્ણય લેવાની એજ ઘડીએ તમારી બધી તાલીમ, તમે વાંચેલ પુસ્તકોમાંનું બધું જ જ્ઞાન તથા તમે મેળવેલી બધી જ સલાહો તમને તરત જ યાદ આવી જાય ?

એ સાચા અર્થમાં યાદશક્તિ કે ધારણશક્તિ છે. એ અમલમાં મૂકાયેલ ડહાપણ છે. કોઈ સંદર્ભ માટેનો સમય, કોઈની સલાહ લેવાનો સમય કે મગજનું દહીં કરવાનું શક્ય નથી. માત્ર તમે છો અને સત્યની એ ક્ષણ છે. તમે મહત્વનો નિર્ણય લો છો અને આગમાં કૂદી પડો છો અને તમારી અંદર પડેલી અજ્ઞાત શક્તિ જાગી ઉઠે છે. તમારી અંદરનો નેતા જન્મી ચૂક્યો છે.

● સંપૂર્ણ સમજણ

સમજણ સર્વાંગ સંપૂર્ણ હોવી જોઈએ. આપણે યુવાન પ્રેમીઓને વારંવાર કહેતા જોઈએ છીએ કે, "હું તને પ્રેમ કરું છું" પરંતુ આ ઉપરછલ્લા શબ્દો છે. એકબીજાને સંપૂર્ણપણે અને બિનશરતી રીતે સમજવામાંથી સાચો પ્રેમ જન્મે છે. એક વૃદ્ધ દંપતિ પ્રેમનો અર્થ ખરેખરો સમજે છે. જ્યારે વૃદ્ધ ભૂખ્યો હોય છે ત્યારે તેની પત્ની તે સમજી જાય છે. તેણે ખાવાનું માગવું નથી પડતું. જ્યારે પત્ની વ્યથિત થાય છે, તેનો પતિ સમજી જાય છે. એ બંને વચ્ચે સંપૂર્ણ માનસિક સંવાદિતા છે.

તેવી જ રીતે, નેતા અને મેનેજર વચ્ચે પણ સંપૂર્ણ સમજણ હોવી જરૂરી છે. તે પહેલા જ દિવસથી નથી આવતી. તેને માટે એકબીજા સાથે સમય ગળાવો, સમયના લાંબાગાળા સુધી સાથે કામ કરવું આવશ્યક છે. પરંતુ જ્યારે આ સમજણ તેની પુખ્તતાએ પહોંચે છે ત્યારે તેમનાં વચ્ચે આદાન-પ્રદાનના કોઈ અંતરાયો નથી હોતા, કોઈ "શા માટે" કે "જો... તો" નથી. "આ તેણે કર્યું, મેં નહીં." એવી કોઈ ફરિયાદો નથી રહેતી, એ બંને વચ્ચે માત્ર મૌન અને સ્વસ્થતાની ઊંડી ભાવના જ હોય છે.

રાજા અને પ્રધાન અથવા નેતા અને મેનેજરે પુખ્તતાના આ સ્તર સુધી પહોંચવું જ જોઈએ તેઓ એક ઉચ્ચ હેતુ માટે સાથે મળીને કામ કરે છે. તેઓ

એક સમાન લક્ષ્યને પ્રાપ્ત કરવા સાથે મળીને મથે છે. તેમની પદ્ધતિઓ અને દૃષ્ટિકોણ જુદા હોઈ શકે છે, પરંતુ તેમનો હેતુ ભૂલાતો નથી.

બે વ્યક્તિ વચ્ચે અસંમતીનો અર્થ એવો નથી કે તેઓ એકબીજાને સમજતાં નથી. હકીકતમાં, આદિત્ય બીરલા જુથના સંતૃપ્ત મિશ્રા **ચાણક્ય સ્પીક્સ** ફિલ્મમાં કહે છે કે, ‘‘જો રાજા અને પ્રધાન એક જ બાબત પર સંમત થતા હોય તો તેમાંથી એક નકામું છે.’’ મેનેજમેન્ટ ગુરુ સ્ટીફન કોવે એ કહ્યું છે કે, ‘‘પ્રાબલ્ય મતભેદોમાં પડેલું છે સમાનતાઓમાં નહીં.’’

● સત્ય પરની એકનિષ્ઠા

સત્ય એક જ છે, પરંતુ તેનાં વિવિધ પરિમાણો છે. એક સાચો મેનેજર આ સંપૂર્ણ સત્યને સમજવાનો પ્રયત્ન કરશે. અહીં હાથી અને પાંચ અંધજનોની વાર્તા સુસંગત છે. જ્યારે દરેક અંધજન હાથીના જુદા જુદા ભાગને સ્પર્શ્યો અને તેને થાંભલા, ઝાડુ પંખો, દિવાલ વગેરે તરીકે વર્ણવ્યો ત્યારે દૃષ્ટિ ધરાવતી વ્યક્તિએ કહ્યું, ‘‘તમારા પોતાના દૃષ્ટિકોણથી તમે દરેક સાચા જ છો, છતાં હાથી સાવ જુદો જ છે.’’ દરેકની તેની પોતાની મર્યાદિત દૃષ્ટિ હતી, પરંતુ બૃહદ ચિત્ર તેઓ ચૂકી ગયા હતા. સંપૂર્ણ સત્યને જોવા માટે પૂર્ણ દૃષ્ટિવાળી વ્યક્તિનાં શાણપણની જરૂર પડે છે.

એક મેનેજરે આ ‘‘બૃહદ ચિત્ર’’ વાળી દૃષ્ટિ વિકસાવવી જરૂરી છે. એક સમસ્યા અથવા પરિસ્થિતિ માટે ઘણા લોકો જુદી જુદી દૃષ્ટિ પૂરી પાડશે. તેણે આ બધી માહિતી એક્ઠી કરવી અને તેને એક મોટી વાતમાં તબદીલ કરવી જરૂરી છે. આ પ્રક્રિયામાં, સત્યની શોધ થાય છે.

સારા મેનેજરોએ જાગૃત હોવું અને જુદી જુદી વ્યક્તિઓની દૃષ્ટિને માન આપવું જોઈએ. પરંતુ મૂળ હેતુ ભૂલી ન જવાય તેની ખાતરી સાથે, તેની એકનિષ્ઠા સત્ય પર હોવી જોઈએ.

સત્ય પરની એક નિષ્ઠાનો અર્થ પછીનું પગલું ભરવાની ક્ષમતા એવો પણ થાય છે. જો તમે એવા નિષ્કર્ષ પર પહોંચ્યા હો કે સત્ય પર પહોંચ્યા પછી એક ચોક્કસ પગલું ભરવું જરૂરી છે, તો એક મેનેજર તરીકે, તમારે તમારી માહિતીઓને લાગુ કરવી જરૂરી છે.

ઉદાહરણ તરીકે, મહાત્મા ગાંધીને ગળે ઊતરી ગયું હતું કે અહિંસા જ આઝાદીનો માર્ગ છે. પરંતુ જો તેમની આ થીયરી પરિણામ તરફ ન દોરી જાત

તો કોઈ તેનો સ્વીકાર કરત નહીં. તેમણે તેમના "સત્યના પ્રયોગો"ને વિચારો અને ક્રિયામાં પ્રદર્શિત કરવા પડ્યા. ભારતના આઝાદીના સંઘર્ષમાં તેમની ભૂમિકા દ્વારા તેમણે તે કર્યું અને ભારત તથા દુનિયામાં કીર્તિ તથા માન પ્રાપ્ત કર્યાં. તેમણે કહ્યું, "મારું જીવન જ મારો સંદેશ છે."

• સૈન્યને દોરવાની ક્ષમતા

એક મેનેજર પાસે એક ટીમ હોય છે, જે કામ કરે છે. પ્રધાને એ ખાતરી કરવાની હોય છે કે તેની ટીમ રાજાના નિર્ણયનો અમલ કરે. પરંતુ જો ટીમના સભ્યો તે પ્રધાન અથવા મેનેજરને પોતાને તેમના નેતા તરીકે સ્વીકારશે તો જ તેઓ તે મુજબ કરશે.

માટે, એક મેનેજર અથવા પ્રધાન એક પ્રેરણાત્મક આગેવાન હોવો જોઈએ.

સાચી નેતૃત્વ પ્રેરણાત્મક હોય છે. એક મેનેજર તેના ઉપરીને એમ નથી કહી શકતો કે, "મારી ટીમ મને નથી સાંભળતી; માટે તમે મને મદદ કરો." એક મેનેજર એક નેતા છે, અને માટે, તે ફરિયાદ કરી ન શકે.

નેતૃત્વ ક્યારેય માંગણી નથી કરતી. આદેશ આપે છે. સત્તા ક્યારેય લદાવી ન જોઈએ, લોકો તે સ્વૈચ્છિક રીતે સ્વીકારવા જોઈએ.

તમે પેલા 'પાઇડ પાઇપર' વાંસળી વાળા જેવા હોવા જોઈએ. તમારી દૃષ્ટિનાં સંગીતથી તમારી ટીમ સંમોહિત થઈ જવી જોઈએ અને તમારા આદેશ પર કાંઈ પણ કરવા તૈયાર હોવી જોઈએ. આ છે સંમોહિત કરી નાખતું નેતૃત્વ. આ રૂપાંતરકર્તા નેતૃત્વ છે. આ એ ગુણો છે જે એક મેનેજરે વિકસાવવા જરૂરી છે.

એ પ્રખ્યાત ઉક્તિ યાદ કરો, "લોકો સંસ્થા નથી છોડી જતાં; તેઓ તેમના ઉપરીને છોડી જાય છે." એટલે કે ઉપરી તેમને તેમની કંપનીને વળગી રહેતા કરવા માટે પૂરતા પ્રેરણાત્મક ન હતા.

એક એવા મેનેજર બનો. જેનામાં કોઈ પણ પડકાર ઉઠાવવા માટે સજ્જ હોય તેવાં એક સૈન્ય જેવી એક ટીમની આગેવાની લેવાની ક્ષમતા હોય. તમારી અંદરના મેનેજરનું એક નેતામાં રૂપાંતર થવું જોઈએ.

• મધુર વાણી

વાણીની મધુરતાનો અર્થ એ નથી કે બધા સાથે સારા બનવું. કાયદો અને

વ્યવસ્થા, આતંકવાદ તથા સંયોજિત ગુનાઓને સંભાળતી વખતે પોલીસ ફોર્સમાં આવા બનવું તે લગભગ અશક્ય છે. વ્યક્તિ એક સમાન રીતે મધુર ન બની શકે. પરંતુ જ્યારે પણ શક્ય હોય ત્યારે, બાબતોને સાદી રાખવી, સૌથી ગુંચવણભરી સમસ્યાઓને મીડીયા તથા પોલીસદળ દ્વારા સાદી રીતે લોકો સુધી પહોંચાડવી તે મહત્વનું છે.

એક તંત્રમાં નેતા શુ વિચારે છે તે સમજવાની ક્ષમતા બધા લોકોમાં હોતી નથી. અહીં મેનેજર ખૂબ જ કટોકટીભરી ભૂમિકા નિભાવે છે. મેનેજર સીનીયર મેનેજમેન્ટ અથવા બોર્ડ ઑફ ડાયરેક્ટર્સ તથા કર્મચારીઓ અને મજદૂરો વચ્ચેનો પૂલ છે. મેનેજર એક સેન્ડવીચની વચ્ચેનાં પૂરણ જેવો છે અને એક સેન્ડવીચમાં પૂરણ જ છે જે બધો તફાવત ઊભો કરે છે.

તેવી જ રીતે, મેનેજરે એક મીઠાં પૂરણ જેવું હોવું જોઈએ. તંત્રની જરૂરિયાતને છેલ્લા માણસ સુધી પહોંચાડવાની તેની જવાબદારી છે. જ્યાં સુધી તમારી ટીમની દરેક વ્યક્તિ તંત્રની દૃષ્ટિ સાથે સંકળાયેલી નહીં હોય, તેઓ કામ આપી નહીં શકે.

પોલીસદળમાં એક હવાલદારને ભારતનાં બંધારણ વિશે એ જ તાલીમ આપવામાં આવે છે, જે ડાયરેક્ટર જનરલ ઑફ પોલીસને અપાય છે. આ વસ્તુ એક ટીમની પહેલી અને છેલ્લી વ્યક્તિને એક સમાન હેતુ માટે સાંકળે છે.

બીજી તરફ, કર્મચારીઓ તથા તળીયાના સૈનિકોની સમસ્યાઓ પણ સીનીયર મેનેજમેન્ટ સુધી પહોંચાડવી જરૂરી છે. અહીં પણ, મેનેજર કટોકટીભરી ભૂમિકા નિભાવે છે. તમારા જુથની સમસ્યાઓને એક ઉકેલ સાથે સીનીયર મેનેજમેન્ટ પાસે રજુ કરવી અને તેને માટે મંજુરી મેળવવાની ક્ષમતા તે પોતે જ એક કુનેહ છે, પછી તે એક પ્રોજેક્ટ માટેનું બજેટ મંજુર કરાવવાનું હોય કે એક પર્યટનની વ્યવસ્થા કરવાની હોય. એ મંજુરી મેળવવી અને તમારા જુથને ખુશ કરવું તે વ્યવસ્થાપન અને નેતૃત્વનો એક અતિઆવશ્યક ભાગ છે.

હવે પછીનાં પ્રકરણોમાં, શિવનંદને પોલીસદળમાં તેમનાં જુથને કેવી રીતે તેમને માટે કામ કરતું કર્યું તેનાં ઉદાહરણો જોશો. પરંતુ તેને માટે તેમણે ગૃહ પ્રધાન અને સરકાર પાસેથી ઘણા પ્રોજેક્ટ્સ મંજુર કરાવવા પડ્યા હતા અને એ કરવા માટે તેમણે એક સારા સંવાદકર્તા હોવું પણ જરૂરી હતું.

સત્ય મહત્વનું છે, પરંતુ પચી જાય તેવી રીતે સત્યનું આદાન-પ્રદાન કરવાની ક્ષમતા વધુ મહત્વની છે.

ભાગ - ક

સક્રિય નેતૃત્વ

૨ લાખ પોલીસોનાં દળને સંભાળવું

એક નેતા તરીકે શિવનંદનનું કામ મહારાષ્ટ્રમાં ૨ લાખ પોલીસ પુરુષો તથા પોલીસ સ્ત્રીઓનાં પોલીસદળને સંભાળવાનું હતું. પોલીસદળ માટે તેઓ એક નેતા હતા; જ્યારે સરકાર માટે તેઓ એક મેનેજર હતા જેનું કામ કાયદો તથા વ્યવસ્થા જાળવવાનું હતું. તેમણે તેમનાં જીવનના શ્રેષ્ઠ ભાગમાં મહારાષ્ટ્ર સરકાર માટે કાર્ય કર્યું અને રાજ્યના ડાયરેક્ટર જનરલ ઑફ પોલીસ (DGP) ના સર્વોચ્ચ હોદ્દા પરથી રીટાયર થયા.

શિવનંદન કબૂલ કરે છે કે, "જ્યારે હું આવી કારકીર્દિ તરફ પાછું વળીને જોઉં છું ત્યારે હું સ્થાનિક, રાજ્ય, રાષ્ટ્ર કક્ષાના વિવિધ સરકારી અમલદારો, રાજકરણીઓ તથા અધિકારીઓનો મેં તેમની પાસેથી મેળવેલા પ્રચંડ ટેકા માટે પૂરતો આભાર નથી માની શકતો. મળેલાં પરિણામોથી હું એટલો અભિભૂત છું કે જો ફરી તક આપવામાં આવે તો હું આ જ પોલીસદળમાં ફરી કામ કરવા ઇચ્છીશ."

મોટાભાગના IPS અમલદારો પ્રખર બુદ્ધિશાળી લોકો હોય છે જેમણે જાહેર જીવનમાં પ્રવેશવાનું પસંદ કર્યું છે. વિશાળ કર્મચારી વર્ગને ચલાવવા તથા સંભાળવા માટે તેમને વિશ્વસ્તરની તાલીમ આપવામાં આવે છે. તેમનું નેતા તથા મેનેજર તરીકેનું કાર્યને બહુરાષ્ટ્રીય તંત્રને ચલાવવા સાથે સરખાવી શકાય. જોકે, કોર્પોરેટ કારકીર્દિમાં વ્યક્તિએ સામનો કરવો પડે તેની સરખામણીમાં પડકારો ઘણા વધારે મોટા હોય છે.

શિવનંદન તેમણે આવા પડકારોને કેવી રીતે સંભાળ્યા તેના વિશે વાત કરે છે. "મારે માટે, "અંગત વ્યવસ્થાપન" "ખરું વ્યવસ્થાપન" અને જેમ

આવે તેમ "બદલાવોને સ્વીકારવા" સાથે શરૂ થાય છે અને "કલ્પનાશીલ બદલાવો માટે તૈયાર હોવું, બદલાવનો પ્રતિકાર કરવો એ કંઈક એવું છે જે આપણને વિકાસ કરતા અટકાવે છે."

ચાલો આપણે જોઈએ કે એક નેતા તથા મેનેજર તરીકેના શિવનંદનના અનુભવો ચાણક્ય વડે વર્ણવાયેલ સારા મેનેજરના ગુણો સાથે કેવી રીતે મૂર્ત થાય છે.

● શીખવાની ઈચ્છા

બદલીઓ થવા સાથે આવતા પ્રખર ફેરફારો સાથે વ્યવહાર કરવો એ સૌથી મોટા પડકારોમાંનો એક છે. એક કોર્પોરેટ કારકીર્દિ, જ્યાં તમે તમારી કંપનીને અને તમારા ઉપરીને જાણતા હોવ, જ્યાં તમે તમારા હાથ નીચેના માણસોનો ઈન્ટરવ્યુ લઈને તેમની ભરતી પણ કરી શકો છો, તેનાથી અલગ, એક IPS ઑફિસરના કિસ્સામાં બધું જ અજાણ્યું હોય છે. ઓચિંતાનું એક સવારે તેને એક મેટ્રો સીટીમાંથી તેની બદલી એક નકસલાઇટ વિસ્તારવાળાં જંગલમાં કરી દેવામાં આવી છે તેવી માહિતી આપી દેવાય અને તેને નવી જગ્યાની સંસ્કૃતિ કે વાતાવરણ વિશે કંઈ જ ખ્યાલ ન હોય તેવું બની શકે.

અગાઉનાં પોસ્ટીંગ કરતાં નવી જગ્યાએ રાજકીય સત્તા જુદી હોઈ શકે. તેઓ જુદા પક્ષ અથવા પાશ્ચાદ્ભૂવાળા હોઈ શકે. ઑફિસરે જઈને જેને રીપોર્ટ કરવાનું હોય તે તરતના ઉપરીની પોતાની બદલી થઈ જાય અથવા તેને બઢતી અપાય તેવું પણ બની શકે. ત્યાંના નીચલી પાયરીના માણસો એ ક્ષેત્રમાં ૨૦ થી પણ વધુ વર્ષોથી કામ કરતા હોય, જ્યારે આ ઑફિસર માટે તે ક્ષેત્ર સંપૂર્ણપણે નવું હોય.

તે ઉપરાંત, એ અમલદારના પરિવારે પણ આવી બદલીઓને અનુકુળ થવું પડે, વર્તમાન ઘર ખાલી કરવા માટે અને નવાં સ્થળે જોડાવા માટે અપાયેલ સમય ઘણો જ ટૂંકો હોય છે. આ બાબત પરિવાર માટે જથ્થાબંધ પડકારો લઈ આવે છે. બદલીનો હુકમ માત્ર કાગળનો એક ટુકડો નથી, પરંતુ એવી સૂચના છે જેની તમારા જીવનનાં દરેક પાસાં પર અસર પડી શકે છે. એક અમલદારની કારકીર્દિમાં, કેટલીક વાર ઉપરીઓ વડે પણ બદલીને નિર્ણય કરાતો હોય છે. અન્ય સમયે, અમલદારે પોતે તેના હાથ નીચેના હજારો પુરુષો તથા મહિલાઓની બદલીનો નિર્ણય લેવો પડે તેવું પણ બની શકે.

જોકે, પોલીસદળને આ વાસ્તવિક્તાનો સામનો કરવાની તથા તેને

સ્વીકારવાની તાલીમ આપવામાં આવે છે. જેઓ દરેક નવા પડકાર અને પોસ્ટીંગને હસતા મુખે સ્વીકાર છે તેમને ક્યારેય અસર થતી નથી. તેઓ જાય તે દરેક જગ્યાએ પરિણામ આપે છે. આ દરેક વખતે એક સંપૂર્ણપણે નવું ચિત્ર બનાવવા જેવું છે, કારણ કે કેનવાસ પોતે જ નવું હોય છે. એ સંભાળવા માટે, તમે એક જ સમયે એક કલાકાર અને એક વ્યુહરચનાકાર બંને હોવા જોઈએ.

તમારા ભૂતકાળના અનુભવોનાં બ્રશ, અને સંપૂર્ણ નવી ટીમના વિવિધ રંગો વડે તમે એક નવી દષ્ટિ અને તમે જે સ્થળે જાવ છો તેમાં પરિવર્તન લાવવાની આશા એ ખાલી કેનવાસ સાથે તમારા નવાં પોસ્ટીંગ - ની પાસે જવાનું શરૂ કરો છો.

જ્યારે એક પોલીસ ઑફિસર એક નવાં સ્થળે જાય છે ત્યારે પડકાર માત્ર એ ઑફિસર માટે જ નથી હોતો, પરંતુ ત્યાં કામ કરતા લોકો માટે પણ હોય છે. તેમને પણ તે ઑફિસર અને તેના કાર્યક્રમ વિશે આશ્ચર્ય હોય છે. વર્તમાન સિસ્ટમમાં તે એક બહારની વસ્તુ જેવો હોય છે. પ્રારંભિક પ્રતિકાર હોય છે, જે સામાન્ય છે. પરંતુ જો તે ઑફિસર દરેક સ્થળે સકારાત્મક બદલાવ લાવનાર નીવડે તો, તે ઑફિસર તે સ્થળ છોડીને જાય ત્યાં સુધીમાં, ત્યાંના લોકોને તેઓ થોડું વધારે રહી શક્યા હોત તો સારું તેવી આશા જાગે છે. બદલી સમયે અથવા પોતાની કારકીર્દિમાંથી નિવૃત્ત થતી વખતે કોઈ પણ અમલદાર માટે એ શ્રેષ્ઠ ભેટ હોય છે.

શિવનંદન કહે છે, "મારી નોકરીની ૩૬ વર્ષની અવધિમાં, જ્યારે બદલી થયાના સમાચાર આવ્યા ત્યારે મેં ક્યારેય એક ક્ષણ માટે પણ મારું સંતુલન ગુમાવ્યું નથી. હું હંમેશાં મારા પરિવાર સાથે અજાણ્યાં છતાં સકારાત્મક ભવિષ્ય માટે મારી બેગ પેક કરવા તૈયાર જ હતો. મારી ૨૦ વખત બદલી કરાઈ હતી અને મેં ૨૬ ઘરો બદલ્યાં છે." આ અનુભવે શિવનંદન અને તેમના પરિવારને મજબૂત અને અનુકુલનક્ષમ બનાવ્યા. તેણે તેમને નવી ભાષાઓ શીખવામાં, નવી સંસ્કૃતિમાં પોતાની જાતને પરિચિત કરાવવામાં મદદ કરી.

તેમની અસંખ્ય બદલીઓ થઈ હોવા છતાં, તેમનામાં દરેક બદલીમાં થયેલા અનુભવોમાંથી શીખવાની ક્ષમતા હતી. આમ, દરેક નવાં પોસ્ટીંગ અથવા બદલી વખતે તેઓ પોતાનાં નેતૃત્વ તથા મેનેજમેન્ટની આવડતોને વધુ સંપૂર્ણ બનાવી શકતા હતા. આ અંગત પડકારોને સંભાળવા ઉપરાંત, અમલદારનું મુખ્ય કામ નવા પોસ્ટીંગના સ્થળે કર્મચારીઓને સંભાળવાનું હોય છે.

પોલીસદળમાં સૌથી મોટા પડકારોમાંનો એક હોય છે વહીવટ કરવો. એક સરકારી વિભાગ તરીકે, વહીવટ એ એક વિશાળ મશીન જેવું છે જે આપણી કરોડરજ્જુ જેવું કાર્ય કરે છે. જો તમે ક્યારેય એક પોલીસ મથકની મુલાકાત લીધી હશે તો તમે તે વિભાગ જે વહીવટી પડકારોનો સામનો કરે છે તેના સાક્ષી બન્યા હશો.

ત્યાં સ્ટેશનરી, ફોટોકોપીઓ તથા કોમ્પ્યુટર્સ જેવા સ્ત્રોતોનો અભાવ હોય છે. વહીવટી સુધારાઓ થઈ રહ્યા છે છતાં, તેની ગતિ ઘણી જ ધીમી છે. ઇ-ગવર્નન્સ તથા કાગળો વગરની ઑફિસોની વાત છે, પરંતુ જમીની વાસ્તવિક્તા ઘણી જ અલગ છે. ભલે ટેક્નોલોજીના ઉપયોગને પ્રોત્સાહન અપાય છે છતાં, જે ૧૨ કલાક ફરજ પર હોય છે તે પોલીસમેનને તેની ટેક્નોલોજીની કુનેહો વધારવા માટે નવા અભ્યાસો કરવાનો સમય ભાગ્યે જ મળે છે.

જોકે, એક વ્યવસ્થાપન સંશોધક તરીકે, હું અંગત રીતે એમ માનું છું કે કાર્યક્ષમ વહીવટ તેના નેતા અથવા મેનેજરથી જ શરૂ થાય છે. આ માત્ર પેપરવર્ક માટેની જ વાત નથી; આ એ ચોક્કસ ઑફિસની અંદરનાં વલણ વિશે છે. ખાસ કરીને સરકારી ઑફિસોમાં, જો મુખ્ય વ્યક્તિ તમને મદદ કરવાનું નક્કી કરે છે તો, સમસ્યા ગણતરીની મિનિટોમાં ઉકેલી શકાય છે. જો તેમ ન હોય તો તમે વર્ષો સુધી જરૂરી કાગળો કે મંજુરી મેળવી નહીં શકો. જો IPS કે IAS અમલદારો નક્કી કરે તો તેઓ આખી જગ્યાનું પરિવર્તન કરી શકે છે. નહીંતર, એ માત્ર બીજું પોસ્ટીંગ જ છે અને ઑફિસર એવાં બહાનાં આપી શકે છે કે, “અમારી તો સીસ્ટમ જ આવી છે; એમાં હું શું કરી શકું ?”

શિવનંદનની શીખવાની ઇચ્છા અહીં પણ હાથવગી બની. એ તેમની જમા બાજુ છે કે તેમની સમગ્ર કારકીર્દિ દરમિયાન સામાન્ય માણસ માટે વહીવટી પ્રક્રિયાને સરળ બનાવવી તેને તેમણે મુદ્દો બનાવ્યો હતો. તેઓ વિશ્વસ્તરના વહીવટમાં માનતા હતા અને તેમણે બનાવેલ સંસ્થાઓમાંથી ઘણી માટે વિશ્વસ્તરીય સીસ્ટમ્સ તથા પ્રોસેસ સર્ટીફીકેશન્સ તેમજ ISO પ્રમાણપત્રો પણ પ્રાપ્ત કર્યાં. થાણા શહેરમાં તેમણે આઠ પોલીસ સ્ટેશન્સ ISO સર્ટીફીકેશન સાથે અધિકૃત કરાવ્યાં. આ સંસ્થાઓમાં સ્ટાન્ડર્ડ ઓપરેટીંગ પ્રોસેસીંગ (SOPs) અપનાવવામાં આવી, જે આવનારી પેઢીઓ માટે લાભદાયક બનશે.

જ્યારે તેઓ ચાર વર્ષ (૧૯૮૭-૯૧) માટે ઇમીગ્રેશન પ્રક્રિયાના વડા હતા ત્યારે એ ઑફિસનું વાતાવરણ બધો સમય “ના, ના” વાળી લાક્ષણિક

ઑફિસમાંથી બધી રીતે "હા, હા" વાળી ઑફિસમાં બદલ્યું તે તેમની સૌથી માટી સિદ્ધી હતી. શિવનંદન લાખો લોકોને તેમના પાસપોર્ટસ, વિઝા તથા વિવિધ નોંધણીઓ મેળવી આપવામાં મદદરૂપ થઈ શક્યા. હકીકતમાં, અહીં હતા તેવા બધા જ પરદેશીઓને તેમના દ્વારા વિઝાની મુદતનો વધારો મળતો હતો. આ વસ્તુને કારણે માત્ર તેઓ પ્રખ્યાત જ ન થયા પરંતુ આવા ઘણા લોકો તેમના મિત્રો બન્યા.

મુંબઈમાં સેન્ટ ઝેવીયર્સ કોલેજની પાછળ આવેલી સ્પેશીયલ બ્રાન્ચ-૨ ઑફિસ ઈચ્છા મુજબ ઠીક ઠાક ન કરી શકાય તેવી ધૂળ ભરેલી ફાઈલોથી ઉભરાતી સામાન્ય સરકારી ઑફિસ જેવી જ દેખાતી હતી. મુલાકાતીઓ માટે કોઈ રૂમ ન હતો. આ એ ઑફિસ હતી જ્યાં મુંબઈમાં રહેતા બધા પરદેશીઓ તેમના વિઝાનું એક્સટેન્શન તથા વસવાટ માટેની પરવાનગી મેળવતા. બહારના લોકો પર આ ઘણી જ ખરાબ છાપ ઊભી કરતું હતું. આથી શિવનંદને સૌપ્રથમ કામ યોગ્ય રાચરચીલાંથી સજ્જ મુલાકાતી ખંડ તથા સારી રીતે તાલીમ પામેલ મહિલા કર્મચારીઓ વડે સંભાળાતું રીસેપ્શન ડેસ્ક બનાવીને તે ઑફિસનો દેખાવ બદલી નાખવાનું કર્યું. તેમણે એક યોગ્ય રેકોર્ડ રૂમ પણ બનાવ્યો જ્યાં બધી ફાઈલોને સુઘડ રીતે ગોઠવી શકાય અને જે ફરી સહેલાઈથી મેળવી શકાય. ભોંય તળીયે તેમણે સહેલાઈથી પહોંચી શકાય તેવી એક "વન વીન્ડો સીસ્ટમ" બનાવી, જ્યાં ટૂંકા ગાળાનાં એક્સટેન્શનને ૨૪ કલાકની અંદર મંજુરી આપી દેવાય.

પહેલાં, વિઝા એક્સટેન્શનની મંજુરી માત્ર ત્રણ મહીના માટે જ મળતી હતી અને બધા પરદેશીઓએ તેઓ મુસાફરી કરે તે દરેક વખતે એરપોર્ટનાં ઈમીગ્રેશન પર તેમની રેસીડેન્શીયલ પરમીટ (RP) આપી દેવી પડતી હતી. જે ઘણી ખરી પાસપોર્ટ જેવી દેખાતી હતી. અને તેમણે તે RP પોતાની પાસે રાખવાની છૂટ આપી જેથી દરેક મુસાફરી પછી તેમણે આવીને તે પરત લઈ જવાની જરૂર ન પડે. પરદેશીઓને લાંબાગાળાના એક્સટેન્શનની પણ મંજુરી આપી, આથી ઑફિસમાં આંટા માર્યા કરતા મુલાકાતીઓની સંખ્યા પણ ઘણી હદ સુધી ઓછી થઈ. સૌપ્રથમ વખત ઑફિસ રેકોર્ડસ કોમ્પ્યુટરાઈઝ્ડ થયા.

શિવનંદનના આ કાર્યકાળમાંથી કેટલીક ઘટનાઓ ઉલ્લેખ પાત્ર છે. એક વખત તેમને માહિતી મળી કે કેટલીક જાપાનીઝ રેડ આર્મીની છોકરીઓ એરપોર્ટમાંથી પસાર થવાની છે. આ છોકરીઓને ઓળખવા તથા પડકારવા માટે શિવનંદને પોતે જ ટીમની આગેવાની લીધી. ટીમને ખબર પડી કે મીઝોરમની પાંચ છોકરીઓ બનાવટી જાપાનીઝ પાસપોર્ટનો ઉપયોગ કરીને માડ્રીડમાં બ્રાઉન

સ્યુગર લઈ જતી હતી ! એક જાપાનીઝ મુસાફરે પૂછેલા પ્રશ્નોનો સામનો કરવો પડ્યો ત્યારે આ સત્ય બહાર આવી ગયું. તેમના સરસામાનની ચકાસણી કરતાં ૯૦ કીલો પ્રતિબંધિત માલ મળી આવ્યો.

એક બીજો પ્રસંગ હતો જેમાં, ચોક્કસપણે અબુ નાદાલ જુથનો હોય તેવો એક ખૂની મુંબઈમાં પ્રવેશ્યો અને તેણે એર ફ્રાન્સના ક્રુ સભ્યો પર તેમનાં વિમાનમાં ઘાતક UZ1 ગનથી ગોળીબાર કર્યો. તેણે જીવતા હેન્ડ ગ્રેનેક્સ પણ પ્લેનમાં ઘૂસાડ્યા હતા. પાઈલટને પેટમાં ગોળી ધરબી દીધી હતી, પરંતુ સહાર ઈન્ટરનેશનલ એરપોર્ટ પર બે હિંમતવાન ઈમીગ્રેશન ઑફિસરો વડે તે ખૂનીને પકડી લેવાયો. સઘન પૂછપરછ એ પરદેશીના TADA હેઠળ ગુનાખોરીમાં સંડોવાયેલ હોવામાં પરિણમી.

શિવનંદને ચૂંટેલા અમલદારો સાથેની એક સ્પેશીયલ ઈન્વેસ્ટીગેશન સેલ બનાવી હતી અને તેમણે પકડી પાડ્યું કે દર વર્ષે લગભગ ૩૫૦ શ્રીલંકન લોકો ખોટા પાસપોર્ટ સાથે યુરોપનાં દેશોમાં સ્થળાંતર કરી જતા હતા. બનાવટી પાસપોર્ટ પર USA ચાલ્યા જવાની પેરવી કરતા ઘણા ભારતીય એક વિશિષ્ટ સ્કવોડ વડે ઓળખી પડાયા હતા. USની સરકાર એટલી ખુશ થઈ હતી કે તેમણે US સરકારવતી અંગત રીતે આભાર પ્રગટ કરવા માટે જેમ્સ વોર્ડન નામના એક ડેપ્યુટી સેક્રેટરીને મોકલ્યા હતા.

શિવનંદને ઈમીગ્રેશન અધીકારીઓ માટે પરદેશીઓને તેમની માતૃભાષામાં આવકારવા, તેમને ઝડપી ક્લીયરન્સ આપવું અને નિયમો તથા કાનુનો પર તેમને સંપૂર્ણ દિશાનિર્દેશ આપે તેવી વિશિષ્ટ પુસ્તિકાની વ્યવસ્થા કરવા જેવી સૉફ્ટ સ્કીલ્સ સહિતની ઘણી વિશિષ્ટ તાલીમો અપાવવાની વ્યવસ્થા કરી હતી.

કુવૈતનાં યુદ્ધ દરમિયાન ત્યાંથી મોટી સંખ્યામાં ભારતીયોને ખસેડવાનો ઈમીગ્રેશન કર્મચારીઓનો ભગીરથ પુરુષાર્થ ભૂલી ન શકાય તેવો છે.

પોલીસ અમલદારોનો આજે પણ એક કોર્પોરેટ દેખાવ ચાલુ રહ્યો છે, જેમાં અમલદારો ટાઇ પહેરેલા હોય છે અને હંમેશાં સ્મિત સાથે મદદ કરવા તત્પર હોય છે. એરપોર્ટ પર પણ વસ્તુઓ મોટા પાયે સુધરી છે.

જ્યારે શિવનંદન એડીશનલ કમિશ્નર ઑફ પોલીસ (ગુના શાખા) હતા ત્યારે કોમ્પ્યુટરાઇઝેશન થયું તે બીજી મોટી સિદ્ધી હતી. હકીકતમાં સમગ્ર મુંબઈના પોલીસ નેટવર્કને એક એકમમાં જોડવામાં ૨.૫ કરોડ રૂપિયા ખર્ચાયા હતા. ગુનાના બધાજ રેકોર્ડસને અપડેટ કરવા તે બીજી મહાન સિદ્ધિ હતી. આમ,

પહેલાં જેનો ચોપડાઓમાં ઉલ્લેખ કરાતો હતો તેવી ગુના વિશેની માહિતીઓ કોમ્પ્યુટરાઈઝડ થઈ ગઈ છે અને હવે તે સંસ્થાકીય યાદગીરીનો ભાગ બની છે.

શિવનંદને તેમની સમગ્ર કારકીર્દિમાં આંતરિક વહીવટ સરળતાથી ચાલે તેની પણ ખાતરી કરી, જેમાં પગારની સમયસર વહેંચણી થાય અને પોસ્ટીંગ તથા બઢતીમાં મોડું ન કરાય તેની ખાતરી કરવા સહિતની બાબતોનો સમાવેશ થાય છે. આ વસ્તુએ સીસ્ટમના સરેરાશ કાર્યક્ષમ રીતે કામ કરવા પર ઘણી ગાઢ અસર ઊભી કરી અને પોલીસદળના જુસ્સાને વધાર્યો.

● ધારણ શક્તિ

સીસ્ટમ સારી રીતે કામ કરે તેની ખાતરી કરવા ઉપરાંત, એક નેતા તથા મેનેજરે અંગત સ્તરે પણ લોકો સાથે જોડાવું જરૂરી છે. એક ઑફિસને સંભાળતી વખતે માનવ સ્પર્શની જરૂર પડે છે. મનુષ્યો એકલતામાં જીવી શકતા નથી અને તેમને માન્યતા આપવાની તથા પ્રશંસાની જરૂર પડે છે.

વ્યક્તિગતતાની સંસ્કૃતિ એ પશ્ચિમી દુનિયા માટેના પડકારોમાંનો એક છે. એક વખત, જ્યારે હું પરદેશની યાત્રા પર જતો હતો ત્યારે ત્યાંના એક વતનીએ મને કહ્યું, "જ્યારે કોઈકને અકસ્માત થાય ત્યારે અમારી વાહનવ્યવહારનું ધ્યાન રાખતી સીસ્ટમ એટલી બધી સારી છે કે બે મીનીટ કરતાં પણ ઓછા સમયમાં એમ્બ્યુલન્સ આવી જાય છે." "હકીકતમાં, બીજા કોઈને અસુવિધા નથી થતી કારણ કે તેઓ જાણે છે કે મદદ આવી જ રહી છે." શિવનંદન તેમણે માનવ સ્પર્શ કેવી રીતે શક્ય બનાવ્યો તે વર્ણવે છે. તેમણે તેમના જુથના લોકોનાં નામ યાદ રાખવાનું નક્કી કર્યું. "હું બધાંને નામથી બોલાવતો. મેં દરેકને તેમનાં પ્રથમ નામ વડે યાદ રાખવાનો પ્રયાસ કર્યો. કોઈને નવાઈ લાગી શકે કે ૨ લાખ જેટલી વિશાળ સંખ્યાનાં પોલીસદળમાં બધાના નામ યાદ રાખવાનું શક્ય છે ખરું ? નહીં જ. હું એવી વકીલાત નથી કરતો કે આપણે દરેકે લોકોનાં નામ યાદ રાખવામાં માસ્ટર કોમ્પ્યુટર બની જવું જોઈએ. પરંતુ સીધો તમારો જ સંપર્ક કરતા હોય તેવા કેટલાક લોકોનાં નામ યાદ રાખી લેવાનો પ્રયત્ન તમે કરી શકો." એવું કહેવાય છે કે પોતાનું નામ એ કોઈ પણ વ્યક્તિ માટે ઉચ્ચારાતો સૌથી મધુર ધ્વની છે. તમારી સાથે કામ કરતા લોકોનાં નામ યાદ રાખવાં તે એક સારી રીત છે.

તેઓ મુંબઈમાં તેમની સાથે કામ કર્યું હતું તેવા એક યુવાન હવાલદારનાં લગ્નમાં પોતે હાજરી આપી હતી તે ખુશી ખુશી યાદ કરે છે. શિવનંદન છેક

નાગપૂરથી ખાસ તેનાં લગ્નમાં હાજરી આપવા આવ્યા. તે હવાલદારે જ્યારે તેના જૂના ઉપરીને આગલી હરોળમાં બેઠેલા જોયા ત્યારે તેના આનંદની સીમા ન રહી.

● સમગ્ર સમજણ

જેઓ સીધા તમને જ અહેવાલ આપે છે તેવા લોકો તમારા *અમાત્ય* છે.

જ્યારે તેમના *અમાત્યો* અને પોલીસદળની વાત આવી ત્યારે શિવનંદન એક સાદી નીતિને અનુસર્યા, "હું તેમને એટલી સારી રીતે તાલીમબદ્ધ કરીશ કે તેઓ કાયદો અને વ્યવસ્થાની સ્થિતિ સારી રીતે સંભાળશે અને ગુનાખોરીનું અસરકારક રીતે નિયંત્રણ કરશે."

માનવો શું ઇચ્છે છે તેની શિવનંદન પાસે સંપૂર્ણ સમજણ હતી. જ્યારે એક વ્યક્તિને તેની મૂળભૂત જરૂરિયાતોની ચિંતા નથી રહેતી ત્યારે તે પોતાના કામ પર ધ્યાન કેન્દ્રિત કરે છે અને પરિણામો આપે છે. સમયસર પગાર મળવો, ઘર, ખોરાક તથા બાળકોનું શિક્ષણ એ દરેક વ્યક્તિ માટે મહત્વની બાબત છે. જ્યારે તમે આ સંભાળી લો તો તેઓ તમારું કામ સંભાળી લે છે.

શિવનંદને પોલીસમાં હોય તેમનાં બાળકોનાં શિક્ષણ માટે આર્થિક સહાયની વ્યવસ્થા કરાવી સુરક્ષિત પોલીસ થાણાં બનાવ્યાં, થાણામાં અને ગઢચીરોળી, ચંદ્રપૂર અને અન્ય ઘણી જગ્યાઓએ શાળાઓ ઊભી કરી.

આમ, તેમના કર્મચારીઓ તેમને એક એવા નેતા તરીકે જોતા હતા, જે તેમની સંભાળ લે, જે તેમની સમસ્યાઓ સમજે અને તેના ઉકેલ સૂચવે; જે માત્ર વાતો જ ન કરે, પગલાં ભરે.

તમારાં મન તથા હૃદયમાં શું છે તે લોકો નથી સમજતા. તેઓ તમે શું આપો છો, તમે તેમને માટે શું કરો છો તે સમજે છે. જો તમે એવું વાતાવરણ સર્જો જ્યાં તેમની સંભાળ લેવાતી હોય, તો કર્મચારીઓ પણ વધુ સમર્પિતતાપૂર્વક કામ કરશે.

● સત્ય પરની એકનિષ્ઠા

જ્યારે કામ દેખાડવાનો સમય હોય ત્યારે હવાતીયાં માર્યા કરવાનું કોઈ કારણ નથી. શિવનંદને ગુનેગારો અને તેના પોતાના માણસોને પણ સંભાળવામાં લોઢાના ચણા ચાવવા પડ્યા હતા. તેમનામાં જે સાચું હોય તે કહેવાની ક્ષમતા હતી. જો જરૂર ઊભી થાય તો તેઓ તેમની પોતાની ટીમના સભ્યોને પણ

બરતરફ અથવા બેદખલ કરતા.

નિવૃત્ત ACP દશરથ અવહાદ ઉમેરે છે, "જે અમલદારોની વર્તણુક સારી ન હોય તેમની બદલી કરી દેવાઈ હતી જેથી ગુના શાખાનું કાર્ય સરળતાપૂર્વક ચલાવી શકાય."

એક વખત શિવનંદને બંધારણની કલમ ૩૧૧ હેઠળ એક વરીષ્ઠ ઈન્સ્પેક્ટરને બરતરફ કર્યો. તેઓ સમજાવે છે કે, "જેવી રીતે શરીરનાં કોઈ ભાગમાં થયેલ કેન્સરને દૂર કરવું પડે છે, કેવી જ રીતે કેન્સર જેવા થઈ પડેલા જુથના સભ્યને પણ જુથ તંદુરસ્તી તથા અસરકારકતા જાળવી રાખવા માટે દૂર કરવા પડે છે."

● સૈન્યને દોરવાની ક્ષમતા

પછી લેવાનું પગલું છે તમારા હાથ નીચેના માણસોને હવાલો સંભાળવા માટે અધિકાર આપવો તે. તેઓ સમજે છે કે અન્યોને અધિકાર આપવાથી ખરી શક્તિ આવે છે. આજે વિકેન્દ્રિકરણ એ સૌથી વધુ ઉચ્ચારાતો શબ્દ છે. સરકાર અને જાહેર તંત્રો પણ જુનીયરોને અટકાવીને નહીં પરંતુ તેમને ત્વરિત નિર્ણય લેવાની છૂટ આપીને વિકસે છે. પગના અંગૂઠાનું મહત્ત્વ પણ માથા જેટલું જ હોવું જોઈએ. આજની દુનિયામાં, જ્યાં વિચારની ઝડપે માહિતી ઉપલબ્ધ છે, ત્યાં તમારા હાથ નીચેના માણસો પણ ઝડપી નિર્ણયો લે તે મહત્વનું છે.

જોકે, જ્યારે પાસા અવળા પડે ત્યારે જવાબદારી લેવી અને જુનિયરોની ભૂલને તમારી ભૂલ તરીકે સ્વીકારવી તે જ નેતૃત્વ છે.

શિવનંદન કહે છે, "જ્યારે મારી ટીમ ગેંગસ્ટરોના શૂટઆઉટ કરતી હતી, ત્યારે હું તેમને ત્વરિત નિર્ણયો લેવાનો અધિકાર આપતો હતો. હું તેમની સાથે જ છું તેવી હિંમત અને વિશ્વાસ પણ મારે તેમને આપવાં પડતાં હતાં - એ નૈતિક ટેકો જરૂરી હોય છે."

● મધુરવાણી

હાથ નીચેના માણસો સાથે વાતચીત કરવાની હોય કે પ્રેસ સાથે કે પોતાના ઉપરીઓ સાથે, શિવનંદનમાં ખુશનુમા તથા અસરકારક રીતે બધા સાથે આદાનપ્રદાન કરવાની ક્ષમતા હતી. મીઠા હોવું તેનો અર્થ ચાસણીમાં બોળેલા શબ્દોનો ઉપયોગ કરવો તેવો નથી થતો. તેનો અર્થ સત્યને યુક્તિપૂર્વક અને અસરકારક રીતે રજુ કરવાની ક્ષમતા એવો થાય છે.

જ્યારે ચોક્કસ મંજુરીઓ મેળવવાની જરૂર હોય, જેમ કે નવા નિયમો લાગુ કરવા, નવા નિયમોની જરૂર હોવા વિશે અસરકારક વાતચિત થવી જરૂરી હોય છે. વાતચિત કરવામાં શિવનંદનની સફળતાને તેમણે તેમની આખી કારકીર્દિ દરમિયાન પોલીસદળ તથા તેમનાં જૂથ માટે દાખલ કરેલી નવી નીતિઓની સંખ્યા પરથી માપી શકાય.

આનંદપ્રદ અને અસરકારક આદાનપ્રદાનનું બીજું ઉદાહરણ જ્યારે શિવનંદન પોલીસ વડા હતા તે સમયમાંથી જોવા મળે છે. તેઓ યાદ કરે છે કે એક વાર એક મહિલા તેમની પાસે આવી અને તેને ખુરશીમાં બેસવાનું કહેવામાં આવ્યું. તેણીએ ઇન્કાર કર્યો. જ્યારે તેમણે આગ્રહ કર્યો ત્યારે તેણીએ કહ્યું, “સર, તમારી સામે હું કેવી રીતે બેસી શકું ?” “એમાં વાંધો શું છે ?” તેમણે પૂછ્યું. પોતાનો અવાજ ધીમે કરીને તેણીએ કહ્યું, “સર, હું દેહવ્યપારના વ્યવસાયમાં છું. મોભામાં હું તમારે સમાન નથી.” તેમણે કહ્યું, “જ્યાં સુધી તું બેસીને એક કપ ચા નહીં લે ત્યાં સુધી હું તને સાંભળવાનો નથી.” તેણી પોતાના પતિના ગેરવર્તન સામે ફરિયાદ કરવા આવી હતી. તેણીને સ્વસ્થ બનાવીને અને તેની સાથે આદરપૂર્વક વાત કરીને. શિવનંદન તેણીને મદદ કરી શક્યા.

વિવિધ લોકો તેમની પાસે વિવિધ સમસ્યાઓ લઈને આવતા - જેમાં ફિલ્મ સ્ટાર્સ, શ્રીમંત ઉદ્યોગપતિઓ, સામાજિક નેતાઓ અને કોલેજના વિદ્યાર્થીઓ પણ હતા. તેમની ઓપન-ડોર પોલીસી હતી અને બધાં સાથે તેઓ આદરપૂર્વક વર્તન કરતા. આ રીતે શિવનંદને તેમના જુથ તથા તેમનાં કાર્યને સંભાળ્યાં.

★ સારાં વ્યવસ્થાપન માટે સૂચનો ★

૧. બદલાવ માટે તૈયાર રહો : ક્યારેય નવી સોંપાયેલ કામગીરીઓ કે પ્રકલ્પોનો પ્રતિકાર ન કરો.

૨. સૌપ્રથમ તમારી જાતનું વ્યવસ્થાપન કરો : અન્યોનું વ્યવસ્થાપન કરવા માટે સ્વ-વ્યવસ્થાપન મહત્વનું છે.

૩. સારા વહીવટની ખાતરી રાખો : સીસ્ટમ તથા પ્રક્રિયાઓ બરાબર હોવાં જોઈએ.

૪. લોકોને નામથી ઓળખો : તે અંગતતા પૂરી પાડે છે.

૫. લોકોને અધિકાર આપો : તમારા હાથ નીચેના માણસોને નિર્ણયો લેવા પ્રોત્સાહિત કરો.

ટિપ્પણી

મારી અંદરનો નેતા

ટિપ્પણી

મારી અંદરનો નેતા

પ્રકરણ-૩

જનપદ

નાગરિકો / ગ્રાહકો

સ્વામી	રાજા
અમાત્ય	પ્રધાન
જનપદ	**દેશ**
દુર્ગ	કિલ્લેબંધ શહેર
કોષ	તિજોરી, ખજાનો
દંડ	સૈન્ય
મિત્ર	સહયોગી

ભાગ - અ

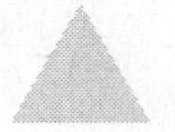

ત્રીજું રહસ્ય

જનપદ : નાગરિકો અથવા ગ્રાહકો

સારાં સંચાલનને નીચે મુજબ સમજાવવામાં આવ્યું છે : "જ્યાં સુધી છેલ્લા ગામનો છેલ્લો માણસ સુખી ન હોય ત્યાં સુધી સરકારનું કાર્ય પૂરું થયું નથી." તેવી જ રીતે, જ્યાં સુધી દરેક નાગરિક સુરક્ષિત અને સલામત હોવાનું ન અનુભવે ત્યાં સુધી પોલીસનું કાર્ય પૂરું થતું નથી.

એક વખત, રાજા ચંદ્રગુપ્ત મૌર્ય એ હકીકત વિશે વિચારતા હતા કે હવે તેની જીંદગીનું બધું જ ચાણક્ય વડે નિર્દેશિત તથા નિયંત્રિત હતું. દરરોજ શું કરવું, કોને મળવું, કયો ખોરાક ખાવો અને કોની સાથે લગ્ન કરવાં જેવા મહત્વના નિર્ણયો પણ તેના ગુરુ વડે લેવાતા હતા.

ચંદ્રગુપ્તને તેની પોતાની અંગત જીંદગી હોય તેવું કંઈ જ દેખાતું ન હતું. સખત હતાશામાં, એક દિવસ તેણે ચાણક્યને કહ્યું કે તે તેમને સાંભળવાના ન હતા. તે પોતાનો અંગત અવકાશ અને સ્વતંત્રતા ઇચ્છતા હતા. ભલે તે રાજા હતા છતાં, તે અંગત ઇચ્છાઓ ધરાવતી એક વ્યક્તિ પણ હતા. તેણે ચાણક્યને પૂછ્યું કે તે જાહેર કે અંગત રીતે જે કાંઈ પણ કરે તે શા માટે તેમના વડે નિયંત્રિત હતું.

ચાણક્યએ તેના સક્ષમ વિદ્યાર્થીને યાદ અપાવ્યું, "આ દુનિયામાં લોકોના એવા બે વર્ગો છે જેમને અંગત ખુશીના આશીર્વાદ નથી મળ્યા - રાજા અને શિક્ષક. જ્યાં સુધી રાજ્યમાં દરેક વ્યક્તિ સુખી ન હોય, આ બંને આરામ લઈ શકતા નથી."

એક નેતા માટે કદાચ આ કડક વિધાન જેવું લાગી શકે છે - કોઈ અંગત જીવન જ નહીં. પરંતુ એ નોંધજો કે ચાણક્ય - ગુરુ - એ આ નિયમ તેમના

પોતાના પર પણ લાદયો હતો.

રાજા અને ગુરુ બંનેએ પોતાનું જીવન સમાજનાં કલ્યાણ માટે સમર્પિત કરી દેવું જોઈએ. કંપનીઓમાં થતા મોટાભાગના તાલીમ કાર્યક્રમોમાં કામ અને જીવન વચ્ચેના સમતોલન વિશે વાત થાય છે. પરંતુ, હકીકત એ છે કે એક નેતાએ કાર્ય અને જીવન વચ્ચે તફાવત કરવો ન જોઈએ.

પ્રખ્યાત મેનેજમેન્ટ ગુરુ અને દુનિયાના સૌથી આગળ પડતા નેતાઓના સલાહકાર એવા જગદીશ શેઠ સાથેની એક બ્રેકફાસ્ટ મીટીંગમાં, અમે નેતૃત્વ વિશે વાત કરતા હતા. તેમણે પણ એ વાત પર ભાર મૂક્યો કે, "આજની દુનિયામાં, જ્યારે ખાસ કરીને માધ્યમો નેતાઓને બારીકાઈથી અનુસરતાં હોય છે ત્યારે, એક નેતા માટે અંગત અને જાહેર જીવન વચ્ચે કોઈ તફાવત હોવો ન જોઈએ. જીવનનાં દરેક ક્ષેત્રમાં અંગત પ્રમાણિક્તા મહત્વની છે. જ્યારે આ બને છે ત્યારે, નેતાનાં મનમાં કોઈ આંતરિક વિખવાદ રહેતો નથી અને તે વધુ સારો દેખાવ કરી શકે છે અને પોતાનાં કામ પર કેન્દ્રિત રહે છે."

દિવસના ૨૪ કલાક, અઠવાડિયાંના ૭ દિવસ અને વર્ષના ૩૬૫ દિવસ નેતૃત્વનો મહાવરો કર્યા કરવો જોઈએ. તે એક આજીવન વચનબદ્ધતા છે.

માટે જ નેતૃત્વ એ માત્ર તમે જાહેરમાં શું છો તે જ નથી, પરંતુ જ્યારે જનતા આસપાસ ન હોય ત્યારે પણ તમે શું છો તે વિશે છે. તે તમારા પોતાની આત્મ સભાનતા તરફ ખરા હોવું તે છે.

એક નેતાને તેની - તેણીની અંગત જીંદગી હશે, પરંતુ તેને જનતાની આંખથી છૂપાવી ન શકાય. આવું એટલા માટે છે કારણ કે નેતા એક દાખલો બેસાડે છે; તે લોકોનો આદર્શ બને છે. આથી, આ કહેવત, "યથા રાજા, તથા પ્રજા" (જેવો નેતા, તેવા નાગરિકો).

હવે આપણે ત્રીજાં પાસાં અને નેતૃત્વનાં સૌથી મહત્વના ભાગ પર આવીએ છીએ : જનપદ

જનપદ એ દેશના નાગરિકો છે. તેમના વગર રાજ્ય સંપૂર્ણ નથી. લોકો વગરનો દેશ અથવા અનુયાયીઓ વગરનો નેતા શું છે ? જો તેની પાસે સંભાળ લેવા માટે કોઈ હોય જ નહીં તો રાજા શું છે ?

કોર્પોરેટ દુનિયાના સંદર્ભમાં, જનપદ શબ્દ ગ્રાહકો અથવા કલાયન્ટસ એવો થાય છે. એક કંપનીની પ્રાથમિક ફરજ તેના ગ્રાહકને સારી સેવા અપાવી તે છે. એક લોકપ્રિય માર્કેટીંગ વિધાન છે કે "ગ્રાહક જ રાજા છે." ગાંધીજીએ

પણ આ વાત સારી રીતે મૂકી છે.

"એક ગ્રાહક એ આપણી જગ્યા પરનો સૌથી મહત્વનો મુલાકાતી છે. તે આપણા પર આધાર નથી રાખતો, આપણે તેમના પર આધાર રાખીએ છીએ. તે આપણાં કામમાં થતો હસ્તક્ષેપ કે અડચણ નથી. તે વ્યાપાર માટેનો હેતુ છે. આપણા વેપારમાં તે બહારની વ્યક્તિ નથી. તે તેનો જ એક ભાગ છે. તેનું કામ કરીને આપણે તેના પર કોઈ અનુગ્રહ નથી કરતા. પરંતુ તેમ કરવાની તક આપીને તે આપણા પર અનુગ્રહ કરે છે."

તમે તમારા ગ્રાહકને સારી સેવા આપી છે અને તેમની સંભાળ લીધી છે કે નહીં તે મુખ્ય પ્રશ્ન છે. આજે મોટાભાગની કંપનીઓ ગ્રાહક સેવા વિભાગો રાખે છે. શરૂઆતમાં, ગ્રાહક સેવા, ઉત્પાદનો અથવા સેવાઓ વેંચવા પર કેન્દ્રિત હતી, પરંતુ આજે, વેંચાણ પછીની સેવા એ વધુ મહત્વનો ભાગ છે. એક ખૂલ્લાં અર્થતંત્રમાં, સારી ગ્રાહક સેવા પૂરી પાડવી એ અતિઆવશ્યક છે. કારણ કે ગ્રાહકો તમારા હરીફો સેવાનું કેવું સ્તર પૂરું પાડે છે, તે વિશે સભાન હોય છે. માટે, જો તમારી ગ્રાહક સેવા જેવી હોવી જોઈએ તેવી ન હોય તો ગ્રાહકોને જાળવી રાખવા તે ઘણો મોટો પડકાર બની જાય છે.

એક નેતા માટે, નિયમિત ધોરણે ગ્રાહકોના સંપર્કમાં રહેવું મહત્વનું છે. જો તમે ગ્રાહકની જેમ વિચારી શકો તો તમારા ધંધામાં તમે એક સારા માર્કેટ આગેવાન બની શકો.

સરકારી વહીવટમાં પણ, નાગરિકો કેવી રીતે વિચારે છે તે સમજવું એ પડકાર છે. જો તમે તેમના ગમા તથા અણગમા, ટેવો, સંસ્કૃતિ, મુલ્ય પદ્ધતિ, જરૂરિયાતો તથા મહત્વાકાંક્ષાઓ સમજી શકો છો અને તેઓને જેની જરૂર છે તે આપો છો તો પછીની ચૂંટણીમાં તમારા દેખાવ વિશે તમારે ચિંતા કરવાની જરૂર નથી.

જેઓ નાગરિકોની આ માનસિક્તા સમજ્યા છે તેવા ઘણા રાજકારણીઓ ફરી ફરીને ચૂંટણીઓ જીતી શકયા છે. આ ખોટાં વચનો આપીને લોકોને મૂરખ બનાવવાને કારણે નથી. એ લોકોએ માગવું પણ ન પડે તેવી રીતે તેમને તેઓ જે ઇચ્છે તે આપવાની ક્ષમતા છે.

એક નેતા બનવા માટે, એક નેતા કેવી રીતે વિચારે છે તે વ્યક્તિએ સમજવું જોઈએ અને એક નેતા કેવી રીતે વિચારે છે તે સમજવા માટે, વ્યક્તિએ એક નાગરિક કેવી રીતે વિચારે છે તે સમજવું જોઈએ.

મહાભારતમાં જ્યારે કૃષ્ણ સારાં સંચાલન વિશે યુધીષ્ઠીરને સલાહ આપે છે, ત્યારે આ જ વિચાર ભારપૂર્વક કહેવાયો છે. તેઓ કહે છે, "રાજાનું ધ્યાન ગાદી પર નહીં તેની પ્રજા પર કેન્દ્રિત હોવું જોઈએ. જો પ્રજાનું અસ્તિત્વ નહીં હોય તો ગાદીનું અસ્તિત્વ પણ નહીં હોય."

રાજાનું વલણ કેવું હોવું જોઈએ ?

અર્થશાસ્ત્રનાં પુસ્તક-૧, પ્રકરણ-૧૯ના ૩૪માં સૂત્રમાં ચાણક્ય કહે છે કે :

"પ્રજાની ખુશીમાં જ રાજાની ખુશી રહેલી છે અને પ્રજા માટે જે લાભદાયી છે તે જ તેનો પોતાનો લાભ છે. જે રાજાને પોતાને વહાલુ છે તે તેને માટે લાભદાયી નથી, પરંતુ જે વસ્તુ તેની પ્રજાને વહાલી છે તે તેને માટે લાભદાયી છે."

સારા સંચાલનની બધી જ માર્કેટીંગ થીયરીઓ તથા સિદ્ધાંતો આ શક્તિશાળી ઉક્તિઓમાં તેમની પરિસમાપ્તિ જોઈ શકશે. ચાણક્યની આ સૌથી વધુ ટંકાતી અને સુસ્વીકૃત થીયરી એ વાત પર ભાર મૂકે છે કે લોકોની ખુશી એજ રાજાની ખુશી છે.

હવે આપણે આ સૂત્રનાં મહત્વનાં પાસાંઓ ચર્ચીએ.

• પ્રજાની ખુશી

ખુશ હોવું એ માનવી મહાન પ્રાપ્તિ છે. સમગ્ર વિશ્વનાં રાષ્ટ્રો તથા સંયુક્ત રાષ્ટ્ર જેવી દુનિયાની સંસ્થાઓ નાગરિક માટે ખુશી શું છે તેનો અર્થ નક્કી કરવા તથા સમજવા પર કામ કરી રહી છે.

ખુશીનાં વિવિધ પરિમાણો છે - શારીરિક, માનસિક તથા આધ્યાત્મિક.

શારીરિક : જે વ્યક્તિ શારીરિક રીતે તંદુરસ્ત નથી તે ખુશ રહી શકે નહીં. જ્યારે તમને ઠીક ન હોય ત્યારે ખુશી તમારાં મનથી ઘણી દૂર હોય છે.

એવું કહેવાય છે કે, "તંદુરસ્તી જ સમૃદ્ધિ છે." વિશ્વ આરોગ્ય સંસ્થા (WHO) દુનિયાના બધા નાગરિકો માટે આ સ્તરે ખુશી મેળવવાનું લક્ષ્ય ધરાવે છે.

પૂરતા પ્રમાણમાં ખોરાક અને પાણીની ઉપલબ્ધતા એ શારીરિક સુખનું પછીનું સ્તર છે. સારી કસરત સાથે પૌષ્ટિક આહાર શરીરને મજબૂત અને તંદુરસ્ત રાખે છે.

શરીરને લગતી સુવિધાઓ પણ જરૂરી છે. બાહ્ય વાતાવરણ તમને ખુશ રાખવા માટે સંવાહક હોવું જોઈએ. જો વધારે પડતી ગરમી હોય તો આરામદાયક

અનુભવવા માટે તમને એરકંડીશનીંગની જરૂર પડે છે. જો વધારે પડતી ઠંડી હોય તો તમને ગરમ કપડાંની જરૂર પડે છે. જો તમારી ખુરશી તૂટી ગઈ હોય તો તમને સુવિધાજનક કે ખુશ હોવાનો અનુભવ નહીં થાય.

એ નોંધશો કે શારીરિક સ્તરે આરામ હોય તેને ખરી ખુશી તરીકે ગેરસમજણ કરી લેવામાં આવે છે. સ્વામી ચિન્મયાનંદ કહે છે તેમ, "તમે એશોઆરામમાં હોવ છતાં દુઃખી હોઈ શકો - આરામપ્રદ રીતે દુઃખી."

માનસિક : માનસિક સ્તરે ખુશીને ઘણી વાર "માનસિક આરોગ્ય" કહેવાય છે. એક નેતાએ એ સમજવાની જરૂર છે કે માણસોને લાગણીઓ તથા ઉર્મિઓ હોય છે અને તેમની ભાવનાત્મક રીતે કાળજી લેવાની જરૂરી છે. આને માટે, નેતાએ ભાવનાત્મક બુદ્ધિ વિકસાવવી જરૂરી છે.

આધુનિક જીવનમાં વધતું તણાવનું પ્રમાણ માનસિક રીતે નાદુરસ્ત હોવાનું પરિણામ છે. જો માનસિક આરોગ્યના પ્રશ્નોની યોગ્ય સમયે સંભાળ ન લેવાય તો વ્યક્તિનો અંત પાગલખાનામાં આવે છે અથવા તે આત્મહત્યા કરે છે, જેવી રીતે આપણા દેશમાં વિદ્યાર્થીઓની આત્મહત્યાની સંખ્યા વધી રહી છે તે તેનો પૂરાવો છે.

એક કાળજીભર્યું અને સ્વીકાર્ય વાતાવરણ સર્જવું એ માનસિક તંદુરસ્તી માટેની જરૂરિયાત છે. ઘરમાં માતા-પિતાએ તેમનાં બાળકો સાથે ભાવનાત્મક બંધન સર્જવું જરૂરી છે, જેથી તેઓ સલામતી અનુભવે. બાળકો સાચું બોલતાં કે નિષ્ફળતાનો સામનો કરતાં ડરવાં ન જોઈએ. પરિવાર બાળકમાં આત્મવિશ્વાસ દાખલ કરી શકે તેવો હોવો જોઈએ, જેથી તે અથવા તેણી નિષ્ફળતાથી આગળ વધી શકે અને વધુ સારો દેખાવ કરી શકે.

એક તંત્રમાં નેતાએ કર્મચારીઓ તથા શ્રમિકોને ભાવનાત્મક સુરક્ષા પૂરી પાડે તેવું વાતાવરણ સર્જવા માટે મથવું જોઈ. આવાં વાતાવરણમાં ભૂલોને શીખવાનાં પગથીયાં તરીકે ગણવામાં આવે છે, વ્યક્તિને ક્યારેય નિષ્ફળતા માટે દોષ નથી અપાતો અને એક માણસનાં કામ કરતાં ટીમવર્કને વધુ મહત્ત્વ અપાય છે. લોકો ભાવનાત્મક રીતે જોડાય છે અને ઑફિસ બીજું ઘર બની જાય છે. ઘણા કિસ્સાઓમાં લોકો તેમનાં કાર્યસ્થળથી એટલા ખુશ હોય છે કે તેઓ વધારાના કલાકો કામ કરવા વિશે ફરિયાદ કરતા નથી.

આધ્યાત્મિક : ખુશીનું આ ઉચ્ચતમ સ્તર છે અને તે જ ખરા અર્થમાં સુખ છે. જો તમે આધ્યાત્મિક રીતે ખુશ હો તો કંઈ જ તમને ચળાવી ન શકે. બાહ્ય સમસ્યાઓ

તમને અસર નથી કરતી, કારણ કે આવી ખુશી અંદરથી આવે છે બહારથી નહીં.

આત્યાત્મિક સ્તર પર, તમે શારીરિક માનસિક અથવા બુદ્ધિગમ્ય પ્રવૃત્તિઓ પર આધારિત નથી હોતા. તમે તમારી જાત સાથે શાંતિમાં છો. મૃત્યુ પણ તમારા અસ્તિત્વની સુખી અવસ્થા લઈ જઈ નથી શકતું.

એક વખત એક આધ્યાત્મિક ગુરુ પાસે 'મૃત્યુ' આવ્યું અને કહ્યું, "હું તને લઈ જવાનું છું." સંતે સ્મીત કર્યું, "હું તો બહુ પહેલાં મૃત્યુ પામ્યો છું; તું તો માત્ર શરીરને જ મારવાનો છે."

આધ્યાત્મિક ખુશી આપણા જીવનના સૌથી મોટા શત્રુ, અહમ્‌નાં મૃત્યુમાંથી આવે છે. એક વખત અહમ્‌નો નાશ થઈ જાય, પછી કોઈ વસ્તુ આપણને હંમેશાં માટે ખુશ થતાં રોકી શકે નહીં.

ભારતમાં સમયના ઉદયના વખતથી જ આધ્યાત્મિક ખુશી પર ભાર મૂકાયો છે. આપણો ઈતિહાસ એવા રાજાઓની વાતોથી ભરપૂર છે જેમણે સાચાં સુખની શોધમાં તેમનાં રાજ્યોનો ત્યાગ કર્યો હોય અને જે નેતાઓ આધ્યાત્મિક ખુશીને સમજ્યા છે તેઓ સાચા નેતાઓ બન્યાં છે.

ભારત માટે ડર વગર દુનિયાના મંચ પર પોતાના પગ પર ઊભા રહેવા માટે, આપણે આપણા ભૂતકાળના આધ્યાત્મિક પાયા સાથે જોડાવાની જરૂર છે. નેતૃત્વમાં પણ, આપણે આધ્યાત્મિક નેતૃત્વ તરફનું સર્વોચ્ચ પગલું ભરવું જરૂરી છે.

આપણે જોયું કે વિવિધ સ્તરે ખુશી પ્રાપ્ત કરી શકાય છે અને આ બનવા માટે, રાજા અથવા નેતાએ સુખના બધાં પરિણામો સમજવાં જરૂરી છે. એક નેતા ખોરાક, કપડાં અને ઘર રૂપે તેના લોકોને ભૌતિક સુખ પૂરું પાડીને તેની જવાબદારી સંકોચી ન શકે અથવા કે સાચું સુખ તો આધ્યાત્મિક ખુશી જ છે એ બહાનાં હેઠળ લોકોની ભાવનાત્મક સુખાકારી તરફ બેધ્યાન ન થઈ શકે. એ વાસ્તવિક્તાથી પલાયન છે.

જેવી રીતે માતા-પિતા તેમનાં બાળકોની સંભાળ લે છે, તેવી રીતે રાજાએ તેના નાગરિકો તરફ કુમળા રહેવું જોઈએ. બાળકોને પ્રથમ ખોરાક તથા સુખ સગવડની અન્ય સામગ્રીઓ આપીને ભૌતિક સ્તરે આરામપ્રદ બનાવાય છે, ત્યાર પછી સંભાળ પૂરી પાડીને, પ્રેમાળ લોકો તથા હૂંફથી ભરેલ ઘર આપીને અને પછી શિક્ષણ તથા સલામતી પૂરી પાડીને તેમને માનસિક તથા બુદ્ધિનાં

સ્તરે સગવડ અપાય છે અને આખરે તેમને આધ્યાત્મિક મુલ્યો શીખવાય છે જે તેમને જીવનના બધા જ પડકારો દરમિયાન મજબૂત રહેવામાં મદદ કરશે.

મોટાભાગના અવિકસિત તથા વિકાસશીલ દેશોમાં ધ્યાન ભૌતિક ઘટક પર હોય છે - બધાં માટે ખોરાક, ઘર, આરોગ્ય, માર્ગો, સુરક્ષા તથા નોકરી વગેરે વગેરે... પરંતુ સરકારનું કાર્ય અહીં પૂરું થઈ જતું નથી. એવા ઘણા આર્થિક રીતે વિકસિત દેશો છે જ્યાં આત્મહત્યાનો દર ઘણો ઊંચો હોય છે, સામાજિક મુલ્યો ઘસાઈ ગયાં છે અને એકલતાની ભાવના પ્રવર્તે છે. આવા દેશોમાં, જ્યારે નાગરિકોએ ભૌતિક સુખ પ્રાપ્ત કર્યું છે, ત્યારે તેમણે માનસિક તથા આધ્યાત્મિક ખુશી તરફ આગળ વધવાનું છે.

એક વખત તાતા ગ્રુપ ઑફ કંપનીઝના પૂર્વ પ્રમુખ જે.આર.ડી. તાતાને પૂછવામાં આવ્યું, "શું તમે ભારત આર્થિક મહાસત્તા બને તેમ ઇચ્છો છો ?" તેમનો લેન્ડમાર્ક જેવો જવાબ પાછો આવ્યો, "ના, હું ભારત સુખી દેશ બને તેમ ઇચ્છું છું."

આજે સ્વાતંત્ર્યના છ દશકાઓ પછી ભારત ખૂબ જ પડકારજનક પરિસ્થિતિમાં છે. આપણા સમાજનો એક ભાગ સરસ રહેઠાણો, શિક્ષણ તથા નોકરીઓ તથા તેમની સાથે આવતા બધાજ આત્મવિશ્વાસથી સમૃદ્ધ થઈ રહ્યો છે. જોકે, સમાજનો વિશાળ ભાગ હજી પણ મૂળભૂત જીવન માટે સંઘર્ષ કરી રહ્યો છે. શરૂઆતમાં તે સંઘર્ષ રોટી, કપડાં તથા મકાન માટે હતો, હવે તે વિજળી, સડક તથા પાણી માટે પણ છે.

આ પડકારોને સંભાળવા માટે સરકાર સર્વ શિક્ષા અભિયાન (બધાં માટે પ્રાથમિક તથા માધ્યમિક શિક્ષણ), ગ્રામ્ય આરોગ્ય વિકાસ કાર્યક્રમો, રોજગાર યોજનાઓ અને એવા અન્ય ઘણા પ્રોજેક્ટ્સમાં રોકાણ કરી રહી છે.

જોકે, જે.આર.ડી. તાતાએ કહ્યું છે તેમ ભારત "સુખી દેશ" બને તેની ખાતરી કરવા માટે નેતાઓએ લોકો માટે આધ્યાત્મિક સુખ - એક વ્યક્તિના જીવનનું ખરું લક્ષ્ય - સહિતના સંપૂર્ણ સુખ વિશે વિચારવું જોઈએ.

● રાજાનું લોકશાહી વલણ

"લોકોની ખુશી" થી અલગ રીતે ચાણક્ય સંચાલનમાં ખુશીનાં અન્ય પાસાંની પણ વાત કરે છે. જે છે રાજાનું "લોકશાહીને લગતું વર્તન".

શું સાચી લોકશાહી એ માત્ર સંચાલનનું એક રૂપ છે કે ઘણું વધારે ?

દુનિયામાં ઘણા દેશો પર હજી રાજા અથવા રાણી વડે શાસન કરાય છે પરંતુ તેના નાગરિકો સુખી છે. તેમના નેતાઓ પ્રગતિશીલ વિચારકો છે અને વિકાસ માટેનાં તેમનાં આયોજનો તથા યોજનાઓમાં બધાનો સમાવેશ કરે છે. બીજી તરફ, કેટલાક દેશોમાં, કે જ્યાં સંચાલનનું સ્વરૂપ લોકશાહીનું છે, નાગરિકો સુખી નથી. દુનિયાની સૌથી મોટી લોકશાહી - ભારત - આનો દાખલો છે.

સંચાલનનું રૂપ દુનિયામાં શ્રેષ્ઠ છે. દર પાંચ વર્ષે આપણે આપણા નેતાઓ તથા શાસન કરતો પક્ષ ચૂંટીએ છીએ. આપણી પાસે દુનિયાનાં શ્રેષ્ઠ બંધારણોમાંનું એક છે. નાત, જાત, ધર્મના કોઈ ભેદભાવ વગર, દરેકે દરેક નાગરિકને મતાધિકાર છે. ન્યાયાલયોમાં સૌથી મુશ્કેલ ગુનેગારોને પણ કાયદો ન્યાયી સૂનવણી આપે છે. દુનિયાના ઘણા દેશોમાં આવા અધિકારો વાસ્તવિક્તાથી ક્યાંય દૂર છે. છતાં અહીં લોકો સુખી નથી.

કારણ કે ભારતમાં માત્ર એક જ વસ્તુનો અભાવ છે : સારા નેતાઓ.

આપણે જ આપણા નેતાઓ ચૂંટીએ છીએ છતાં, આપણે જોઈએ છીએ કે આપણા નેતાઓનું ''વલણ'' મહાન નેતાઓનું નથી. મોટું વિચારવાની ક્ષમતા, હિંમતભર્યા નિર્ણયો લેવા, રચનાત્મકતા તથા કાર્યક્ષમતાને પ્રોત્સાહન આપવું તથા લડાયક જુસ્સો એ બધી વસ્તુ મહાન નેતા બનાવે છે.

ચાણક્ય નેતાઓને તેમનાં ખરાં વલણ વિશે શીખવે છે.

''પ્રજાની ખુશીમાં રાજાની ખુશી સમાયેલી છે.'' આ છે ખરી લોકશાહી. જો નેતા આ સમજે છે તો તે દેશને સુખી બનાવશે, પરંતુ મોટાભાગના નેતાઓ તેમની પોતાની ખુશી-સુખ વિશે જ વિચારે છે. જે વસ્તુ એક નેતાને સુખી બનાવે તે તેના લોકોને પણ સુખી બનાવે તે જરૂરી નથી. પરંતુ જે વસ્તુ લોકોને ખુશ બનાવે તેણે તેને પણ ખુશ બનાવવો જોઈએ.

જો તમે તમારી જાતને તમારા વાલીની જગ્યાએ મૂકો તો આ સમજવું બહુ અઘરું નથી. જ્યારે એક બાળક રડતું હોય તો માતાપિતા તેને મદદ કરવા પોતે કરી શકે તે બધું જ કરશે. જ્યારે બાળક પીડામુક્ત થાય છે અને તેના ચહેરા પર સ્મિત પાછું ફરે છે, તો માતા-પિતા તથા પરિવારના અન્ય સભ્યો પણ ખુશ થાય છે. બાળકની ખુશીમાં જ માતા-પિતાની ખુશી સમાયેલી છે.

આ વલણ વિકસાવવા માટે, નેતા સ્વાર્થી ન હોઈ શકે. ન તો તે તેના વિચારો એક આદેશ અથવા સરમુખત્યારની જેમ લાદી શકે. નેતા સહાનુભૂતિપૂર્ણ, સંભાળ લેનાર તથા પ્રેમાળ હોવો જ જોઈએ. માત્ર ત્યારે જ

એક નેતા નાગરિકોની પીડા તથા દુઃખ અનુભવી શકે અને તેમની સમસ્યાઓનો ઉકેલ શોધવા માટે કંટાળ્યા વગર કામ કરી શકે.

જે દેશમાં નેતાઓ વેપારી બની ગયા છે, અને માત્ર તેમનાં પોતાનાં ખીસ્સાં ભરવા વિશે જ વિચારે છે, ત્યાં આવું વલણ વિકસાવી શકાય નહીં.

● સ્વહિત વિરુદ્ધ પ્રજાનું હિત

“રાજાને પોતાને જે વહાલું છે તે તેને માટે લાભદાયી નથી.” એમ ચાણક્ય કહે છે. એક નેતા આળસુ થઈને પાછળ બેસી શકે નહીં. તેણે પોતાના એશોઆરામના પ્રદેશમાંથી બહાર નીકળવું પડે અને તેનાં કાર્યના લાંબાગાળાના લાભો જોઈને મુશ્કેલ કાર્યો હાથ ધરવાં પડે. આ કાર્યો તેને અંગત રીતે લાભ ન પણ આપે, પરંતુ જો તેના લોકોને લાભ થતો હોય તો તેણે પોતાના ગમા કે અણગમાનો વિચાર કર્યા વગર તે ઉપાડવા જોઈએ.

“જે વસ્તુ તેની પ્રજા માટે મહત્વની હોય, સંબંધ ધરાવતી હોય. તે તેને માટે લાભદાયક છે.” એવું ચાણક્ય ઉમેરે છે. લાંબાગાળે આપણને ખ્યાલ આવે છે કે આપણે અન્યો માટે જે કામ કર્યું. તે ખરેખર આપણને ફાયદો કરે છે.

દુનિયામાં કોઈ પણ કાર્ય તેની છાપ છોડ્યા વગર થઈ શકતું નથી. કોઈ સારું કામ જણાયા વગર રહેતું નથી. એક નેતા તરીકે, તમારે અંગત લાભોની અપેક્ષા રાખવી જોઈએ નહીં, પરંતુ ઈશ્વર તમને એક યા બીજા સ્વરૂપે યોગ્ય લાભ આપશે.

નેતાઓએ સમજવું જોઈએ કે કોઈ કામ મોટું કે નાનું હોતું નથી. તમે જે વલણ સાથે કામ કરો છો તે જ છેવટે તો મુખ્ય બાબત છે. નેતૃત્વમાં નાની શરૂઆત જ મહાન શરૂઆત છે.

માટે, દરેક ગ્રાહક સાથે સૌથી મહત્વના ગ્રાહકની જેમ, દરેક નાગરિક સાથે રાજા તરીકે, દરેક બાળક સાથે તમારાં પોતાનાં બાળકની જેમ અને અન્યો જેનો સામનો કરતા હોય તે દરેક સમસ્યા સાથે તમારી પોતાની સમસ્યા હોય તેવું વર્તન કરો. તમે દરેક સમસ્યા ઉકેલી ન પણ શકો. પરંતુ તમે તેને જે રીતે સંભાળો તેનાથી એક તફાવત તો ઊભો કરી જ શકો. જો તમારી સામે એક પરિસ્થિતિ ઊભી થઈ છે, તો તે ઈશ્વરનો સંદેશ છે કે તમારે તેમાં ફાળો આપવો જ જોઈએ. તમે એક નાની લહેર સર્જી શકો જે એક ક્રાંતિ સર્જી શકે.

તમારી શ્રેષ્ઠ તાકાત કામે લગાડો અને વિશ્વમાં પ્રભાવ પાડો.

ભાગ - બ

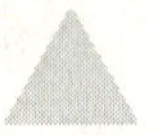

ચાણક્યના મત મુજબ

સારા નાગરિકના ગુણધર્મો

સુરક્ષાની ખાતરી આપવી એ એક નેતાની પ્રથમ ફરજ છે. એક સંસ્થાના CEO કર્મચારીની સલામતી માટે જવાબદાર છે. માટે, બીઝનેસ પ્રોસેસ આઉટસોર્સીંગ (BPO) ઉદ્યોગ જેવા વ્યાપારો કે કારખાનાંઓ, જેને ચોવીસે કલાક કર્મચારીની જરૂર પડતી હોય, તેમને માટે કાયદો છે કે તેવી કંપનીઓએ તેમના કર્મચારીઓની સલામતીની ખાતરી રાખવી. કંપનીએ એ ખાતરી રાખવી જ પડે છે કે તેના કર્મચારીઓ કાર્યસ્થળે અને પાછા પોતાનાં સ્થાને સલામત રીતે પહોંચેછે. આમ, આજે ઘણી કંપનીઓ તેમના કર્મચારીઓને આવવા-જવા માટે વાહનની સગવડ પૂરી પાડે છે.

તેવી જ રીતે, કારખાનાંઓ જેવાં કાર્યસ્થળે કંપનીઓ મશીનો પર સલામતી માટેનાં સૂચનો લગાડીને, કામના વિસ્તારમાં સલામતી માટેનાં પગલાંઓ વિશેનાં પોસ્ટર્સ લગાડીને તથા શ્રમિકો તથા મેનેજરોને તાલીમ આપીને સલામતીની ખાતરી રાખે છે.

તેવી જ રીતે, દરેક નેતાએ તેના પર આધાર રાખતા લોકોની સુરક્ષાની ખાતરી રાખવી જોઈએ. એક દેશે આંતરિક તેમજ બાહ્ય બંને દુશ્મનોથી સુરક્ષાની ખાતરી કરવી જોઈએ. નેતા સુરક્ષાની ખાતરી વિશે ખૂબ જ ગંભીર હોવા જોઈએ કારણ કે જો સલામતીની બાબતમાં સમાધાન કરવામાં આવે તો રાજા તેની ગાદી ગુમાવી શકે છે. બધી જ જાહેર જાગૃતિની વાતો નાગરિકો સલામતી ન અનુભવતા હોવા માટેની છે.

નાગરિકોની સુરક્ષાની ખાતરી આપતી વખતે, નેતાને ચિંતા ન હોવી જોઈએ. તેને બદલે તેને કાળજી હોવી જોઈએ. ચિંતિત હોવું અને કાળજી ધરાવવી

તેમાં ફરક છે. એક ચિંતિત વ્યક્તિ સમસ્યા જુએ છે અને કાળજી ધરાવતી વ્યક્તિ સમસ્યા ઉકેલે છે.

જો તમે સજાગ હો કે એક સલામતીનો મુદ્દો અને એક સુરક્ષાની ચિંતા છે, તો તેના પર પગલાં ભરો. માત્ર કાંઈ ન કરીને - હાથ પર હાથ રાખીને - બેઠા ન રહો.

એક વખત નેતા તેના મનમાં સ્પષ્ટ નિર્ણય કરી લે. પછી આગળ એક મહાન પગલું ભરી શકાય. એ નિર્ણય એવા લોકોની મદદથી લો જેમણે તમારી પહેલાં એ પગલાંઓ ભર્યાં હોય. તેમની સલાહ લો. તમારો નકશો સ્પષ્ટ બનાવો. એક લક્ષ્ય નક્કી કરો અને તેને વળગી રહો. તમારું લક્ષ્ય પ્રાપ્ત ન કરો ત્યાં સુધી તેને છોડી ન દો.

જ્યારે એક નેતા તરીકે તમારે તમારા નાગરિકોની સલામતીની ખાતરી રાખવી જરૂરી હોય, ત્યારે સંભાળ અને ગંભીરતાપૂર્વક એ લક્ષ્યને પ્રાપ્ત કરવા તરફ કાર્ય કરો અને દરેકે દરેક વ્યક્તિ - પુરુષો, મહિલાઓ, બાળકો, વૃદ્ધો, યુવાનો, પંગુઓ, માનસિક વિકલાંગ, નોકરી કરતી અને બેકાર વ્યક્તિની સંભાળ લો.

અર્થશાસ્ત્ર પણ પુનરોક્તિ કરે છે કે રાજાએ તેના નાગરિકોને ખુશ અને સલામત રાખવા જોઈએ. ચાણક્ય એ ગુણધર્મોને વ્યાખ્યાયિત કરે છે, જે પ્રજાને સલામત અને સુરક્ષિત રાખે (પુસ્તક-૬, પ્રકરણ-૧, સૂત્ર-૮)

એક જનપદ (નાગરિક/ગ્રાહક)ના ગુણધર્મો :

- કેન્દ્ર તથા સરહદ પર મજબૂત સ્થાન
- સંકટના સમયે ટકી રહે તેવા
- રક્ષણ કરવામાં સરળ
- આજીવિકા માટે શ્રેષ્ઠ માર્ગો પૂરા પાડનાર
- કરવેરાઓ તથા દંડો ઉઠાવવા સક્ષમ

ચાલો હવે આપણે આ દરેક ગુણધર્મની ચર્ચા કરીએ

● કેન્દ્ર તથા સરહદ પર મજબૂત સ્થાન

ચાણક્ય વિશે તેના વિદ્યાર્થીઓને યુદ્ધની વ્યુહરચનાનું માર્ગદર્શન આપવા વિશેની એક પ્રખ્યાત વાત છે. ગરમ ભાતની એક થાળીની કલ્પના કરો. આંગળી દઝાડ્યા વગર તમે કે કેવી રીતે ખાશો ? જો તમે તમારી આંગળીઓ સીધી વચ્ચો

વચ્ચે નાંખશો તો તે દાઝી જશે. તેને બદલે તમારે થાળીની કોર પરથી થોડા થોડા ભાત લેવાનું શરૂ કરવું જોઈએ. જ્યારે તમે તેમ કરો ત્યારે તમને ખ્યાલ આવે છે કે બહાર તરફના ચોખા એટલા ગરમ નથી અને તમે તેને આરામથી ખાઈ શકો છો.

આ યુદ્ધની વ્યુહરચના માટેની એક તુલના છે. તમે ક્યારેય એક રાજ્યનાં કેન્દ્ર - તેનાં પાટનગર - પર સીધો હુમલો નથી કરતા, કારણ કે ત્યાં સુરક્ષાનાં સાધનો સૌથી સખત હોય છે. તે ચોકીદારોથી ઘેરાયેલું હોય છે કારણ કે તે સત્તાનું કેન્દ્ર અને રાજાનું નિવાસ સ્થાન છે.

જે સીધો સત્તાનાં કેન્દ્ર પર હુમલો કરે તેનું હણાવું નિશ્ચિત છે. તેને બદલે, પ્રથમ તેની સરહદો પર હુમલો કરવાની વ્યુહ રચનાનો ઉપયોગ થવો જોઈએ. આમ, ધીમેથી પણ સ્થિરતાપૂર્વક વ્યક્તિ ઓછા શક્તિશાળી લોકોને દૂર કરીને કેન્દ્ર સુધી પહોંચી શકે છે.

માટે, રક્ષણ માટેની વ્યુહ રચનાએ એ ખાતરી કરવી જોઈએ કે માત્ર કેન્દ્ર જ સુરક્ષિત નથી કરાયું પરંતુ સરહદો પણ મજબૂત બનાવાઈ છે. જો દુશ્મન સીધો કેન્દ્ર પર હુમલો કરે છે તો, સૈન્ય રક્ષણ કરવા અને વળતી લડત આપવા તૈયાર છે.

જોકે, સરહદોનું રક્ષણ કરવું તે વધુ કટોકટીભર્યું છે. એક દેશની સરહદો પરથી પ્રસાર શરૂ થાય છે. જુદા જુદા દેશો પાસે જુદા જુદા પ્રકારની સરહદો હોય છે, જેમ કે પર્વતીય પ્રદેશો, રણો, જંગલનો વિસ્તાર કે સમુદ્રો. ચાણક્ય આ બધાં ચેક પોઈન્ટ પર કિલ્લા બનાવવાનું સૂચન કરે છે.

અર્થશાસ્ત્રમાં આપણે દુશ્મનના હુમલાથી નાગરિકોનું રક્ષણ કરવા માટે ચણાયા હતા તેવા અનેક પ્રકારના દુર્ગોનું વર્ણન જોઈએ છીએ. જેમણે અર્થશાસ્ત્રનો અભ્યાસ કર્યો હતો તેવા એક ખૂબ જ સફળ રાજા, મહારાષ્ટ્રના શિવાજી મહારાજે તેમના યુદ્ધનાં આયોજનોમાં આ વ્યુહરચનાઓનો ઉપયોગ કર્યો હતો. મહારાષ્ટ્રમાં ૪૦૦થી વધુ કિલ્લાઓ છે, જે શિવાજીએ વ્યુહાત્મક સ્થળોએ ચણ્યા હતા. આ અર્થશાસ્ત્રનું ક્રિયામાં થયેલ નિરુપણ છે. એમાં કોઈ આશ્ચર્ય નથી કે શિવાજીની યુદ્ધ વ્યુહરચનાઓ સૈન્યના અભ્યાસમાં હજી પણ નિશાનીરૂપ છે.

પ્રસરણ અટકાવવું તે સરહદની સામે પાર રહેલા દુશ્મનો સામે રક્ષકોને મદદ કરે છે. આ બાહ્ય દુશ્મનોને સરળતાથી ઓળખી શકાય છે, કારણ કે જે

બીજાની સરહદમાં પ્રવેશવા ઇચ્છે છે તેમના પર બારીકાઈથી નજર રાખી શકાય છે. બાહ્ય આક્રમણ અને પ્રસરણ પર નિયંત્રણ કરવા માટે, ચાણક્ય વિવિધ ચેક પોસ્ટ, પાસપોર્ટ તથા વિઝા પદ્ધતિ દર્શાવે છે.

જોકે, દરેક રાજ્યમાં તેમની સરહદની અંદરથી કાર્ય કરતા દુશ્મનો પણ હોય જ છે. આ આંતરિક દુશ્મનો ગેર કાનુની માર્ગે રાજ્યમાં ઘૂસેલા દુશ્મન દેશોના જાસૂસો હોઈ શકે છે, જેમણે દેશનો વિનાશ કરવાનું શરૂ કરી દીધું હોય છે અથવા ભવિષ્યના યુદ્ધના આયોજનની માહિતીઓ એકઠી કરવા માંડ્યા હોય છે.

રાષ્ટ્રના દગાખોરો પણ આંતરિક દુશ્મનો હોઈ શકે છે, જેઓ દુશ્મન દેશો માટે કાર્ય કરતા હોય. તેઓ રાષ્ટ્રીયતાથી રાજ્યના નાગરિક હોય તોપણ તેમને દુશ્મન દેશ વડે નાણાં તથા ટેકો પૂરો પડાતો હોય છે અને તેઓ તેમના હેતુઓ સિદ્ધ કરવા માટે કાર્ય કરે છે.

નેતાની વ્યુહ રચનાએ આ બધાં પાસાંઓને ધ્યાનમાં લેવાં જોઈએ.

તેમના સમયમાં, ચાણક્યએ એક મજબૂત જાસૂસી પદ્ધતિ ઊભી કરી હતી. આમાં વિષકન્યા કહેવાતી જાસૂસ મહિલાઓ પણ હતી. આ નેટવર્ક તાલીમબદ્ધ અને અતિશય બુદ્ધિશાળી કન્યાઓ તથા મહિલાઓનું બનેલું રહેતું, જેઓ રાજ્યની કર્મચારીઓ હતી અને દુશ્મન દળમાંથી માહિતીઓ એકઠી કરતી. સૌથી મુશ્કેલ પરિસ્થિતિઓ વખતે આ નેટવર્ક સાવ ઉલટી જ યુદ્ધ વ્યુહરચના બનાવી શકતી.

ચાણક્યએ વ્યંઢળો, ભિખારીઓ, સાધુઓ, વૃદ્ધાઓ તથા સામાજિક નેતાઓથી બનેલું એક બાતમીદારોનું નેટવર્ક પણ બનાવ્યું હતું. વ્યુહરચનામાં માહિતીઓ ચાવી સમાન છે.

આજે, દરેક રાષ્ટ્રને તેની પોતાની જાસૂસી કાર્યજાળ તથા પદ્ધતિ હોય છે. નાગરિકોનાં રક્ષણ માટે આ એજન્સીઓ ચોવીસે કલાક કાર્યરત હોય છે. તેઓ સંપૂર્ણ ગુપ્તતામાં કાર્ય કરે છે અને ઘણા અંડરકવર એજન્ટો તેમની નોકરી માટે પોતાના જીવ જોખમમાં મૂકે છે. મોટાભાગના કિસ્સાઓમાં તેમના પરિવારજનો પણ તેમના ખરા વ્યવસાય વિશે નથી જાણતા હોતા. આ સંસ્થાઓ ઉપરાંત, પોલીસદળ પણ આંતરિક દુશ્મનો તથા અસામાજિક તત્ત્વોને દૂર કરવામાં મહત્વની ભૂમિકા ભજવે છે અને રાષ્ટ્રની સરહદની અંદર રહીને કામ કરતા દુશ્મનો વિશે માહિતી પણ એકઠી કરે છે.

આ જ લોકો તેમના દેશની વિરુદ્ધ થઈ જાય અને દુશ્મનો માટે કાર્ય કરે તે વાતનું જોખમ પણ હોય છે. માટે, ચાણક્યએ તેમના પર નજર રાખે તેવા બીજા જાસુસોની જાળ પણ બનાવી હતી. દરેક જાસુસ દુશ્મનો પર નજર રાખતો હતો અને માહિતીઓ એકઠી કરતો હતો. તેવી જ રીતે, દરેક જાસૂસ બીજા જાસૂસો પર પણ નજર રાખતો હતો જે તેના વિશે માહિતી એકઠી કરતા હતા.

આ થોડું મુંઝવનારું અને પોતાના જ માણસો પર વિશ્વાસના અભાવ જેવું લાગી શકે છે. પરંતુ એક નેતાનું ખરું કામ જ આ છે. જ્યારે તમે લોકો પર ભરોસો મૂકો છો ત્યારે તે વિશ્વાસને નિશ્ચિત તરીકે પણ ન ગણવો જોઈએ. કારણ કે રાષ્ટ્રની સુરક્ષા બાબતમાં કોઈ સમાધાન ન હોવું જોઈએ. નાગરિકોની સુરક્ષા એ સૌથી પ્રથમ પ્રાથમિક્તા છે.

● સંકટના સમયે ટકી શકે તેવા

પૂર, ધરતીકંપ, જ્વાળામુખી તથા દુષ્કાળ જેવી કુદરતી હોનારતો અગાઉથી કહ્યા વગર આવે છે અને રાષ્ટ્ર પર હાહાકાર ફેલાવે છે. એક નેતાએ એ વાત સમજવી જોઈએ કે લોકોનાં કલ્યાણ વિશે આયોજન કરતી વખતે આ બાબતને ગણતરીમાં લેવાવી જોઈએ. આવી હોનારતોને પહોંચી વળવા માટે સરકારોએ હોનારત વ્યવસ્થાપન જુથો બનાવવાનું શરૂ કરી દીધું છે.

વિશિષ્ટ બજેટ સુસજ્જતા કરવી જ જોઈએ અને તાત્કાલિક પગલાં ભરવા માટે તજજ્ઞો ઉપલબ્ધ હોવા જોઈએ. આ કુદરતી હોનારતોને પણ યુદ્ધનાં ધોરણે સંભાળવી જોઈએ.

માટે, ચાણક્ય કહે છે કે સારો નેતા એ છે જેનામાં સંકટના સમયે પણ ટકી રહેવાની ક્ષમતા હોય.

ભવિષ્યમાં આવે કે ન પણ આવે તેવી કુદરતી હોનારતો માટે તૈયારી કરી રાખવી તે મુશ્કેલ લાગી શકે છે, પરંતુ જે તે પ્રદેશમાં ભૂતકાળમાં થયેલ કુદરતી હોનારતોને ધ્યાનમાં લેવી તે વસ્તુ આમાં મદદરૂપ થઈ શકે. મુંબઈ જેવાં શહેરમાં ચોમાસાં દરમિયાન પાણી ભરાઈ જવું ઘણું જ સામાન્ય છે. ઓરિસ્સા જેવાં રાજ્યો દર વર્ષે પૂરનો સામનો કરે છે. જાપાનમાં ધરતીકંપો સામાન્ય છે.

આ પરિસ્થિતિઓનો અભ્યાસ કરીને, એક નેતા ફરી જ્યારે હોનારત થાય ત્યારે તેને કેવી રીતે સંભાળવી તેનું આયોજન કરી શકે. ભૂતકાળની ભૂલોમાંથી શીખો અને ભાવિ વ્યુહરચનાઓ બનાવો.

અહીં ટકાઉપણું એ મુખ્ય શબ્દ છે. જો નેતા મુશ્કેલીના સમય દરમિયાન લોકોની સંભાળ ન લે તો તેઓ જ્યાં વધારે સલામત હોવાનું અનુભવતા હોય તે સ્થળે સ્થળાંતર કરી જશે.

વૈશ્વિક યુગમાં, લોકો સહેલાઈથી અન્ય સ્થળો તથા દેશોમાં સ્થળાંતર કરી શકે છે. સામાન્ય રીતે લોકો ત્યારે સ્થળાંતર કરે છે જ્યારે તેમણે નેતૃત્વમાં વિશ્વાસ ગુમાવ્યો હોય. જો લોકોને તેમના નેતામાં વિશ્વાસ હશે તો મુસીબતના સમયમાં પણ લોકો સ્થળાંતર નહીં કરે. મુસીબતના વખતમાં નેતા અને તેની ક્ષમતામાં આ વિશ્વાસ હોવો એ નેતૃત્વની લીટમસપેપર ચકાસણી છે.

કહેવાય છે કે, "જ્યારે પરિસ્થિતિ મુશ્કેલ બને છે ત્યારે, મજબૂત લોકો તેને તેના ઉકેલ માટે વધારે પરિશ્રમ કરે છે." એ નેતૃત્વ છે. સૌથી કઠિન પરિસ્થિતિઓમાં પણ, નેતા તમને આશા પૂરી પાડી શકે છે.

કોર્પોરેટ નેતાઓ પણ આ પ્રદર્શિત કરવા સક્ષમ હોય છે. જ્યારે આખી દુનિયાને લાગતું હોય કે પરિસ્થિતિ છૂટકારો ન થઈ શકે તેવી છે, ત્યારે નેતા પ્રવેશે છે અને આ મજબૂત સંદેશ આપે છે કે, "ભેગા મળીને, આપણે જીતીશું." આવા નેતાઓ લોકોનો જુસ્સો ઉપર લાવે છે અને બહાર નીકળવાનો માર્ગ દર્શાવે છે. તેઓ આવનાર પેઢીઓ માટે અમીટ છાપ છોડી જાય છે.

● રક્ષણ કરવામાં સરળ

નાગરિકોને જ્યારે ઝડપથી રક્ષણ મળે છે ત્યારે તેઓ સલામતી અનુભવે છે. માટે સીસ્ટમનો પ્રત્યાઘાત આપવાનો સમયગાળો ઝડપી હોવો જોઈએ. નેતા ખૂબ જ કાર્યક્ષમ અને લોકોનું રક્ષણ કરવા સક્ષમ હોવો જોઈએ.

કલ્પના કરો કે તમે એક ઈમરજન્સી નંબર ડાયલ કરો અને સામે છેડે પ્રત્યાઘાત આપનાર કોઈ હોય જ નહીં. પહેલી લાગણી અસલામતીની જ થશે. પરંતુ જો પહેલી જ રીંગે ફોનનો જવાબ આપવામાં આવે અને થોડી જ મીનીટોમાં મદદ કરનાર વ્યક્તિ તમારા સુધી પહોંચે તો તમને સલામતી તથા ફરી ખાતરી થયાનો અનુભવ થશે.

જ્યારે એક માતા તેનાં બાળકનું રક્ષણ કરતી હોય ત્યારે તેણી એ વાતની ખાતરી રાખશે કે તેના અને બાળક વચ્ચેનું અંતર શક્ય તેટલું ટૂંકું હોય. જ્યારે તેણી રસોડાંમાં કામ કરતી હોય ત્યારે પણ, તેણીના કાન તથા આંખ તેનાં બાળક પર જ હોય છે. જો કોઈ ઈમરજન્સી આવે તો તેણી તરત જ બાળક પાસે

ઘસી જશે. બાળકને રક્ષણ આપવાનું સહેલું પડે તેની તેણી ખાતરી રાખશે.

બાળકોના માર્ગમાં જે જોખમો આવી શકે તે વિશે તેણી સભાન હોય છે અને બાળકને એ બધાંથી દૂર રાખવાનો પ્રયત્ન કરે છે. તેણી એ બાબતની ખાતરી રાખે છે કે બાળકની પહોંચની અંદર કોઈ નુકસાનકર્તા વસ્તુઓ ન હોય, જમીન લપસી જવાય તેવી ન હોય અને ઈમરજન્સી માટેની દવાઓ ઘરમાં ઉપલબ્ધ હોય. એક ક્ષણની નોટીસમાં જ તેણી ડૉક્ટર તથા પોતાની સામાજિક સપોર્ટ સીસ્ટમ - જેમ કે ઉપલબ્ધ વડીલો - નો સંપર્ક કરી શકે તેની ખાતરી રાખે છે.

બાળકને આ બધાંની ખબર ન પણ હોય, પરંતુ માતા સતત બાળકનાં કલ્યાણ વિશે જ વિચારતી હોવાથી, તેણે તેનાં રક્ષણ અને સલામતી માટે સંભાળપૂર્વક આયોજન કર્યું હોય છે.

તેણી ઊંઘી ગઈ હોય ત્યારે પણ અર્ધજાગૃતપણે તેણી બાળક વિશે સજાગ અને ચકોર હોય છે.

જ્યારે કોઈ સમસ્યા હોય, ત્યારે તેણી તેને સંભાળવા માટે સંપૂર્ણપણે તૈયાર જ હોય છે. ગમે તે થઈ જાય, તેણી એ હકીકત ક્યારેય નથી ભૂલતી કે બાળકની સલામતી અને સુરક્ષા એ જ તેની પ્રથમ અને સૌથી મહત્વની પ્રાથમિક્તા છે. આને માટે, તેણી એ વાતની ખાતરી કરે છે કે બાળકને રક્ષણ આપવાનું સહેલું પડે.

આ માતાઓ પોતાનાં બાળકો માટે જેવી છે તેવા નેતાઓ પોતાનાં નાગરિકો માટે હોવા જોઈએ.

● આજીવિકાના શ્રેષ્ઠ માર્ગો પૂરા પાડવા

દરેકને રોજગારીની ખાતરી આપવી એ કોઈ પણ નેતા અથવા સરકાર માટે મોટો (કી રીઝલ્ટ એરિયા (KRA))મહત્વનું પરિણામ ક્ષેત્ર છે. મનુષ્યો તથા સમાજના અર્થતંત્ર વચ્ચે ગહેરા સંબંધો છે. આપણા જીવનના રોજીંદા વ્યવહારમાં પૈસા મહત્વના છે.

માટે, એક સારા નેતાએ એ ખાતરી રાખવી જોઈએ કે તેના રાજ્યની દરેક વ્યક્તિને આજીવિકાનાં શ્રેષ્ઠ સાધનો મળે. અહીં એ નોંધશો કે, ચાણક્ય મૂળભૂત અસ્તિત્વ માટે જરૂરી પૈસાની વાત નથી કરતા, પરંતુ આજિવિકાના "શ્રેષ્ઠ" માર્ગો, એટલે કે ગુણવત્તા સભર જીવન જીવવા માટે પૂરતા પૈસા એવું કહે છે.

ગુણવત્તા સભર જીવન એ ખાતરીમાંથી આવે છે કે વ્યક્તિ તેના ખર્ચાઓને પહોંચી વળવા માટે જરૂરી હોય તેના કરતાં વધુ પૈસા કમાય છે.

ખાસ કરીને ભારતમાં, સાંસ્કૃતિક રીતે પરિવાર એ વ્યક્તિનાં જીવનનો વધુ મહત્વનો ભાગ છે. આપણે આપણાં નાનાં ભાંડરડાંઓ, બાળકો તથા વાલીઓની સંભાળ લેવા તાલીમ પામેલ હોઈએ છીએ. આપણને સમાજ અને સામાજિક કારણો માટે ફાળો આપવાનું પણ કહેવાયું હોય છે.

આ બધા માટે પૈસાની જરૂર પડે છે. નેતાઓએ આ હકીકત સમજવી જોઈએ, અને એ ખાતરી કરવી જોઈએ કે એક વ્યક્તિ તેણે ખર્ચવાની જરૂર પડે તેના કરતાં વધારે કમાઈ શકે. એક વ્યક્તિ, પરિવાર અથવા સંસ્થા તરફ નિયમિતપણે આવતો નાણાપ્રવાહ નાણાકીય સ્વતંત્રતા તથા સુરક્ષાની ખાતરી આપે છે. તે સારા વિમા આયોજન તથા રોકાણ આયોજન વડે અનુસરાવું પણ જોઈએ. ઉનાળાના દિવસોમાં વરસાદના દિવસો માટે બચત કરી લેવી તે પણ મહત્વનું છે.

એક સારી અને સ્થિર આવક દરેક વ્યક્તિમાં આત્મવિશ્વાસ પેદા કરે છે. સારો પગાર આપવો તે પણ મહાન નેતૃત્વનો ગુણધર્મ છે. ઘણી સફળ કંપનીઓમાં, કર્મચારીઓને ઘણો સારો પગાર અપાય છે. જે રાષ્ટ્રો તેમના વૈજ્ઞાનિકો, શિક્ષકો, વિચારકો, કલાકારો, પોલીસો તથા સશસ્ત્ર દળોને સારો પગાર ચૂકવે છે તેમના જીવનની ગુણવત્તા સારી હોય છે.

આમ, નાગરિકોને ખુશ રહેવા માટે, નેતા માટે નાણાકીય આયોજન કરવું મહત્વનું છે અને તેની અવગણના થવી ન જોઈએ.

● કરવેરા તથા દંડ ઉપાડવા સક્ષમ

કરવેરા તથા દંડ સરકાર માટે આવક છે. આ રીતે એકઠા કરાયેલા પૈસા સરકારી કર્મચારીઓનો પગાર ચૂકવવા, સંરક્ષણ, શિક્ષણ, આરોગ્ય સંભાળ, માળખાંઓના વિકાસ તથા સામાજિક તથા રાષ્ટ્રીય વિકાસ માટે મહત્વના હોય તેવા અન્ય પ્રકલ્પો માટે ઉપયોગમાં લેવાય છે.

માટે, સમયસર કરવેરા ચૂકવવા તે નાગરિકોની ફરજ છે. અર્થશાસ્ત્રમાં ચાણક્ય કહે છે કે, "જે વ્યક્તિ કરવેરા ચૂકવતી નથી તે રાજાના પાપ પોતાના પર લઈ આવે છે." કરવેરાના ન ચૂકવવા તે પાપીયું કામ ગણાય છે.

જોકે, ચાણક્ય પાસે સંતુલિત વલણ છે. તેઓ કહે છે કે લોકોની ચૂકવવાની ક્ષમતાની હદ સુધીના જ કરવેરાઓ તથા દંડ લદાવા જોઈએ.

આ નીતિ એક આનંદપ્રદ - વીન વીન - પરિસ્થિતિની ખાતરી આપે છે. જ્યારે નાગરિકો તેઓ ચૂકવી શકે તેટલું ચૂકવવા ખુશ હોય ત્યારે સરકાર લોકો પાસેથી આમદની મેળવે છે.

આવો સમાજ સુખી સમાજ છે.

ભાગ - ક

સક્રિય નેતૃત્વ

નાગરિકોની સંભાળ લેવી

સમાજની સલામતી અને ખુશી એ બે વસ્તુઓ છે જેના પર બધી જ રાજકીય સંસ્થાઓનું લક્ષ્ય છે, અને જેના માટે આવી બધી સંસ્થાઓનું બલીદાન અપાવું જોઈએ.

જેમ્સ મેડીસન ૪થા યુ.એસ. પ્રેસીડન્ટ

એક દેશના નાગરિકોની સંભાળ લેવામાં પોલીસ ઘણી જ મોટી ભૂમિકા ભજવે છે.

એક સારી પોલીસ સીસ્ટમ સમાજમાં શાંતિ અને પ્રગતિની ખાતરી આપે છે. પોલીસો સરકારનો કડક હાથ છે. તેઓ સમાજના એવા વિભાગો સાથે કામ કરે છે જેમનો સામનો કરવાનું મોટાભાગના લોકોને નથી ગમતું. એક પોલીસે તેનાં કામના રોજીંદા માર્ગમાં ખૂનો, બળાત્કારો તથા અકસ્માતોમાંથી પસાર થવું પડે છે.

બીજી તરફ, પોલીસો જીવનના જુદા જુદા માર્ગોમાંથી આવતા લોકોને પણ મળે છે, જેમ કે રાજનીતિજ્ઞો, વેપારીઓ, કલાકારો, સેલીબ્રીટીઓ અને સામાન્ય માણસ. તેમણે દુષ્ટતા દૂર કરવાની છે અને સારાનું રક્ષણ કરવાનું છે. આ બહુ પરિમાણ ધરાવતી નોકરી છે. તેઓ નાગરિકોને રક્ષણ પૂરું પાડવામાં સામ, દામ, દંડ, ભેદના સિદ્ધાંતોનો અમલ કરીને વાસ્તવમાં ચાણક્યના સિદ્ધાંતો મુજબ કાર્ય કરે છે.

સામ એટલે ચર્ચાવિચારણ તથા માર્ગદર્શનની પદ્ધતિનો ઉપયોગ કરવો. જો તમે ક્યારેય એક પોલીસ સ્ટેશનમાં એક પોલીસનું નિરિક્ષણ કરશો, તો તમે

જોશો કે તે ઘણી વાર એક સલાહકારની ભૂમિકા ભજવે છે. દાખલા તરીકે, જ્યારે બે વ્યક્તિ લડે અને પોલીસ સ્ટેશને આવી પહોંચે, ત્યારે પોલીસોને તેમને શાંત પાડવાની અને મુલ્યવાન સલાહ આપવાની તાલીમ અપાઈ હોય છે, જે તરત જ સમસ્યા ઉકેલી નાખે.

ભારત જેવા દેશમાં, કે જ્યાં વર્ષો સુધી કોર્ટ કેસો ચાલ્યા કરે છે, ત્યાં પોલીસ સમય લઈ લેનાર, કંટાળાજનક અને મોંઘી કાયદાકીય માર્ગ લેવાને બદલે શાંતિપૂર્વક સમસ્યા ઉકેલવા માટેનાં મુલ્યવાન સૂચનો આપે છે.

દામ એટલે ફાયદાઓ સમજાવવા. પોલીસ શાંતિપૂર્વક સમસ્યાઓ ઉકેલવાના લાભો સમજાવે છે. **શાંતિપૂર્વકના સમાધાનોના**, લાંબા સમય સુધી ચાલતી ગંદી લડાઈઓ, કે જે કેટલીક પેઢીઓ સુધી ચાલી શકે છે, તેના પર ઘણા ફાયદાઓ છે. ફાયદાઓની સમજણ કેટલીક વાર વ્યક્તિને ફરી વિચાર કરવા અને ક્રિયાઓ માટે જૂદો માર્ગ લેવા પ્રેરે છે.

શાંતિ એ માર્ગ છે જેના બહુગણા ફાયદાઓ છે. પોલીસો સમયસર સંદેશો પહોંચાડાય તેની ખાતરી રાખે છે, ઝઘડતા પક્ષો સમય અને ઊર્જા ગુમાવે પછી નહીં.

દંડ એટલે લાકડી ઊગામવી અથવા કડક બનવું. એક પોલીસ ક્યારે દંડ ઉગામવો તે જાણે છે અને તેને તેમ કરવાનો અધિકાર અપાયો છે. ચાણક્ય આને "દંડનીતિ" કહે છે. આ એક સમાજમાં અસામાજિક તત્ત્વો પર નિયંત્રણ કરવાની બીજી પદ્ધતિ છે. જેને અર્થશાસ્ત્રમાં વિસ્તૃત રીતે સમજાવાઈ છે.

દંડ એ સત્તા અને ડરનું પણ પ્રતિક છે. સંદેશ એ છે કે ખોટું કામ કરનારાઓ બધું ચાલશે તેમ માની ન લે. જો એક વ્યક્તિ કાયદા અથવા સમાજે નક્કી કરેલી મર્યાદાઓ ઓળંગે તો શિસ્તની પુનઃ સ્થાપના કરવા માટે પોલીસ દંડનો ઉપયોગ કરે છે.

ભેદ એટલે પરિત્યાગ. જ્યારે સારી રીતો કામ ન કરે ત્યારે, ખોટું કામ કરનારાઓને દૂર કરવા માટે કડક નિર્ણયો લેવા જ પડે છે. દંડ દેખાડવો એ બંદૂકનો ઉપયોગ કરવા કરતાં અલગ છે. જો એક ગેંગસ્ટર અથવા આતંકવાદી ટોળાં પર હુમલો કરે તો પોલીસ પાસે તેમને અપાયેલ સત્તા - મારી નાખવાનો પરવાના - નો ઉપયોગ કર્યા સિવાય બીજો ઉપાય નથી.

જ્યારે પરિસ્થિતિઓ કાબૂ બહાર જાય ત્યારે પોલીસ કાર્યવાહી કરવી જરૂરી છે. જ્યારે એક પગ સડી જાય ત્યારે આખું શરીર બચાવી લેવા માટે

ડૉક્ટરો તેને કાપી નાખવાની સલાહ આપે છે. તેવી જ રીતે, જ્યારે બીજી કોઈ રીત કામ ન કરે ત્યારે, દેશને નુકસાનકર્તા હોય તેવા કેટલાક લોકોને દૂર કરવા જ પડે છે.

નાગરિકોની સંભાળ લેવામાં, શિવનંદને પણ ચાણક્યના સિદ્ધાંતોને કેવી રીતે અમલમાં મૂકી શકાય તે સાબિત કર્યું. આ કેવી રીતે થયું તે આપણે જોઈએ.

● કેન્દ્ર તથા સરહદો પર મજબૂત સ્થાન

શિવનંદન નાગરિકોની સંભાળ લેતા નેતા તરીકેની પોતાની ભૂમિકાને આ રીતે વર્ણવે છે, "હું ખૂબ જ સ્પષ્ટ હતો કે મારા પોતાના લોકોનો આત્મવિશ્વાસ પ્રાપ્ત કર્યા પછી, મારે મારા નાગરિકો સાથે સંપર્ક કરવો જરૂરી હતો. સામાન્ય માણસ સાથે જોડાયેલા રહેવું તે જ મારી ભૂમિકા હતી." તેમના કાર્યકાળ દરમિયાન, તેમની જ્યાં પણ નિમણુક કરાઈ, તેમણે હંમેશાં સામાન્યજન સાથે જોડાવાની કોશિશ કરી.

આમ, તેઓ સ્પષ્ટ હતા કે તેમની માનસિક સ્વસ્થતા ખૂબ જ મજબૂત હતી - લોકોની સાથે રહેવું અને તેમનું આંતરિક (કેન્દ્રિય) દુશ્મનો તથા બાહ્ય (સરહદ પરના) દુશ્મનોથી રક્ષણ કરવું. આપણે આ વસ્તુ કોઈ પણ ભાવી આતંકવાદી હુમલા સામે દેશની સુરક્ષા કરવાની તૈયારી કરતા પોલીસદળમાં જોઈ શકીએ છીએ.

શિવનંદન લોકોને તેમની પોતાની સુરક્ષાની સંભાળ લેવાનો અધિકાર આપવામાં પણ માનતા હતા. તેમના કાર્યકાળ દરમિયાન, તેમને ખ્યાલ આવ્યો કે ઘણા કિસ્સાઓમાં, સામાન્ય માણસને પણ એવી ચોક્કસ આવડતોની તાલીમ આપી શકાય જે માત્ર પોલીસદળ જ જાણતું હોય, જેથી તેઓ પોતે જ પોલીસની ભૂમિકા ભજવી શકે. "એક માણસને એક માછલી આપો તો તમે તેમને એક દિવસ માટે ખવડાવો છો. એક માણસને માછલી પકડતાં શીખવો અને તમે તેને જીવનભર પોષો છો." એ એક લોકપ્રિય કહેવત છે. આ રીતે તમે લોકોને સશક્ત બનાવો છો.

ઉદાહરણ તરીકે, ઇન્ડિયન હોટેલ એન્ડ રેસ્ટોરન્ટ એસોસીએશન (AHAR) ધમકીભર્યા ફોન આવતા હોવાની ફરિયાદો સાથે મુંબઈ પોલીસ પાસે આવ્યા. શિવનંદનનાં ફરમાનથી એસોસીએશનના પ્રતિનીધિઓને બંદૂકનો પરવાનો અને ફોન કોલ્સ કેવી રીતે રેકોર્ડ કરવા તેની તકનિકી તાલીમ આપવામાં આવી.

તેઓ તેમને ધમકી આપનાર ખોટાં કામ કરનારાઓની ધરપકડ કરવામાં આ જાણકારીનો ઉપયોગ કરી શકતા હતા.

આમ ફોન રેકોર્ડ કરવાની આવડત લાગતા વળગતા લોકોને તબદીલ કરવામાં આવી અને પોલીસ પરનો તેમનો આધાર ઘટ્યો. હવે તેમને ''આજીવન માછલી''નો અધિકાર અપાયો.

● સંકટના સમયે ટકી રહે તેવા

કોઈ પણ સંકટ અથવા કટોકટીના સમયે શિવનંદન ઉપલબ્ધ રહેતા હતા અને ત્વરિત પગલાં લોકોમાં વિશ્વાસની લાગણીની ખાતરી ઊભી કરતાં હતાં. કટોકટીને સંભાળવાની ક્ષમતા વિવિધ પદ્ધતિઓ દ્વારા ઘડાઈ હતી.

તેઓ સમજાવે છે કે, ''મારો મોબાઈલ નંબર દરેકને મુક્તપણે અપાતો હતો. તેની છાપાંઓ તથા માધ્યમો દ્વારા જાહેરાત કરાઈ હતી. એવા કોઈ ઉપરીઓ ન હતા જે સામાન્ય માણસને મને મળતાં રોકી શકે. કોઈ પણ મને સીધા ઇ-મેઇલથી લખી શકતા. ઝડપથી નિર્ણયો લેવાતા અને ઝડપી પરિણામ મળે તે માટે તેને યોગ્ય વ્યક્તિને સોંપાતા.''

શિવનંદન વિવિધ પદ્ધતિઓથી સમાજના વિવિધ જુથો સાથે જોડાયા હતા. તેમણે યુવાનો, બાળકો, મહિલાઓ તથા વરિષ્ઠ નાગરિકો સુધી પહોંચવા માટે વિવિધ પહેલ કરી.

આમ કરવાની એક રીત વેબસાઇટ દ્વારા હતી. તેમણે શરૂ કરેલી વેબસાઇટ્સમાંથી કેટલીક છે : www.copconnect.in, www.hamarisuraksha.com, www.nagpurpolice.org, www.thanepolice.org તથા www.mumbaipolice.org

આ બધી પરસ્પર સક્રિય વેબસાઇટો હતી જ્યાં નાગરિકો શિવનંદન અને પોલીસદળ સાથે જોડાઈ શકતા હતા. આમ, સામાન્યજન અને પોલીસ વચ્ચે આદાન-પ્રદાનનું અંતર ઘટ્યું હતું.

● રક્ષણ કરવામાં સરળ

પોલીસને સામાન્યજનની પહોંચમાં બનાવીને શિવનંદને એ પણ ખાતરી કરી કે નાગરિકોની સરળતાથી સુરક્ષા કરી શકાય.

લોકોને સતત આદાન-પ્રદાન અને વિશ્વાસ ઘડતાં પગલાંઓની જરૂર

હતી. જ્યારે તમે તે કરો, ત્યારે લોકો તમારી સાથે જોડાય છે અને અનુભવે છે કે તેમનું રક્ષણ કરવા માટે તમે ત્યાં છો. શરૂઆતમાં આ પગલાંઓ નાનાં લાગે છે પરંતુ તેમની ઘણી મોટી અસર હોય છે.

વિશ્વાસ ઘડતરમાં પગલાંમાં માધ્યમોની ભૂમિકા નકારી શકાય નહીં.

શિવનંદન કહે છે, "હું માધ્યમોનો આભાર માનું છું જેમણે મને ઘણા મોટા પાયે આ સંદેશ લોકો સુધી લઈ જવામાં મદદ કરી. જો તેઓ હાથમાં હાથ મેળવીને (પોલીસ સાથે) કામ કરે તો આશ્ચર્યો સર્જી શકે."

તેમની કારકીર્દિ દરમિયાન, શિવનંદને વિવિધ ટેલીવિઝન ઈન્ટરવ્યુ કર્યા, વર્તમાનપત્રોના ખબરપત્રીઓ તથા વેબકાસ્ટસ સાથે મીટીંગો કરી અને રેડીયો શો કર્યા. રોટરી તથા લાયન્સ ક્લબ તથા કોલેજો તથા શાળાઓમાં આપેલ વક્તવ્યો દરેક સુધી પહોંચવાની રીતો હતી.

બધા તેમના સુધી પહોંચી શકે, તે માટે ઑફિસમાં તેઓ ઓપન-ડોર પોલીસીને અનુસર્યા. આ વસ્તુની પ્રચંડ અસર પડી.

તેમનું લક્ષ્ય પોલીસની છબીમાં સકારાત્મક બદલાવ લાવવાનું હતું. અત્યાર સુધી, ગુનેગારો પોલીસને ગણકારતા ન હતા અને સામાન્યજન તેમનાથી અંતર રાખતા હતા. તેઓ ગુનેગારો તથા ગેંગસ્ટર્સ ડરે અને સામાન્યજન પોલીસમાં વિશ્વાસ મૂકવાનું શરૂ કરે તેવું ઇચ્છતા હતા.

શિવનંદન સમજાવે છે કે પોલીસ હંમેશાં સામાન્ય માણસની તરફેણમાં હોય છે. તેઓ સારાના મદદગાર અને શક્તિમાન કરનાર હોય છે. થોડાક પોલીસોની ખોટી ક્રિયાઓને કારણે આ છબી બેરંગ થઈ ગઈ છે. પરંતુ સામાન્ય માણસ તરફથી મળતાં માન તથા પ્રશંસા પોલીસ માટે સૌથી મહાન પ્રેરણા છે. કેટલીક વખત, સામાન્ય લોકોનું રક્ષણ કરવા બાબતનાં પોલીસ પગલાં વિશે વર્તમાનપત્રોમાં નાનકડો સકારાત્મક ઉલ્લેખ પણ પોલીસોનો જુસ્સો વધારવામાં ઘણો મોટો ભાગ ભજવતો.

શિવનંદને બીજું પગલું જે ભર્યું તે યુવાનો સાથે જોડાવાનું હતું. યુવાનો રાષ્ટ્રની ઊર્જા તથા આશાનું પ્રતિનીધિત્વ કરે છે. જો આપણે દેશના યુવાનોને યોગ્ય મુલ્યો અને દિશા આપવામાં આવે, તો આપણા રાષ્ટ્રનું પરિવર્તન થઈ જશે.

આપણા રાષ્ટ્રના યુવાનો પર ફિલ્મ સ્ટારોની છાપ ઘણી વધારે હોવાથી, યુવાનો સાથે જોડાવા માટે શિવનંદને આ હીરો લોકો સાથે ઘણી નજીકથી કામ

કર્યું. પોલીસો સાથે તેમને જોડવા માટે શાહરુખ ખાન સાથે એક ટૂંકી ફિલ્મ બનાવાઈ હતી.

આ એ સમય પણ હતો જ્યારે મુંબઈમાં એકલા રહેતા વરિષ્ઠ નાગરિકોનાં મૃત્યુની સંખ્યા વધી રહી હતી. પોતાનાં બાળકો તથા અન્ય ટેકારૂપ સીસ્ટમ પર આધાર રાખતાં હોય તેવા આ નબળા જુથ વડે સામનો કરાતી સમસ્યાઓ સાથે કામ કરવા માટે શિવનંદને વરિષ્ઠ નાગરિકો, મહિલાઓ તથા બાળકોની કટોકટી માટે એક હેલ્પલાઇન નંબર (૧૦૩) શરૂ કરવાનું પગલું ભર્યું. તેમણે પોલીસ તથા વરિષ્ઠ નાગરિકોની સલામતી તથા સુરક્ષાની વ્યવસ્થા કરતા NGOs ને મદદ કરવા માટે એક વેબસાઇટ www.hamarisuraksha.com પણ શરૂ કરાવી. તેમણે મલબાર હીલ ક્લબ ખાતે ફિલ્મ અભિનેત્રી સીમી ગરેવાલના હાથે આ વેબસાઇટનું ઉદ્દ્ઘાટન કરાવ્યું.

૨૬/૧૧ના મુંબઈ હુમલા બાદ આવા હુમલાઓ માટે વધુ સારી તૈયારી કરવા માટે અને સુરક્ષા બંદોબસ્ત સઘન કરવા માટે ઘણાં પગલાંઓ ભરવામાં આવ્યાં. પરંતુ માત્ર આ પગલાં ભરાયાં તેટલું જ પૂરતું ન હતું. સામાન્યજનનાં મનમાં સુરક્ષાની ભાવના દાખલ કરવા માટે પોલીસો હવે વધુ સારી રીતે તૈયાર છે તેવું સામાન્યજન સમજી શકે તેવું શિવનંદન ઇચ્છતા હતા. તેને માટે, ૨૬/૧૧ના મુંબઈ આતંકવાદી હુમલાની પહેલી વરસી, ૨૬ નવેમ્બર ૨૦૦૯ના રોજ તેમણે પોલીસના પ્રયાસો સામાન્ય માણસને દર્શાવવા માટે ઓબેરોય ટ્રાયડેન્ટથી ગીરગામ ચોપાટી સુધી એક પરેડનું આયોજન કર્યું. નાગરિકોને એવું પ્રદર્શિત કરવામાં આવ્યું કે પોલીસ ચડીયાતાં સાધનો અને તાલીમબદ્ધ પોલીસ જવાનો સાથે તૈયાર છે. "તમારી સુરક્ષા એ અમારી જવાબદારી છે." એ સંદેશ બધાં સુધી પહોંચાડવામાં આવ્યો.

આ રીતે શિવનંદને ખાતરી આપી કે નાગરિકોની સુરક્ષા એ પોલીસદળની સૌથી ઉપરની પ્રાથમિક્તા હતી.

તેણે જાગૃતિ ફેલાવવા માટે 'પ્રોટેક્ટર' અને 'સંવાદ' જેવાં વ્યાવસાયિક મેગેઝીનો પણ શરૂ કર્યાં. આ મેગેઝીનો પોલીસદળનાં આંતરિક કાર્યોનું વર્ણન કરતાં.

અંગત સ્તરે પણ, શિવનંદન નાગરિકો તરફ ખૂબ જ સહાનુભૂતિપૂર્ણ હતા. દાખલો બેસાડવા માટે, એક વખત તેમણે એસિડ હુમલાનો શિકાર બનેલી એક કન્યાનાં પુનર્વસન માટે પૈસા ચૂકવ્યા હતા.

ભિવંડીનું બાળ સુધાર ગૃહ

આજે કોર્પોરેટ સોશીયલ રીસ્પોન્સીબીલીટી (CSR) નો ખ્યાલ ઘણો જ સામાન્ય છે. પરંતુ અંગત સામાજિક જવાબદારી (PSR) CSR કરતાં વધુ મહત્વની છે. એક પોલીસ નેતા તરીકે, પોલીસદળ માટે નિર્ણયો લેવા ઉપરાંત, શિવનંદને સમાજના કલ્યાણ તરફ તેમની વ્યક્તિગત સમર્પિતતા દર્શાવવી પણ જરૂરી હતી.

એક બીજો કિસ્સો, જેમાં તેઓ નાગરિકોને મદદ કરવા માટે એક પોલીસ કોપની ભૂમિકા કરતાં આગળ ગયા. આ ભિવંડીના “ચીન્ડ્રન્સ રીમાન્ડ હોમ”નું પરિવર્તન કરવાનું કામ હતું. શિવનંદનને લાગ્યું કે આ બાળકોને સુરક્ષીત વાતાવરણ અને વ્હાલની જરૂર છે. આથી તેમણે એક સલાહકાર સંસ્થા ડેલોઇટને તેમના CSR પગલાં, IMPACT દિવસ દ્વારા તેમાં સંડોવી. આમ, સગવડો વધારવા સાથે સાથે નવાં આંતરિક સુશોભન તથા રંગરોગાન થયેલી દિવાલો સાથે બાળ સુધાર ગૃહનો દેખાવ બદલી નાખવામાં આવ્યો. સુધાર ગૃહને ISO 9001 સંસ્થા બનાવવામાં શિવનંદને પૈસા પણ આપ્યા અને પોતે તેમાં સામેલ થયા. તે ઉપરાંત, તેમણે એક મુક-બધીર કન્યાને દત્તક લીધી અને તેણીની સારવાર, તબીબી ખર્ચ તેમજ વિશિષ્ટ શિક્ષણ માટે ખર્ચ ભોગવ્યો.

શિવનંદનના કમિશ્નર ઑફ પોલીસ તરીકેના કાર્યકાળ દરમિયાન, થાણા જીલ્લામાં આવેલ ભિવંડીના બાળસુધાર ગૃહમાં ઘણું જ પરિવર્તન કરાયું.

આ સુધાર ગૃહ માટે કામ કરતાં સ્નેહા જોષીએ કહ્યું, “એક વખત, શિવનંદન સરે અમારાં કેન્દ્રની મુલાકાત લીધી. એક પોલીસ કર્મી તરીકે આ બાળકોને પોલીસ રક્ષણ અપાય તે જોવું તે તેમની એક માત્ર જવાબદારી હતી. જ્યારે તેમણે બાળકો સાથે વાત કરવાનું શરૂ કર્યું તો તેઓ એક મૂક બધીર બાળકી મમતાના સંપર્કમાં આવ્યા. તે દિવસ પછીથી તેઓ તેણીને મળીને એટલા હલી ગયા કે તેમણે તેણીની સારવાર, શિક્ષણ તથા અન્ય જરૂરિયાતો માટેની સંપૂર્ણ જવાબદારી લઈ લીધી. તેમણે તેણી તેમની પોતાની દિકરી હોય તેટલી સંભાળ લીધી.”

શિવનંદનની આગેવાની હેઠળ સુધાર ગૃહ સંપૂર્ણપણે બદલાઈ ગયું હતું. તેમણે તેને માટે ભંડોળ ઊભું કર્યું. બાળકો વડે તૈયાર કરાયેલ ડ્રોઇંગ તથા ગ્રીટીંગ કાર્ડસને પ્રદર્શન તથા વેંચાણમાં મૂકાયા. દવાઓ તથા અન્ય જરૂરિયાતો પહોંચાડવામાં આવી. બાળકો મનોરંજન માટે જાહેર સ્થળોએ ખાસ જઈ શકતાં

ન હોવાથી તેમણે સુધાર ગૃહમાં એક હોમ થીયેટર પણ બનાવ્યું. તેમણે તે બાળકો માટે રમત ગમતનું આયોજન કરાવ્યું, ઇનામો વહેંચ્યાં અને દર વર્ષે એક આખો દિવસ તેમની સાથે વિતાવતા. યોગ સેશન્સ તથા સલાહની વ્યવસ્થા પણ કરવામાં આવી જેથી એક વખત સુધાર ગૃહમાંથી બહાર આવ્યા પછી આ બાળકોને ઉજ્જવળ ભવિષ્ય મળે.

આમાંના કેટલાંક બાળકો ભવિષ્યમાં કટ્ટર-રીઢા ગુનેગારો બનવા તરફ જઈ શકત. શિવનંદનને હૃદયપૂર્વક એ ખાતરી કરવાની જરૂર લાગતી હતી કે અત્યાર સુધી આ બાળકોને અવગણના કરનાર સમજે, તેઓ બહાર આવે પછી તેમની સારી સંભાળ લેવી જોઈએ.

જે સમાજ અનાથ બાળકો તથા વંઠેલાં બાળકોની ભવિષ્યમાં રોકાણ કરે છે તે પૃથ્વી પર ચોક્કસ સ્વર્ગનું નિર્માણ કરશે.

● આજીવિકાના શ્રેષ્ઠ માર્ગો પૂરા પાડવા

શિવનંદન તેમની કાર્યશૈલી વિશે કહે છે, ‘‘હું ઓછામાં ઓછાં પેપરવર્કમાં માનતો હતો અને મારું ટેબલ હંમેશાં ખાલી રહેતું હતું. એક સરકારી તંત્રમાં પેન્ડીંગ પડેલી ફાઇલ્સ એટલે નિર્ણયો લેવાનું મુલ્તવી રખાયું છે તેવો અર્થ થાય. પેન્ડીંગ પેપરવર્કને કારણે ક્યારેય સામાન્યજનને અસર થઈ ન જોઈએ.’’

એક પોલીસ નેતા તરીકે, લોકોને સમયસર પૈસાની ચૂકવણી થાય તે શિવનંદન માટે મહત્વનું હતું. તે પોલીસકર્મી (પુરુષો કે મહિલાઓ)ના પગાર સમયસર ચૂકવવાનું હોય (જેથી તેઓ તેમની આજીવિકા રળી શકે) અથવા કોઈ ફેરિયાની ચૂકવણી પતાવવાની હોય. સારી વહીવટી કુનેહ, કાર્યક્ષમ પેપરવર્ક તથા સારા નિર્ણયો લઈને તેમણે એ વાત નિશ્ચિત કરી કે બધા લોકો પોતાના લેણા પૈસા સમયસર મેળવે.

● કરવેરા તથા દંડ ઉપાડવાની ક્ષમતા

કરવેરા અને દંડ સરકાર માટે આવકના સ્ત્રોત છે. પરંતુ કરવેરા ચૂકવવા માટે લોકો માટે તેમના વ્યાપાર આબાદ થવા જરૂરી છે. વ્યાપાર પ્રવૃત્તિઓ થઈ શકે તે માટે એક સલામત વાતાવરણ સર્જવું જરૂરી છે. શિવનંદન તથા તેમની ટીમે મુંબઈ પરનો અંડરવર્લ્ડનો કાબુ તોડી નાંખ્યો. તે પછી વેપારીઓના સરકારમાં વિશ્વાસની પુનઃપ્રાપ્તિ થઈ.

શહેરમાં આર્થિક પ્રવૃત્તિની પુનઃખાતરીમાં શિવનંદન સાધનરૂપ હતા, અને આ રીતે સરકાર માટે કરવેરા અને દંડની સારી ઉઘરાણી કરાવી આપી.

★ નાગરિકોને ખુશ રાખવાનાં સૂચનો ★

૧. લોકો સાથે જોડાવ : જો તેઓ તમારી પાસે ન આવે તો તમે તેમની પાસે જાવ.

૨. માધ્યમોથી શક્તિનો ઉપયોગ કરો : સારાં કાર્યો કરવા માટે તે એક મહાન સાથીદાર છે.

૩. તમે શું કર્યું છે તે દર્શાવો : તમારા ગ્રાહકો/નાગરિકોને તમે તેમની સુરક્ષા તથા ખુશી માટે લીધેલાં પગલાંઓ વિશે જાણ હોવી જોઈએ.

૪. એક ઓપન-ડોર પોલિસીને અનુસરો : તમે દરેક વ્યક્તિ તમારા સુધી પહોંચી શકે તેવા હોવા જોઈએ.

૫. ગ્રાહકો/નાગરિકોને અધિકાર આપો : તમારી આવડતો પરની તાલીમ આપવી.

ટિપ્પણી

મારી અંદરનો નેતા

ટિપ્પણી

મારી અંદરનો નેતા

ટિપ્પણી

મારી અંદરનો નેતા

પ્રકરણ-૪

દુર્ગ

માળખાંની સંરચના

સ્વામી	રાજા
અમાત્ય	પ્રધાન
જનપદ	દેશ
દુર્ગ	**કિલ્લેબંધ શહેર**
કોષ	તિજોરી, ખજાનો
દંડ	સૈન્ય
મિત્ર	સહયોગી

ભાગ - અ

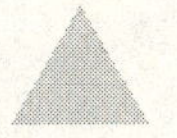

ચોથું રહસ્ય

દુર્ગ : માળખું

પ્રાચીન સમયમાં દુર્ગ અથવા કિલ્લાના ઘણા ઉપયોગ હતા. કિલ્લાઓ વ્યુહાત્મક જગ્યાઓએ સ્થિત હતા, જેમ કે પર્વત શિખરો અથવા કિનારાઓ, અને રાજાઓને દુશ્મનો પર નજર રાખવામાં મદદ કરતા. સ્થળ અને તેમને ચણવા માટેના હેતુના આધારે, કિલ્લાઓ નાના કે મોટા રહેતા.

કેટલાક કિલ્લાઓ વિશાળ, કિલ્લેબંધ શહેરો હતાં. આવા દુર્ગની અંદર સંપૂર્ણ સંસ્કૃતિ વસતી. તેની સરહદની ઊંચી દિવાલો કિલ્લાની અંદર રહેલ નાગરિકોનું બાહ્ય ભયથી રક્ષણ કરતી.

રાજા અને તેમના પ્રધાનોથી લઈને રાજ્યના નાગરિકો સુધી બધા પ્રકારના લોકો કિલ્લાની અંદર રહેતા. તે રાજ્યનાં પાટનગર સમાન હતા અને જે કોઈ પણ આવા કિલ્લેબંધ શહેરની મુલાકાત લેવા આવતા તેમણે અંદર જવા માટે પરવાનગી લેવી પડતી. તે એક નવા દેશમાં પ્રવેશતાં પહેલાં લેવાતા વીસા જેવું હતું.

કિલ્લેબંધ શહેરમાં વિવિધ સગવડો હતી જેમ કે પાણીની ટાંકીઓ, માર્ગો, સરસ ચણાયેલ ઘરો, કરીયાણા માટેની દુકાનો, ગટરની સુવિધા, માર્કેટ અને એવું ઘણું બધું. દુર્ગની અંદર વાસ્તુ પદ્ધતિને આધારે મંદિરો, આનંદ-પ્રમોદનાં સ્થાનો, બગીચાઓ તથા રમતનાં મેદાનો ચણાતાં.

ચાણક્યએ દુર્ગને રાજ્યના એક મહત્વના સ્તંભ તરીકે સૂચવ્યો તેની પાછળ આ કારણ હતું. દુર્ગ નાગરિકોનું રક્ષણ કરે છે અને તેમને વિકાસ માટેની પુષ્કળ તકો આપે છે. કેટલાક ઈતિહાસકારો સંસ્કૃતિના વિકાસને સમજવા માટે દુર્ગના

અભ્યાસને ઘણો મહત્વનો ગણે છે.

આજની સ્થાપત્યકલા પણ ભૂતકાળમાં પ્રવર્તતા નગર આયોજનને સમજવા માટે તેમનો અભ્યાસ કરે છે.

કિલ્લાનાં માળખામાંથી લઈ શકાય તેવા સૌથી મહત્વના પાઠોમાંથી એક છે શ્રેષ્ઠ અને સૌથી ખરાબ પરિસ્થિતિઓ માટે આયોજન કરવું અને કોઈ પણ પરિસ્થિતિ માટે સુસજ્જ રહેવું. માળખાનું આયોજન કરતી વખતે માનવ તેમજ કુદરતી બંને પાસાંઓને ધ્યાનમાં લેવાં જોઈએ.

અર્થશાસ્ત્રનાં પુસ્તક-૮, પ્રકરણ-૧નાં સૂત્ર ૨માં ચાણક્ય કહે છે,

"દૈવી કે માનવ કુળના ઘટકની હોનારત ખરાબ નસીબ કે ખોટી નીતિમાંથી ઉદ્‌ભવે છે."

મેનેજરોનાં જુથ માટેની એક વર્કશોપ દરમિયાન ભાગ લેનારાઓને પૂછવામાં આવ્યું, "ધારી લો કે આ હોટેલમાં આગ લાગી છે અને આગ સામે રક્ષણ આપતી સીસ્ટમ હોવા છતાં, લગભગ ૫૦ માણસો મૃત્યુ પામે છે. જવાબદારી કોણ લેશે ?"

જવાબના બે પ્રકારો હતા. પ્રથમ જુથે કહ્યું, "હોટેલ મેનેજમેન્ટ જવાબદાર છે કારણ કે તેમણે આગ સામે રક્ષણનાં પૂરતાં પગલાં ન લીધાં. આગથી બહાર નીકળવાનો માર્ગ નિયમો મુજબનો ન હતો અથવા તેને અપડેટ કરવામાં નહોતો આવ્યો."

બીજાં જુથે કહ્યું, "એ દુર્ભાગ્ય છે. મજબૂત અગ્નિ સુરક્ષા પોલીસી હોવા છતાં, ૫૦ લોકો આગમાંથી ભાગી ન શક્યા."

આવું જ બરાબર ચાણક્ય પણ કહે છે. કોઈપણ હોનારત દુર્ભાગ્ય અથવા ખોટી નીતિને કારણે થાય છે.

દુર્ભાગ્ય એટલે શું તે આપણે જોઈએ. જીવનમાં તમે ગમે તેટલું આયોજન કરો તોપણ, બાબતો અવળી પડી શકે છે. મનુષ્યએ પોતાનાથી બનતું શ્રેષ્ઠ કર્યું હોય અને વિશ્વા સ્તરની સીસ્ટમો ઈન્સ્ટોલ કરી હોય. છતાં એક અજ્ઞાત, અદૃષ્ટ પાસું આખા આયોજનને બગાડી નાખી શકે છે.

સેટેલાઈટ લોન્ચર્સ અથવા મીસાઈલની ચકાસણી આનું ઉદાહરણ છે. તેને વિકસાવવા માટે વર્ષોનું સંશોધન અને અબજો રૂપિયા ખર્ચવામાં આવે છે. રોકેટને બરાબર લોન્ચ કરી શકાય તે માટે હજારો વૈજ્ઞાનિકો ચોવીસે કલાક કાર્ય

કરે છે. છતાં, જ્યારે મીસાઈલ અથવા ઉપગ્રહ ઊડાન ભરે છે ત્યારે તે સફળ થશે કે નહીં તે કોઈ જાણતું નથી.

જો તે સફળ થાય તો બધા ખુશ થાય છે. પરંતુ જો તે નિષ્ફળ જાય તો કોને દોષ આપી શકાય ? આને કહે છે દુર્ભાગ્ય. ટીમ તેની ભૂલોમાંથી શીખવાનો પ્રયત્ન કરે છે અને ડ્રોઈંગ બોર્ડ તરફ પાછા ફરે છે.

દરેક માણસનાં જીવનમાં ઘણી ઘટનાઓ બને છે જ્યાં શ્રેષ્ઠ પ્રયાસો પણ છેલ્લી ક્ષણે ફોગટ થઈને ઊભા રહે છે. એક રમત જુથ કે જેણે આખું વર્ષ સખત પ્રેક્ટિસ કરી હોય તે પણ સહેલા હરીફ સામે ફાઈનલ મેચ હારી જઈ શકે છે. દુનિયામાં શ્રેષ્ઠ અનુભવ ધરાવતા હોવા છતાં એક ડૉક્ટર ઓપરેશન થીયેટરમાં એક પેશન્ટને ગુમાવી શકે છે. આ દુર્ભાગ્ય છે.

જોકે, યોગ્ય આયોજન અને પ્રયાસો વગર વ્યક્તિ માત્ર દુર્ભાગ્યને દોષ આપી શકે નહીં. માણસ તૈયારી વગર પરીક્ષા ખંડમાં જઈ શકે નહીં. વ્યક્તિએ સખત પરિશ્રમ કરવો પડે અને ૧૦૦ ટકા કરતાં વધુ આપવું પડે. જો આપણે સફળ માણસોનો અભ્યાસ કરીએ તો આપણે જોશું કે એક ઓલિમ્પીક મેડલ વિજેતા હોય કે સફળ વેપારી અથવા એક પોલીસ ઑફિસર, તેઓ બધાએ સફળતાની તૈયારીમાં ઊંઘ વગરની રાત્રીઓ વીતાવી છે.

જો વ્યક્તિ એક પડકાર સ્વીકારે છે અને પછી તેને માટે તૈયારી નથી કરતી અને નિષ્ફળતા માટે અન્યને દોષ આપે છે, તો તે સારી નેતૃત્વની નિશાની નથી. આ ખોટી નીતિ છે, કારણ કે કામ કરવા માટેનું કોઈ આયોજન કર્યું ન હતું.

નેતાઓ તરીકે, આપણે એ સમજવું જરૂરી છે કે યોગ્ય પોલોસીઓ ઢગલાબંધ આયોજનો તથા પ્રયાસો વિશે હોય છે.

વ્યક્તિ આશ્ચર્યો બને તેની રાહ જોઈ શકે નહીં. વ્યક્તિએ ખાસ્સી અગાઉથી જ આશ્ચર્ય માટેની તૈયારી કરવી જોઈએ અને તેને માટે, આપણે અજ્ઞાત શક્યતાઓ માટે ખૂબ જ ચકોર અને જાગૃત રહેવું જરૂરી છે.

આપત્તીઓ અથવા હોનારતો બે પ્રકારની હોય છે : દૈવી અથવા માનવ મૂળની. પૂર, ધરતીકંપ, વાવાઝોડાં તથા દુષ્કાળ એ કુદરતી આપત્તિઓ છે. તેના પર માણસનું નિયંત્રણ ઓછું હોઈ શકે, છતાં તે ઈતિહાસમાંથી શીખી શકે અને આ કુદરતી આપત્તિઓ માટેનું આયોજન કરી શકે.

માનવ સર્જિત હોનારતોમાં આતંકવાદ અને દેશના નેતાઓ વડે કરાવાતાં વિપુલ સંખ્યાનાં ખૂનોનો સમાવેશ થઈ શકે છે. સંભાળપૂર્વકનાં આયોજન વડે તેને ટાળી શકાય છે.

ઉદાહરણ તરીકે, ૨૧ જુન ૨૦૧૨ના મહારાષ્ટ્રના મંત્રાલયમાં લાગેલી આગ પછી, કે જેણે આવી હોનારત માટે તે ઇમારતમાં કેટલી ખરાબ પૂર્વ તૈયારી હતી તે પ્રદર્શિત કર્યું. બૃહદમુંબઈ મ્યુનીસીપલ કોર્પોરેશને (BMC) ભવિષ્યમાં આવી સમસ્યાઓ થતી અટકાવવા માટે પગલાં લેવાનું શરૂ કરી દીધું છે. આગ સામેની સુરક્ષા માટે શહેરમાં જુદી જુદી સોસાયટીઓમાં ઇન્સ્પેક્શન હાથ ધરાય છે અને જે સોસાયટીએ ફાયર સેફ્ટીના નિયમોનો ભંગ કર્યો હોય તેમની સામે જરૂરી પગલાં લેવાય છે.

મુંબઈ જેવા શહેરમાં ધરતીકંપ થવા ખાસ સામાન્ય નથી. છતાં, સરકારી સત્તાધીશો એ બાબતની ખાતરી કરે છે કે બધાં જ નવાં બાંધકામો ધરતીકંપ પ્રુફ હોય, તેમાં પાણીનો પૂરતો જથ્થો હોય અને સૌથી ખરાબ પરિસ્થિતિ માટેનું આયોજન હોય. મહારાષ્ટ્રમાં એવા ઘણા જીલ્લાઓ છે જયાં દુકાળ પડવાનું ઘણું જ સામાન્ય છે. એ જીલ્લાઓમાં પાણી માટેનું આયોજન કરવું તે ડીઝાસ્ટર મેનેજમેન્ટનો ઘણો મહત્વનો ભાગ બની જાય છે.

પોલીસો માનવસર્જીત તથા કુદરતી બંને હોનારતોને સંભાળે છે. દરેક પ્રદેશમાં, તે પ્રદેશની માનવ તેમજ કુદરતી હોનારતોના ઇતિહાસને ધ્યાનમાં લઈને પોલીસદળ અને અન્ય પુરવઠો મોકલવાનું કે નીમવાનું આયોજન કરાય છે. જ્યાં કોમી હુલ્લડો થતાં હોવાનો ઇતિહાસ હોય તેવાં સ્થળોએ કોમી સંવાદિતા માટેનાં પગલાં લેવાં તે આયોજનનો એક ભાગ હોય છે. અપૂરતા વરસાદ વાળા વિસ્તારમાં, પાણીની તંગી કાયદો અને વ્યવસ્થાની સમસ્યા ઊભી કરી શકે છે. આવા વિસ્તારો માટે પોલીસો જુદી રીતે આયોજન કરે છે.

માટે, એક નેતાને એવી રીતે માળખાંઓનું આયોજન કરવાની સલાહ આપવામાં આવે છે કે જે માનવ સર્જિત અને કુદરતી બંને પ્રકારની હોનારતોને અટકાવી શકે.

વ્યાપાર જગતમાં દુર્ગ એટલે શું છે ?

વેપારીઓને પણ તેમના વ્યાપાર સફળતાપૂર્વક ચલાવવા માટે સારાં માળખાંની જરૂર પડે છે. વ્યાપારના પ્રકાર મુજબ દુર્ગની વ્યાખ્યા બદલાય છે. એક વ્યાપારનું વડું મથક કે જ્યાંથી CEO અથવા ચેરમેન કામ કરે છે, તેને

કંટ્રોલ ટાવર કહી શકાય.

જો વ્યાપાર ઉત્પાદન ક્ષેત્રમાં હોય તો પ્લાન્ટ, મશીનરી તથા અન્ય સાધનો સહિતનું કારખાનું માળખાંનો ભાગ બને છે. એક સંભાળપૂર્વક બાંધવામાં આવેલ કારખાનું, જે સલામતી તથા આરોગ્યને ધ્યાનમાં લે છે અને આંતરરાષ્ટ્રીય ધારાધોરણો સાથે સુમેળ ધરાવે છે તે પોતાની કંપનીને વૈશ્વિક મંચ પર મૂકે છે.

એક આધુનિક રાષ્ટ્રના કિસ્સામાં દુર્ગના ખ્યાલને વિસ્તૃત બનાવો. સારા માર્ગો, ફલાયઓવર્સ, પૂલો, ઘરો, બધું જ રાષ્ટ્ર ઘડતર માટે મહત્વનું છે. ભારતની અગીયારમી પંચવર્ષીય યોજનામાં ગ્રોસ ડોમેસ્ટીક પ્રોડક્ટ (GDP) નો ૯% હીસ્સો માળખાકીય વિકાસને ફાળવાયો છે. બારમી પંચ વર્ષીય યોજનામાં પણ રાષ્ટ્રીય અંદાજપત્રમાં મોટા ભાગ તરીકે માળખાંકીય વિકાસનો પણ સમાવેશ છે.

પોલીસના કિસ્સામાં, પોલીસ સ્ટેશનો, શસ્ત્રો, વાહનો અને બીજી ઘણી વસ્તુઓનો માળખામાં સમાવેશ થાય છે. આ પ્રકરણના કેસ સ્ટડીમાં માળખાંમાં કરાયેલ ફેરફારોએ પોલીસદળ માટે કેવી રીતે એક ઉત્પાદક અને સકારાત્મક કાર્ય વાતાવરણ ઊભું કર્યું તેના વિશે વધુ વાંચશો.

આજની દુનિયામાં, માળખાં માત્ર ભૌતિક નથી, ડીજીટલ પણ છે. સારી ઑફિસો હોવા ઉપરાંત ડીજીટલ માળખામાં કોમ્પ્યુટર્સ, ઈન્ટરનેટનો પણ સમાવેશ થાય છે અને મોબાઈલ ફોન્સ પણ ઘણા જ મહત્વના છે. ઘેરથી કામ કરવાના અને ટેલીકોમ્પ્યુટીંગનું ચલણ વધતું જતું હોવાને કારણે આ મુજબ બને છે અને સર્વત્ર માળખાંઓ - એરપોર્ટસમાં, કોફીશોપ્સમાં, હોટેલોમાં, રેસ્ટોરન્ટમાં અને બસમાં પણ - આ વલણ ચાલે છે. માટે, જ્યારે તમે ડીજીટલ માળખામાં રોકાણ કરો ત્યારે તમારે એ ખાતરી રાખવી જોઈએ કે જે કર્મચારીઓને તેની જરૂર પડી શકે તેમ હોય તેમને માટે તે ટેલીકોમ્પ્યુટીંગ માટે ટેકારૂપ હોય.

એક નેતા તરીકે, તમારી સંસ્થા માટે વિશ્વ સ્તરનાં માળખાંની ખાતરી કરવી તે મહત્વનું છે. સમય સાથે આગળ વધો અને ઉપલબ્ધ હોય તે શ્રેષ્ઠ મેળવો. યાદ રાખો કે આજનાં ડીજીટલી જોડાયેલી દુનિયામાં ટેક્નોલોજી ખૂબ જ મહત્વની છે અને તમારી જરૂરિયાતો સંતોષવા માટે જે શ્રેષ્ઠ ઉપલબ્ધ હોય તે લો.

જો તમે તમારો દુર્ગ સારો ન ચણો તો તમારી ટીમ હતાશ થશે. લોકો આજીવન એક જ સંસ્થાને વળગી રહેતા તે દિવસો ચાલ્યા ગયા છે. તકો વિશાળ છે અને પસંદગીઓ ઘણી છે. માટે, જે સંસ્થાઓ પોતાના કર્મચારીઓને ટકાવી રાખવા ઈચ્છતી હોય તેમણે સારી કાર્ય સ્થિતિઓ સર્જવી અતિઆવશ્યક છે.

હું એવા લોકોને જાણું છું જેમણે પાયખાનાં ખરાબ હોવાને કારણે કંપની છોડી હોય. તેવી જ રીતે, સારી ખુરશીઓ, યોગ્ય વાતાયાન, ખુશનુમા સજાવટ, લાઇટની સારી વ્યવસ્થા અને કેન્ટીનની સુવિધા હોવી જરૂરી છે. જે નેતાઓ મહાન સંસ્થાઓ ઘડવા ઇચ્છતા હોય તેમને માટે CCTV જેવાં સુરક્ષા સાધનો તથા આગમાંથી નીકળવાના માર્ગો ઘણા મહત્વના છે.

પોલીસમાં શિવનંદને કાર્યસ્થળનાં "સંપૂર્ણ પરિવર્તન" પર કામ કર્યું. તેમણે કાર્યસ્થળે કરેલા અમુક પ્રયોગો અન્ય પોલીસ સ્ટેશનો માટે બેન્ચમાર્ક જેવા બની ગયા.

શિવનંદન માને છે કે નેતૃત્વએ એક વલણ, જેની નકલ કરવી ગમે તેવું એક ધોરણ ગોઠવવા વિશે પણ છે. આજે જ્યારે તેઓ પાછા વળીને તેમની કારકીર્દિ તરફ જુએ છે અને જ્યારે યુવાન IPS ઑફિસરો માર્ગદર્શન તથા ચર્ચા વિચારણા માટે તેમની પાસે આવે છે ત્યારે, તેઓ એ જોઈને રાજી થાય છે કે પછીની પેઢી બાબતોને વધુ સારી બનાવવા અને બેન્ચમાર્કને આગળ લઈ જવા ઇચ્છે છે.

ભાગ - બ

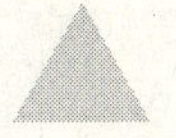

ચાણક્યના મત મુજબ

સારાં માળખાંના ગુણધર્મો

સારું માળખું ઘડવા માટે પ્રથમ તમારે એક નકશો અથવા માસ્ટર પ્લાન બનાવવો જરૂરી છે. જો તે યોગ્ય બને તો માળખું બનાવવાનું સહેલું થઈ જાય છે. ઘણા કિસ્સાઓમાં તમારી પાસે સારું આયોજન કે સારો નકશો હોય, પરંતુ જેમ જેમ તમે તેની વિગતો પર કામ કરતા જાવ અને લોકો પોતાના અભિપ્રાયો આપે તેમ તેમ નકશો સુધરતો તેમજ બદલાતો રહે છે. પ્રારંભિક તબક્કામાં તમે જેટલો વધારે વિગતવાર અને ઝીણવટ પૂર્વક નકશો બનાવશો તેટલું અંત તરફ જતાં વધારે સારું પડશે.

જ્યારે શિવનંદને તેમના વિભાગનું માળખું ઘડવાનું શરૂ કર્યું ત્યારે તેમણે તેમનું દળ ઈચ્છી શકે તે બધી જ વસ્તુઓને ધ્યાનમાં રાખી જેમ કે, સારાં ઘરો, શાળા અથવા આરોગ્ય સુવિધાઓ. નકશો તૈયાર કરવામાં જ્યારે તમે જુદી જુદી દૃષ્ટિઓને ધ્યાનમાં લો છો ત્યારે તમે ઘડેલાં માળખામાંથી વધુ લોકો લાભ મેળવે છે. માળખું "ટકી રહે તે માટે ઘડાયેલું" હોવું જોઈએ.

એક નેતા તરીકે, જ્યારે તમારે એક સારી ઑફિસ બનાવવાની હોય ત્યારે બે પરિસ્થિતિઓ હોઈ શકે.

પહેલી એ હોઈ શકે કે તમારે કાટમાળમાંથી માળખું ઊભું કરવું જરૂરી હોય. આને ગ્રીન ફીલ્ડ પ્રોજેક્ટ કહે છે.

એક ગ્રીન ફીલ્ડ પ્રોજેક્ટ પ્રમાણમાં સહેલો છે કારણ કે તે એક કોરા કેન્વાસ પર શરૂ કરવા જેવું છે. તમે ઈચ્છો તે કોઈપણ પસંદગીઓ હોય છે; માત્ર તમારી કલ્પના અને બજેટ એ બે જ મર્યાદાઓ તેમાં હોઈ શકે છે. ઉદાહરણ તરીકે, જો એક વ્યક્તિને પોલીસદળ માટે ઘરની સુવિધાનું બાંધકામ કરવા માટે

જમીનનો ટૂકડો આપવામાં આવે તો છેવટનાં માળખાંનો દેખાવ નવસજ્જા અને રચનાત્મક પર આધારિત હશે.

તેને વર્તમાન પોલીસ ક્વાર્ટર્સ જેવાં ચણી શકાય; તેને અન્ય દેશોમાંના વધારે સારાં દેખાતાં પોલીસ ક્વાર્ટર્સ જેવાં ચણી શકાય; તે સંપૂર્ણપણે અજોડ માળખાં પણ હોઈ શકે, જે પોલીસ ક્વાર્ટર્સ ચણવામાં એક ધોરણ સ્થાપિત કરી શકે.

બીજી પરિસ્થિતિ એ છે જ્યારે તમારે એક વર્તમાન માળખાંની નવસજ્જા - સમારકામ કરવાનું હોય. આને બ્રાઉન ફીલ્ડ પ્રોજેક્ટ કહેવાય છે, જ્યાં તમારે એક વર્તમાન, કાર્ય કરતું માળખું ઉપાડવાનું હોય છે અને તે જ સ્થળે વર્તમાન માળખાંને ઓછામાં ઓછું નુકસાન થાય તે રીતે એક નવો પ્રોજેક્ટ બનાવવાનો હોય છે.

આ કિસ્સામાં પડકારો ઘણા જુદા હોય છે. ચાલો આપણે ૫૦ વર્ષ જૂનાં પોલીસ ક્વાર્ટર્સનું ઉદાહરણ લઈએ જ્યાં લોકો રહે છે અને તેમની પાસે શાળાઓ, માર્કેટ તથા હોસ્પીટલ્સ જેવી સુવિધાઓ હોય છે. આ માળખાંને તોડી પાડવાની તથા ફરી ચણવાની જરૂર છે કારણ કે પાંચ દશકા અગાઉનું આયોજન વર્તમાન જરૂરિયાતો માટે અપૂરતું છે અને ઈમારતના પાયા નબળા થઈ ગયા છે અને ઈમારત પોતે પણ જર્જરિત થઈ ગઈ હોય છે.

આ પ્રોજેક્ટ કરનાર નેતાએ વર્તમાન જરૂરિયાતોને ધ્યાનમાં રાખીને માળખાંનો નકશો તૈયાર કરવો પડે છે. તેમણે જ્યારે ઈમારતને પાડી નાખવામાં આવે ત્યારે રહેવાસીઓ માટે રહેઠાણની વૈકલ્પિક વ્યવસ્થા; એ વૈકલ્પિક રહેઠાણો નજીક તેમના બાળકોની શાળાઓ; નવું માળખું બનાવવાના નિયમો તથા ધારા ધોરણો; રહેવાસીઓને પુનઃસર્જન વિશે મનાવવા તથા જ્યારે તેઓ નવાં મકાનોમાં પાછા ફરે ત્યારે વધુ ઊંચાં મેન્ટેનન્સ ચાર્જ ચૂકવવા તરફ કોઈ પ્રતિકાર હોય તો તેને સંભાળવા, વગેરે જેવાં પાસાંઓને ધ્યાનમાં રાખવાં પડે છે.

આથી જ, મુંબઈ જેવાં શહેરમાં ઝૂંપડપટ્ટીની પુનઃરચનાનું કાર્ય મૂળ આયોજન થયું હતું તેના કરતાં વધારે સમય લઈ રહ્યું છે. નેતાએ આયોજન ઘડતી વખતે લોકોના અભિપ્રાયો સાંભળવા પડે છે. કેટલીક વખત, વર્તમાન સીસ્ટમને નુકસાન પહોંચાડ્યા વગર, તબક્કા વાર પુનઃરચના કરવી પડે છે.

નવાં માળખાં ઊભા કરતી વખતે એક ડીઝાઈનર તથા સ્થપતિની જેમ વિચારો. આ પ્રશ્નો પૂછો :

- હું કેવા પ્રકારનો દેખાવ ઇચ્છું છું ?
- લોકોને તેના વિશે કેવું લાગશે ?
- મેં બીજાના અભિપ્રાયો ધ્યાન પર લીધા છે ?
- તેનું ચણતર કરતી વખતે શું હું લાંબાગાળાનો વિચાર કરું છું ?
- હું બજેટ કેવી રીતે સંભાળીશ ?
- શું લોકો બદલાવનો પ્રતિકાર કરશે ?
- કઈ મંજુરીઓ મેળવવી જરૂરી છે ?
- હું તે કેટલું જલ્દી કરી શકું તેમ છું ?

કાગળ પર લખીને વિચાર કરો. સમસ્યાઓ તથા તેના વૈકલ્પિક ઉત્તરો લખી લો. પછી, દરેક સમસ્યાને સંભાળવા માટે જુદી જુદી શક્યતાઓ દ્વારા વિચારો. અન્યો પાસેથી સૂચનો લો; જુદી રીતે વિચારો; બધી બાજુથી વિચારો. આ રીતે તમારું મગજ કામે લગાડીને, તમે શ્રેષ્ઠ માળખું વિકસાવી શકશો.

આ પ્રકરણમાં તમે થાણે પોલીસ શાળા ઊભી કરવાની વાત પણ વાંચશો - એક એવું માળખું જેનું ક્યારેય અસ્તિત્વ ન હતું, પરંતુ જેણે ઘણા વરિષ્ઠ પોલીસ અમલદારોને પ્રેરણા આપી છે.

પરંતુ, આપણે તેમ કરીએ તે પહેલાં આપણે માળખાં ઘડતર પરના ચાણક્યના અભિપ્રાયો જોઈએ.

અર્થશાસ્ત્રનાં પુસ્તક-૬, પ્રકરણ-૧, સૂત્ર-૮માં તેઓ કહે છે કે દુર્ગમાં નીચેના ગુણધર્મો હોવા જોઈએ.

- સુરુચિપૂર્ણ રીતે આનંદ આપનાર
- માણસો માટે લાભદાયી.

સાથે સાથે જ એક તંત્ર અથવા દેશના માળખાંના ભાગ છે તેવા લોકોમાં પણ નીચે મુજબના ગુણો હોવા જોઈએ :

- કામ પ્રત્યે સમર્પિતતા
- વફાદારી તથા પ્રમાણિક્તા

સારાં માળખાંના આ શાશ્વત ગુણધર્મો છે. ચાણક્યએ અન્ય ઘણા ગુણોની સૂચિ બનાવી છે. પરંતુ અહીં આપણે આપણા હેતુ માટે આ ચાર પાસાંઓની ચર્ચા કરશું. પ્રથમ બે ગુણધર્મો "નક્કર માળખાં"ને લાગું પડે છે, એટલે કે એવી વસ્તુ જેને લોકો જોઈ તથા અનુભવી શકે. બાકીનાં બે "નરમ માળખાં" સંબંધિત છે એટલે કે એક સંસ્થામાં કામ કરતી વખતે લોકોનું વલણ.

ભૌતિક માળખું બનાવતી વખતે એક નેતા પ્રથમ બે ગુણધર્મોને ગણતરીમાં લે છે. પરંતુ પછીના બે ગુણધર્મો લોકોએ પોતાની જાતે જ વિકસાવવા પડે. અલબત્ત, આ ગુણધર્મો વિકસાવવા માટે લોકોને પ્રેરણા આપવામાં નેતા ઘણી મોટી ભૂમિકા ભજવે છે. આગલાં પ્રકરણોમાં આપણે જોયું છે તેમ, એક પ્રેરણા આપનાર નેતા પ્રેરણાત્મક સંસ્કૃતિ સર્જી શકે છે.

● સુરુચિપૂર્ણ રીતે આનંદ આપનાર

તમે જેનું ચણતર કરો તે કોઈ પણ માળખું આનંદ આપનાર તથા શાંતિપૂર્ણ હોવું જોઈએ. તે સુંદર દેખાવું જોઈએ અને મુલાકાતીઓ તેમજ ત્યાં કામ કરતા લોકોમાં સુખાકારીની ભાવના ઊભી કરે તેવું હોવું જોઈએ. પંચતારક હોટેલમાં તમને કેવું લાગે છે તે યાદ કરો - સારી રીતે તૈયાર કરાયેલ, સરસ સંભાળ લેવાયેલ વાતાવરણ અને નમ્રતાપૂર્ણ કર્મચારીઓ તમને આવકાર અપાયાની અને સંભાળ લેવાતી હોવાનો અનુભવ કરાવે છે. સારાં માળખાંનો આ જ હેતુ છે.

સુંદર હોવા ઉપરાંત માળખું કાર્યકારી પણ હોવું જોઈએ. મુલાકાતીઓને ખોવાઈ ગયા હોવાની અથવા આવકાર ન મળ્યા અનુભૂતિ ન થવી જોઈએ. કર્મચારીઓ નમ્ર હોવા જોઈએ અને તેમણે મુલાકાતીને તેની મુલાકાતનો હેતુ સિદ્ધ થવામાં મદદ કરવી જોઈએ. જ્યારે શીવાનંદ ઈમીગ્રેશનનો હવાલો સંભાળતા હતા ત્યારે તેમની આ એક સિદ્ધી હતી (૧૯૮૭-૧૯૯૧). અગાઉ ઉલ્લેખ કર્યો છે તે મુજબ, તેઓ ઑફિસને એક કોર્પોરેટ અનુભવ અને નાગરિકો તથા મુલાકાતીઓની સમસ્યાઓ ઉકેલવા તરફ ગંભીર હોય તેવાં સકારાત્મક કાર્ય સ્થળમાં પરિવર્તિત કરવામાં સફળ રહ્યા. તેની સાથે, તેમણે પોલીસ વિભાગમાં સૌથી મહાન બ્રેકથ્રુ ઉપલબ્ધ કર્યો.

માળખું સારું દેખાય તે માટે તેના પર ખર્ચ કરો. યોગ્ય રંગો પસંદ કરો, સારી સામગ્રી અને ક્લાસી ડીઝાઈન્સ પસંદ કરો. આજે, જથ્થાબંધ ઉત્પાદનની સાથે, તમે સસ્તા ભાવે સારી ગુણવત્તા મેળવી શકો છો. થોડુંક વાંચન અને સંશોધન કરો. વેબસાઈટની મુલાકાત લો, ડીઝાઈનરોને પૂછો અને માર્કેટમાં ઉપલબ્ધ વિવિધતાઓ તપાસો.

તમારા પ્રયાસોનું પરિણામ એવું માળખું હશે જે દેખાવમાં સારું હોય, અને તમારા કાર્યકર્તાઓ તથા મુલાકાતીઓ બંનેને ખુશ કરે.

● માણસો માટે લાભદાયી

માળખાંઓ બનાવવામાં, તેનો ઉપયોગ કરનાર લોકોની જરૂરિયાતોને પણ ધ્યાનમાં લેવી જોઈએ. જો તમે આ લોકોને સામેલ કરો અને તેમની સમસ્યાઓ સમજો તો એ સમસ્યાઓનું સમાધાન આપે તેવું માળખું બનાવી શકાય.

ઉદાહરણ તરીકે, એક બહુરાષ્ટ્રીય સૉફ્ટવેર કંપનીમાં કરાયેલ કર્મચારીઓની મોજણીના અહેવાલે કર્મચારીઓમાં ઓછી ઊર્જા અને વધારે કંટાળો હોવાનું દર્શાવ્યું. એવું પ્રગટ થયું કે તેમનાં ઊર્જા સ્તરને વધારવા અને કંટાળો ઘટાડવા માટે કર્મચારીઓ દિવસ દરમિયાન ટૂંકા અંતરાલે ખોરાક લેવાનું પસંદ કરતા.

જોકે, કેન્ટીન કામના વિસ્તારથી ઘણી દૂર હતી. કેન્ટીનનાં અંતર અને ત્યાં સુધી પહોંચવામાં લાગતા સમયને કારણે લોકો લંચ બ્રેક પડે તેની રાહ જોતા. આની વિશાળ હદ સુધી કર્મચારીઓની ઉત્પાદકતા પર અસર પડી હતી.

એક વખત કંપની આ સમસ્યા સમજી ગઈ પછી તેને ઉકેલવા માટે નવું માળખું બનાવાયું. રેફ્રીજરેટર અને ખોરાક રાખવાની છાજલીઓ લાવવામાં આવી અને તેને એનર્જી ડ્રીંક તથા પૌષ્ટિક ખોરાક વડે ભરી દેવાઈ. આ બધું આખી ઑફિસમાં એવી જગ્યાઓએ ગોઠવી દેવાયું કે તેના સુધી પહોંચવા માટે કોઈ પણ કર્મચારીએ ૨૦ ડગલાંથી વધારે ચાલવું ન પડે. દિવસ દરમિયાન કર્મચારીઓને મફતમાં અમર્યાદિત ખોરાક મળી રહે.

વધેલું ઊર્જા સ્તર, ઉત્પાદકતા તથા કર્મચારીઓની કાર્યક્ષમતા એ આ પહેલનું પરિણામ હતું.

બીજું ઉદાહરણ. જ્યારે શિવનંદન થાણામાં પોલીસ કમિશ્નર હતા ત્યારે, તેઓ પોલીસોને રસ્તાની બાજુમાં આવેલ કીટલી પરથી ચા પીતા જોતા. તેમણે તે વિસ્તારમાં એક ઉપહાર ગૃહ શરૂ કરવાનું નક્કી કર્યું, જ્યાં પોલીસો પોતાના સહકર્મીઓ સાથે વાતો કરી શકે તેમજ હળવો નાસ્તો પણ લઈ શકે. આ રીતે ઉર્જિતા રેસ્ટોરન્ટ તથા લંચ હોમ અસ્તિત્વમાં આવ્યાં.

આ વસ્તુ પોલીસકર્મીઓ માટે એટલી જ મહત્વની છે જેટલી સૉફ્ટવેર ઈજનેરો માટે છે. છેવટે તો, પોલીસો પણ આખો દિવસ સખત મહેનત તથા વિચારો કરે છે અને સૉફ્ટવેર ઈજનેરો કે જેમને ટેબલ પર બેસીને કામ કરવાનું

હોય છે, તેનાથી વિરુદ્ધ પોલીસો તેમનાં કાર્યમાં કઠીન શારીરિક સ્થિતિઓ તથા હવા તથા ધ્વનિના ઊંચાં પ્રદુષણનો સામનો કરે છે.

આમ, એક નેતાએ કાર્યસ્થળ પોતાને માટે તેમજ હાથ નીચે કામ કરનારાઓ માટે તથા કર્મચારીઓ માટે પ્રેરણાત્મક હોય તેની ખાતરી રાખવી જોઈએ. આજે લોકો તેમનો મોટાભાગનો સમય તેમનાં કાર્યસ્થળે વિતાવતા હોવાથી કાર્યસ્થળની સંરચના તેમને ઘર જેવો અનુભવ કરાવે તેવી હોવી જોઈએ.

● કામ પ્રત્યે સમર્પિતતા

સારી ભૌતિક સંરચના ઘડવી તે પ્રથમ પગલું છે. પછીનું પગલું કામ પ્રત્યે સમર્પિત હોય તેવા લોકોને કામ પર લેવાનું છે.

જે લોકો ભ્રષ્ટ, લોભી અથવા સ્વાર્થી છે તેઓ કાર્ય સ્થળની સંરચનાનો ઉપયોગ તેમનાં પોતાનાં અંગત હિત માટે કરશે. તમે વિવિધ શક્તિશાળી ઑફિસોમાં આ જોશો, કે જ્યાં કર્મચારીઓ જનતાના સેવકો હોવા છતાં, તેઓ જનતા પાસે પોતાની સેવા કરાવે છે.

તમારાં તંત્રમાં કાર્ય કરતા લોકો નીતિના પાયા વાળા હોવા જોઈએ. ફરી આ વસ્તુ એવા નેતાથી શરૂ થાય છે, જે સંસ્થાનાં હિત તરફ સમર્પિત હોય. જો તે તેની ઑફિસની સત્તાનો ઉપયોગ યોગ્ય કારણ માટે કરે છે તો, તેના હાથ નીચે કામ કરનારાઓ તેમની સત્તાનો દુરુપયોગ નહીં કરી શકે.

જો એક સારા માણસને ખરાબ સીસ્ટમમાં મૂકવામાં આવે તો તે પોતે ભ્રષ્ટ થઈ જઈ શકે છે. પરંતુ જો નેતા પોતે જ ભ્રષ્ટ કરી શકાય તેવો નથી, તો સીસ્ટમમાં રહેલ ભ્રષ્ટ માણસ પણ ભ્રષ્ટતા કરી નહીં શકે. એક નીતિવાન નેતાનું એ મહત્ત્વ છે.

તે ઉપરાંત, તંત્રમાંના લોકો નેતાની દૃષ્ટિ તથા સ્વપ્ન સાથે જોડાઈ શકે તેવા હોવા જોઈએ.

ઉદાહરણ તરીકે, એક કંપની ૨૦ થી પણ વધારે વર્ષોથી એક નાનાં સ્થળે કાર્ય કરતી હતી. છેવટે, વર્ષોનાં અથાગ પરિશ્રમ પછી, નેતા નવી તથા વધુ મોટી ઑફિસ બાંધવાનું તેનું સ્વપ્ન સિદ્ધ કરી શકયા.

જ્યારે તેનું ઉદ્‌ઘાટન થયું ત્યારે પટાવાળાએ ટીપ્પણી કરી, “છેલ્લાં ૨૦ વર્ષોથી અમારી કંપની માટે નવું મકાન હોય તેવું મારું પણ સ્વપ્ન હતું.”

આ પોતાનાં કામને સમર્પિત થયેલ માણસ છે. પટાવાળાએ મોટા પગારનું સ્વપ્ન નહોતું જોયું. તે સંસ્થાની સાથે સાથે જ મોટો થયો હતો અને નેતાનાં સ્વપ્ન સાથે જોડાવાની શરૂઆત કરી હતી. પટાવાળો તેની અંગત સફળતા કરતાં કંપનીની સફળતામાં વધુ રસ ધરાવતો થઈ ગયો હતો. જો એક નેતા આ સિદ્ધ કરી શકે - પોતાનાં સ્વપ્નને તેના કાર્મચારીઓનું સ્વપ્ન બનાવવાનું કાર્ય કરી શકે. તો તેણે પોતાનાં નેતૃત્વની લાયકાતો સાબિત કરી છે.

પછી તે સંસ્થાની દરેક વ્યક્તિ ઉચ્ચ હેતુઓ માટે કામ કરવા પ્રેરિત થાય છે. સમર્પિતતા એ મનની એક એવી અવસ્થા છે જયાં તમે તમારાં કાર્યને એક વધુ મોટાં લક્ષ્ય, સંસ્થાનાં અને એ રીતે સમાજનાં કલ્યાણ માટે અર્પી દો છો.

● વફાદારી અને પ્રમાણિક્તા

તેઓને સારો પગાર અને ભથ્થાં ચૂકવાતાં હોવાની હકીકત છતાં, સંસ્થામાં ક્યારેક કર્મચારીઓ તુચ્છ વર્તણુકમાં વ્યસ્ત થાય છે. જેમ કે માઉસ પેડ અથવા ઑફિસનાં સાધનો ચોરી જવાં. આ બદલવાનું મુશ્કેલ બને છે.

એક સંસ્થાના કર્મચારીઓની વફાદારી મેળવવી તે એક સારા નેતાની કંપનીમાં ભજવાતી સારી ભૂમિકા છે. જે લોકો અવારનવાર નોકરી બદલ્યા કરતા હોય છે તેમને તેમની વફાદારી માટે મનાવવા તે તેમની નિમણુક કરનાર કંપની માટે અઘરું છે.

વફાદારીના ફાયદાઓ માત્ર લાંબા ગાળે જ જોઈ શકાય છે. જો તમે પ્રમાણિક્તા પૂર્વક અને કઠિન પરિશ્રમ કરશો તો વળતર મળશે.

લોકોમાં લક્ષ્ય અને હેતુની પ્રમાણિક્તા વિકસાવવી જોઈએ. જો નેતા અથવા પોલીસ કમિશ્નર અથવા સૈન્યના કમાન્ડર પોતે આદર્શરૂપ હોય તો વિવિધ કોર્પોરેશન્સ અને પોલીસદળ, સૈન્ય અથવા પેરામીલીટરી ફોર્સમાં આ મૂળભૂત નીતિ સહેલાઈથી વિકસાવી શકાય.

જ્યારે કટોકટી દરમિયાન એક નેતા તેનાં જુથ સાથે મિત્ર, ફીલોસોફર તથા માર્ગદર્શક તરીકે ઊભો રહે ત્યારે આવી વફાદારી સહેલાઈથી વિકસાવી શકાય છે.

આમ, લોકોની આસપાસ તથા અંદર એક સારું માળખું બનાવવું તે મહાન સંસ્થા બનાવે છે.

ભાગ - ક

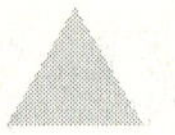

સક્રિય નેતૃત્વ

સારું માળખું ઊભું કરવું

એક રાષ્ટ્ર, એક સમાજ, એક પરિવાર તથા એક વ્યક્તિ તરીકે આજે આપણા આજીવિકાનું માળખું તૈયાર કરવા માટે જેમણે પોતાનાં જીવન સમર્પિત કરી દીધાં છે તેવા આપણા મહાન પૂર્વજોનાં આભારી હોવું જોઈએ. આપણે તેમનો માર્ગ ચાલુ રાખીએ અને તેના પર ચણતર કરીએ.

માસ્ટર જીન નોન

આ કેસ સ્ટડીમાં શિવનંદને તેમની જુદી જુદી નિમણુકમાં સારું માળખું ઘડવા માટે કરેલી પહેલ વિશે તમે વધુ જાણશો.

મુંબઈમાં ૨૬ નવેમ્બર, ૨૦૦૮ના થયેલ આતંકવાદી હુમલા પછી તરતમાં જ, જુન ૨૦૦૯માં શિવનંદનને મુંબઈના પોલીસ કમિશ્નર બનાવવામાં આવ્યા હતા.

આ એ સમય હતો જ્યારે આતંકવાદી હુમલા પછી દુનિયાની નજર મુંબઈ અને ભારત તરફ હતી. આતંકવાદી હુમલાને જે રીતે સંભાળવામાં આવ્યો તેના પર દેશની અંદર ખૂબ જ જાહેર આક્રોશ ફેલાયેલો હતો. દેશની સુરક્ષા વ્યવસ્થા અને પોલીસની ક્ષમતા બંને રાષ્ટ્રીય અને આંતરરાષ્ટ્રીય બંને રીતે બારિક તપાસ હેઠળ આવી ગયાં હતાં. સામાન્ય માણસ સરકારમાં વિશ્વાસ ગુમાવી ચૂક્યો હતો. મુંબઈની અંદર અને આખા દેશમાં વિવિધ જુથો ખૂલ્લે આમ સીસ્ટમ સામે અવાજ ઉઠાવવા રસ્તા પર ઊતરી આવ્યાં હતાં. આનાં પરિણામ રૂપે, મહારાષ્ટ્રના મુખ્ય પ્રધાન તથા ગૃહપ્રધાને રાજીનામું આપવું પડેલું.

શિવનંદનની કારકીર્દિના અંતિમ તબક્કાઓમાં એક કાર્ય પૂર્ણ કરવાનું

હતું. હાથમાં મર્યાદિત સમય, વ્યથિત તથા અસંતુષ્ટ નાગરિકો અને કયાં પગલાં ભરવાં તે વિશે સાવ દિશાહીન સરકાર સાથે, તેમણે કાર્યભાર સંભાળ્યો ત્યારે બધાની નજર તેમના પર હતી.

માધ્યમની એક વ્યક્તિએ તેમને તેમની પ્રાથમિક્તાઓ વિશે સવાલ પૂછ્યો. તેઓ સ્પષ્ટ હતા, "માત્ર એક જ કાર્યક્રમ; આતંકવાદને નાથવો."

એક નેતા તરીકે વ્યક્તિ બધી વસ્તુ માટે જવાબદાર છે. પરંતુ વ્યક્તિએ વર્તમાન પરિસ્થિતિઓ સમજવાની અને મુખ્ય સમસ્યાઓ પર ધ્યાન કેન્દ્રિત કરવાની જરૂર છે. આનો અર્થ એવો નથી કે તમે અન્ય સમસ્યાઓને અવગણો. તમે બધીજ સમસ્યાઓ વિશે સભાન છો; છતાં તમારું બધું ધ્યાન 'મુખ્ય' સમસ્યા પર કેન્દ્રિત હોવું જોઈએ.

આ ૮૦-૨૦નો સિદ્ધાંત છે : તમારી શક્તિનો ૮૦% ભાગ મુખ્ય પ્રશ્ન પર ખર્ચાવો જોઈએ, જ્યારે બાકીના ૨૦% અન્ય મુદ્દાઓ પર ખર્ચી શકાય. શિવનંદન માટે, તેમની શક્તિના ૮૦% આતંકવાદને સંભાળવા માટે ખર્ચવાના હતા, જ્યારે ૨૦% પોલીસદળ માટેનાં ઘરો, બઢતીઓ તથા પગારો જેવી સમસ્યાઓ પર ખર્ચવાના હતા. નેતૃત્વ એટલે બહુવિધ કાર્યો વચ્ચે સમતોલન જાળવવું અને ધ્યાન કેન્દ્રિત કરવું.

૧૯૯૦ દરમિયાન, જ્યારે તેમણે અંડરવર્લ્ડની જાળ તોડી ત્યારે દશ્ય અલગ હતું. તેમણે ભૂતકાળમાં જે કર્યું હતું તેની તેઓ નકલ કરી શકે તેમ ન હતા. ૨૦ વર્ષ પછી આતંકવાદ વૈશ્વિક કાર્યો સાથેની વૈશ્વિક સમસ્યા બની ગયો હતો. છતાં, ૧૯૯૦ના અંડરવર્લ્ડના વર્ચસ્વને સંભાળવા અને ૨૦૦૮ના આતંકવાદી હુમલાના ખરાબ પ્રત્યાઘાતને સંભાળવા વચ્ચે થોડીક સામ્યતા હતી. શિવનંદને જનતાનો વિશ્વાસ ઘડવાનો હતો, શક્ય તેટલી ઝડપે સરકાર પાસેથી મંજુરીઓ મેળવવાની હતી અને સૌથી મહત્વનું, પોલીસદળનું જોશ ઊભું કરવાનું હતું.

જ્યારે પાકીસ્તાન જેવા દેશ સાથે સમસ્યા શરૂ થાય છે ત્યારે તેનું સમાધાન સરળ નથી હોતું. ૧૯૪૭ થી જ બંને દેશો લડાઈઓ લડ્યા છે (૧૯૪૭, ૧૯૬૫, ૧૯૭૧ અને ૧૯૯૯માં) અને શાંતિપૂર્ણ ઉપાયો શોધવાનો પણ પ્રયાસ થયો છે.

તેમણે વિવિધ સમયે બંને રાષ્ટ્રોના વડાઓની રાજદ્વારી મીટીંગો દ્વારા તેમના પ્રશ્નો ઉકેલવાનો પ્રયાસ કર્યો છે; આર્થિક સમાધાનો કામ કરી પણ ગયાં છે. બંને દેશોમાં સાંસ્કૃતિક કાર્યક્રમો, કલાકારો તથા સંગીતકારોનાં એક્સચેન્જ કાર્યક્રમો તથા મૈત્રીપૂર્ણ ક્રિકેટ ટુર્નામેન્ટનાં આયોજન પણ કરાયાં છે. વિવિધ

વિશ્વાસ ઘડનાર પગલાંઓ પણ લેવાયાં છે. છતાં આ કેન્સર જેવા રોગનું કોઈ કાયમી નિવારણ દેખાતું નથી.

એજ સમયે, પોલીસ, સૈન્ય, નૌસેના, હવાઈ દળ, સરહદ સુરક્ષા દળ તથા ઈન્ડીયન કોસ્ટ ગાર્ડ સહિતનાં તંત્રો શાંતિનો માર્ગ ન લઈ શકે. તેમણે સૌથી ખરાબ - યુદ્ધની સ્થિતિ માટે તૈયાર રહેવું જ પડે.

૨૬/૧૧એ મુંબઈ પોલીસને મુલ્યવાન બોધપાઠ શીખવ્યો. તેમણે મર્યાદિત સ્ત્રોતો સાથે એક ભૌગોલિક પ્રદેશની અંદર રહીને કાયદો તથા વ્યવસ્થાની સંભાળ લેવાની હતી, છતાં, તેમણે એક ઓછા કિંમતના "યુદ્ધ" માટે તૈયાર તો રહેવાનું જ હતું.

સામાન્ય રીતે આ ભૂમિકા પર્યાપ્ત સ્ત્રોતો તથા તાલીમ ધરાવતાં સૈન્ય તથા અન્ય એજન્સીઓ વડે ભજવાય છે. પ્રથમ દિવસથી જ તેમને સરહદ પરના દુશ્મનોને મારવાની તાલીમ અપાય છે, જ્યારે પોલીસદળ ગુનેગારોને સંભાળવા, વાહન વ્યવહારની વ્યવસ્થા કરવી, વરિષ્ઠ નાગરિકોની સંભાળ લેવી તથા ઘાડ અને ખૂનોની તપાસ કરવી, વગેરે માટે તાલીમ પામેલું હોય છે. આ બધું રાષ્ટ્રીય યુદ્ધને સંભાળવા માટે તાલીમબદ્ધ હોવા કરતાં ઘણું જ અલગ છે.

પરંતુ એક નેતા તરીકે, તેમણે બેસી ન રહેવાનો અને "આ મારું કામ ન હતું." અથવા "પૂરતાં બુલેટ પ્રુફ જેકેટ્સ અને શસ્ત્રો તથા દારુગોળા વગર, સામાન્ય રીતે સૈન્ય વડે લડાય છે તેવું યુદ્ધ અમે લડીએ તેવી અપેક્ષા તમે કેવી રીતે રાખી શકો ?" એવું બધું કહીને સરકારને દોષ ન દેવાનો નિર્ણય કર્યો.

તેને બદલે તેમણે નક્કી કર્યું કે બદલાવ લાવવા માટેનો સમય આવી ગયો છે.

હવે મહારાષ્ટ્ર પોલીસ સૈન્ય જેટલાં મજબૂત રાષ્ટ્રીય દળમાં વિકસશે; તે પોલીસીંગમાં બેન્ચમાર્ક બનશે. તેણે સરકાર પાસે પોતાનું સ્પષ્ટ આયોજન મૂક્યું. ભવિષ્યની સમસ્યાઓ સાથે કામ કરવા માટે, ભૂતકાળમાં જે ક્યારેય નહોતું કરાયું તે આજે કરવાની જરૂર હતી.

મહારાષ્ટ્ર પોલીસના ઈતિહાસમાં પ્રથમ વખત જ નીચેનાં પગલાંઓ ભરવામાં આવ્યા :

- મોકલાયેલી વિવિધ દરખાસ્તોના આધાર પર સરકાર વડે રૂા. ૧૨૬ કરોડ મંજૂર કરાયા.

- કેટલીક સ્પીડબોટ્સ ખરીદવામાં આવી. આતંકવાદીઓ દરિયાઈ માર્ગે આવ્યા હોવાથી પોલીસે ઇન્ડિયન કોસ્ટ ગાર્ડ સાથે મળીને ઝીણવટપૂર્વક કામ કરવાનું શરૂ કર્યું.
- ૧૫૦૦ MP3 અને MP4 બંદૂકો તથા દારુગોળા ખરીદવામાં આવ્યાં.
- ૪૦ માર્કસમેન બુલેટપ્રુફ જીપ તથા કેટલાંક નાનાં લડત આપી શકે તેવાં વાહનો વસાવવામાં આવ્યાં.
- પાંચ સીમ્યુલેટર્સ ખરીદવામાં આવ્યાં જેથી પોલીસો શહેરી અને ગ્રામ્ય વાતાવરણમાં ફાયરીંગ કરવાનો મહાવરો કરી શકે. આર.ડી. પ્રધાન કમીટીના અહેવાલે દર્શાવ્યું હતું કે ફાયરીંગની પ્રેક્ટિસ કરવા માટે પોલીસદળ પાસે પૂરતો દારૂગોળો ન હતો. સીમ્યુલેટર્સની પ્રાપ્તિએ આ અવરોધને હળવો કરી નાંખ્યો.
- જુદી જુદી નવી સંસ્થાઓ અસ્તિત્વમાં આવી. જેમ કે NSG કમાન્ડોની હરોળમાં ફોર્સ ૧, અને ૧૫૦૦ પોલીસકર્મીઓ ધરાવતી ક્વીક રીસ્પોન્સ ટીમ (QRT). પોલીસો માટે વિશ્વસ્તરીય તાલીમ બેઠકો યોજવામાં આવી. દા.ત. QRTને ટોપ કમાન્ડો વડે તાલીમ અપાઈ.

પછીનું પગલું લેવાયેલ પગલાં વિશે સામાન્ય માણસને જાગૃત કરવાનું હતું જેથી તેઓ સલામત હોવાનું અનુભવી શકે.

આને માટે, યુદ્ધ જેવી સ્થિતિ માટે સુસજ્જ હોય તેવું દળ ઊભું કરવા ઉપરાંત શિવનંદન પોલીસદળે લીધેલાં પગલાંઓ વિશે દેશના નાગરિકો સાથે સતતપણે આદાન-પ્રદાન કરતા રહેતા હતા.

આદાન-પ્રદાન માટે આ પગલાં ભરવામાં આવ્યાં.

- માધ્યમોનો ઉપયોગ કરવો : માધ્યમોએ માત્ર સ્થાનિક અથવા રાષ્ટ્રીય કક્ષાએ જ નહીં પરંતુ આંતર રાષ્ટ્રીય સ્તરે પણ લેવાયેલાં પગલાંઓ વિશેના સંદેશાઓ પહોંચાડવામાં મદદ કરી.
- વ્યાખ્યાન યાત્રાઓમાં ભાગ લેવો : શિવનંદને વ્યક્તિગત રીતે જુદી જુદી ક્લબ્સ, સામાજિક મેળાવડાઓ, શાળાઓ તથા કોલેજોમાં લોકોને ડર ન રાખવાનું કહેતાં સંબોધનો આપ્યાં. તેમની અંદર રહેલ પ્રોફેસર જીવંત થઈ ઉઠ્યો. અપાયેલ મુખ્ય સંદેશો હતો, "તમારી સલામતી માટે અમે જવાબદાર છીએ."

- સેમીનારો યોજવા : તેમણે કેટલાક મુખ્ય વ્યુહરચનાના તજજ્ઞોને રાષ્ટ્રીય સુરક્ષા પર તેમના અભિપ્રાયો-મતો વહેંચવા માટે આમંત્રણ આપ્યું. આવા લોકોમાં એ.પી.જે. અબ્દુલ કલામ, એમ.કે. નારાયણન, જુલીયો રીબેરો, અજય સાહણે, અનિલ કાકોડકર, આર. મારોલકર, શ્યામલ દત્તા, એમ.જે. અકબર, સંદિપ વાસ્લેકર તથા કે.પી.એસ. ગીલનો સમાવેશ થાય છે. શિવનંદનનો હેતુ, ૨૬/૧૧ના નિરુત્સાહ કરી નાખનાર અનુભવ પછી એક કોચલામાં ભરાઈ જવાને બદલે પોલીસદળને વૈશ્વિક તજજ્ઞો સાથે પરસ્પર વાત કરવા તથા નવા વિચારો તરફની દૃષ્ટિ મેળવવા તથા પ્રોત્સાહિત તથા આશાવાદી હોવાનું અનુભવવા માટે પ્રોત્સાહિત કરવાનો હતો.
- એક સમારકરૂપ પરેડનું આયોજન : ૨૬/૧૧/૨૦૦૯ની પ્રથમ વર્ષગદાંઠે ઓબેરોય ટ્રાઈડન્ટ હોટેલથી ગીરગામ ચોપાટી સુધી પરેડ લઈ જવાઈ હતી. આ પરેડનો હેતુ નવા ખરીદેલાં સાધનો તથા અપાયેલ તાલીમ દર્શાવવાનો હતો. આ લગભગ પ્રજાસત્તાક દિનની પરેડ જેવું જ હતું, જ્યાં એક રાષ્ટ્રની શક્તિ દર્શાવાય છે.
- પોલીસ સ્ટેશનોમાં માહિતીઓ આપવી : નવાં સાધનો, તાલીમ તથા સુરક્ષા માટે લેવાયેલાં પગલાંઓને લગતાં પોસ્ટર્સ તૈયાર કરાવ્યાં અને પોલીસદળ માટે વિશ્વાસ ઘડનાર પગલાં તરીકે પોલીસ સ્ટેશનોમાં મૂકાયાં.

શિવનંદનની કારકીર્દિમાં DGP નો હોદ્દો અંતિમ હોદ્દો હોવા છતાં, જ્યાં તેમની મોટાભાગની ઊર્જા તથા સ્ત્રોતો વિશ્વસ્તરીય પોલીસ માળખાંઓ ઘડવામાં ઉપયોગમાં લેવાયા હતા, આવાં ટકાઉ માળખાં ઘડવાં તે હંમેશાં શિવનંદનનું નેતાૃત્વની શૈલી રહી છે. નેતાઓએ સમજવું જોઈએ કે માળખું કે સંરચના એ માત્ર સુંદર સાજસજાવટ કરતાં ઉપર છે. તે અમે વિશ્વસ્તરીય બનવા માટે કટીબદ્ધ છીએ તેવો તમારા તરફથી અન્યોને મોકલાયેલ સંદેશ છે. અમે અમારાં કામ તરફ ગંભીર છીએ અને સૌથી અગત્યની વાત, કે અમે તમારી સંભાળ લઈએ છીએ.

શિવનંદને તેમની કારકીર્દિ દરમિયાન ઊભા કરેલી કેટલીક સંરચનાઓ તરફ એક નજર કરીએ. તમે જોશો કે ચાણક્ય વડે વર્ણવાયેલ સારી સંરચનાની ગુણવત્તાઓ અહીં વાસ્તવિક્તામાં જોઈ શકાય છે.

● સૌંદર્યની દષ્ટિએ આનંદ આપનાર

જીમનેશીયમ્સ : પોલીસદળમાં પણ શિવનંદને તેમના લોકોનાં આરોગ્યને પ્રાથમિક્તા આપી હતી. તેમણે શ્રેષ્ઠ ઉપલબ્ધ સાધનો સાથે પોલીસ સ્ટેશનોમાં ૨૫ વિશ્વસ્તરીય જીમ્નેશીયમ્સ બનાવ્યાં. જીમ્નેશીયમનું માળખું સુધારાયું તે પછી, વધુને વધુ મહિલા તેમજ પુરુષ પોલીસકર્મીઓએ તેમનો ઉપયોગ કરવાનું શરૂ કર્યું.

શિવનંદને સૌંદર્યની દષ્ટિએ આનંદ આપનાર જીમ્નેશીયમો બનાવ્યાં અને વિશ્વસ્તરીય સાધનો તેમાં વસાવ્યાં. જ્યારે આ જીમ્નેશીયમનો ઉપયોગ કરતા ત્યારે દરેક વ્યક્તિને ગર્વનો અનુભવ થતો.

● માણસો માટે લાભદાયી

વિશ્વસ્તરીય હોસ્પીટલો તથા તાલીમ કેન્દ્ર બનાવવા ઉપરાંત, શિવનંદન પોલીસ સ્ટેશનોના ઢાંચાઓમાં પણ સૂચક સુધારાઓ લાવ્યા. આ બધાંજ માળખાંઓ પોલીસદળ માટે લાભદાયી છે.

હોસ્પીટલ્સ : હોસ્પીટલો એ માત્ર એવાં સ્થળો નથી, જ્યાં તમને ડૉક્ટરો તથા નર્સો મળે. તે દરેક માટે આશા આપનાર સ્થાન છે. જ્યારે વ્યક્તિ એક હોસ્પીટલમાં આવે છે ત્યારે ડર તથા આશાની મિશ્ર લાગણીઓ હોય છે. સંભાળ લેનાર ડૉક્ટરો સાથેની એક સારી, સ્વચ્છ હોસ્પીટલ દર્દીઓ તથા તેમના પરિવારોને પુનઃખાતરી આપવામાં ઘણે લાંબે સુધી જાય છે અને રીકવરી વિશે તેમને વધુ આત્મવિશ્વાસ અપાવે છે. "સોને પે સુહાગા" તો ત્યારે છે જ્યારે હોસ્પીટલના ખર્ચાઓની પણ સંભાળ લેવાય છે. શિવનંદને હોસ્પીટલો તથા આરોગ્ય સંભાળ કેન્દ્રો બનાવવા માટેની સીસ્ટમ પર કાર્ય કર્યું.

તેમની પ્રાથમિક્તા એવી સુસજ્જ હોસ્પીટલ બનાવવાની હતી જે પોલીસ કર્મીઓને રાહત દરે સુવિધાઓ પૂરી પાડે. શિવનંદને ૨.૫ કરોડ રૂપિયાના ખર્ચે એક અતિ વિશાળ સ્પોર્ટસ સ્ટેડીયમ ઊભું કરવાનું કામ હાથ ધર્યું, જેમાં તેમણે સ્ટેટ બેંક ઑફ ઈન્ડિયાનાં ATM, પોલીસ પરિવારો માટે પ્રોવિઝન સ્ટોર, વોક હાર્ટ હોસ્પીટલમાંથી આવનાર સુપર સ્પેશીયાલીટી ડૉક્ટરો સાથેના સાત વાતાનુકુલિત રૂમ્સનો સમાવેશ કર્યો. વોકહાર્ટ હોસ્પીટલ સાથે ૧૦ વર્ષનો MoU કરાર કરાયો છે. ઘણાં કોર્પોરેટ ગૃહોએ ડેન્ટલ ચેર, કલર ડોપલર મશીન, ઓપ્થેલ્મોલોજી ડીપાર્ટમેન્ટ માટેનાં સાધનો તથા સંપૂર્ણ સુસજ્જ એમ્બ્યુલન્સ

સહિતનાં વિવિધ પ્રકારનાં મોંઘા સાધનો દાનમાં આપ્યાં છે.

શિવનંદનની દૃષ્ટિનો આભાર કે ૭૦૦૦ પોલીસ કર્મીઓ તથા તેમના પરિવારજનો, કે જેઓ અત્યાર સુધી સરકારી સીવીલ હોસ્પીટલોમાં અવગણના પામતા હતા, તેઓ તત્કાલ ફાયદો મેળવી શક્યા.

પોલીસદળ માટે એક હેલ્થ રેફરન્સ મેન્યુઅલ બનાવવામાં પણ શિવનંદન સાધનરૂપ બન્યા. ૪૦ હજાર નકલો છપાવવામાં આવી અને દળમાંના દરેક પોલીસને વહેંચવામાં આવી. બધાજ માણસોની નિયમિતપણે આરોગ્ય ચકાસણી કરાતી અને કેસના આધારે આરોગ્ય સમસ્યાઓની સંભાળ લેવાતી.

તજજ્ઞોની મદદથી યોગ વર્ગો, રમત ગમત; તથા ખોરાક તથા પોષક તત્ત્વો વિશેનાં સૂચનો પણ બનાવાયાં તથા યોજવામાં આવ્યાં. પોલીસદળનાં આરોગ્યમાં સુધારો લાવવો તે જ હેતુ હતો.

આમ શિવનંદને તેમના દળનાં આરોગ્યની સંભાળ લેવાવાની ખાતરી કરી.

હોસ્પીટલો, જીમ તથા નર્સીંગ હોમ બનાવવાં તે નક્કર માળખાંનું સર્જન છે. પરંતુ, આરોગ્ય અને સલામતીનું વાતાવરણ સર્જવું તે સોફ્ટ ઇન્ફ્રાસ્ટક્ચરનું (નરમ માળખાં) સર્જન છે.

પોલીસ સ્ટેશનમાં સુધારાઓ : પોલીસ સ્ટેશન એ પોલીસદળ માટે શક્તિ પૂરી પાડનાર સ્થળ જેવું છે. જેમ એક મોબાઈલ ફોનને વખતે વખતે ચાર્જ કરવો પડે છે તેમ પોલીસ સ્ટેશન પણ એવું સ્થળ છે જે પોલીસો માટે સખત પરિશ્રમ કરવાનું જ નહીં પરંતુ અવિરત પ્રવૃત્તિઓ વચ્ચે નવપલ્લવિત તથા તાજા થવાનું સ્થાન પણ છે. અગાઉ ઉલ્લેખ કરાયો છે તે મુજબ, ચાર દિવાલ વચ્ચે મર્યાદિત એક કોર્પોરેટ નોકરીથી ઉલટું, પોલીસના માણસો સતતપણે ફરતા રહે છે. પોલીસ સ્ટેશન એવી જગ્યા છે જ્યાં તે લાંબા અને કંટાળાજનક દિવસની વચ્ચે ટૂંકા વિરામ માટે આવે છે.

શિવનંદને પોલીસ સ્ટેશનોને એવું સ્થળ બનાવવા માટે કઠોર પરિશ્રમ કર્યો, જ્યાં પોલીસો પુનઃઉર્જિત થઈ શકે. પોલીસદળમાં મહિલાઓની વધતી સંખ્યા સાથે, મહિલાઓને વિશિષ્ટ સુવિધાઓ પૂરી પાડવી અને મહિલાઓને અનુકુળ આવે તેવું માળખું બનાવવું તે મહત્વનું હતું. પ્રસાધન રૂમો, રેસ્ટરૂમ્સ તથા સહકર્મીઓ સાથે બેસીને વાતો તથા નાસ્તો કરી શકાય તેવી જગ્યાઓ ઊભી કરવામાં આવી.

પોલીસો રસ્તાની બાજુમાં આવેલ રેકડીઓ પર ખાતા-પીતા હતા. આથી સીપી ઑફિસની અંદર એક પોલીસ કાફે બનાવવામાં આવ્યું. પદ્મશ્રી પ્રેમા પુરવ વડે પોલીસોની પત્નીઓને તાલીમ આપવામાં આવી અને આ મહિલાઓ પોલીસ કાફે ચલાવતી અને નફો રળતી. આ કાફે માટેનો સમગ્ર ખર્ચ મહારાષ્ટ્ર ચેમ્બર ઑફ હાઉસીંગ ઈન્ડસ્ટ્રી (MCHI) વડે ઉઠાવવામાં આવ્યો.

પોલીસોનાં ક્વાર્ટર્સમાં એક ઉપહારગૃહની જરૂરિયાત વ્યક્ત કરવામાં આવી. આથી, ઉર્જિતા નામનું એક ઉપહાર ગૃહ બનાવવામાં આવ્યું અને એક સ્થાનિક રેસ્ટોરન્ટ ચલાવનારને ભાડાં પર અપાયું. તેણે પોલીસ કલ્યાણ ભંડોળ માટે માસિક નફો રળવાનું શરૂ કર્યું.

પોલીસ સ્ટેશનોની વહિવટી બાજુને પણ સારાં કોમ્પ્યુટર્સ, યુઝર-ફ્રેન્ડલી ટેક્નોલોજી તથા પોલીસને લગતાં કાર્યો માટે ડિઝાઈન કરાયેલ વિશિષ્ટ સોફ્ટવેર્સ સાથે અપગ્રેડ કરાયાં. નેશનલ એસોસીએશન ઑફ સોફ્ટવેર એન્ડ સર્વિસીસ કંપનીઝ (NASSCOM) ની મદદ વડે ૭૫ લાખ રૂપિયાના ખર્ચે સીપી ઑફિસમાં એક સુસજ્જ સાયબર ક્રાઈમ પ્રયોગશાળા બનાવાઈ. સાયબર ક્રાઈમની દિશા અને શોધખોળમાં અત્યાર સુધીમાં આખાં રાજ્યમાંથી ૨૬૦૦ પોલીસોને તાલીમ આપવામાં આવી છે. ઝડપી અને વધુ કાર્યક્ષમ દેખાવ માટે મેનેજમેન્ટ ઈન્ફોર્મેશન સીસ્ટમ (MIS) પણ અપગ્રેડ કરવામાં આવી.

તાલીમ કેન્દ્ર : કોઈ પણ સંસ્થાનો વિકાસ તે તેના લોકોને જે તાલીમ આપે છે તેની ગુણવત્તા પર આધાર રાખે છે. પોલીસ કર્મીઓને પણ નિયમિત ધોરણે તાલીમની જરૂર હોય છે. ભરતી કરતી વખતે અપાયેલ પ્રવેશ સ્તરની તાલીમ સમય જતાં નકામી થઈ જાય છે.

પોલીસદળને કાર્યક્ષમ અને અસરકારક બનાવવા માટે ટેક્નીકલ જ્ઞાન અપગ્રેડ કરવું અને હાર્ડ તથા સોફ્ટ સ્કીલ્સ વિકસાવવી મહત્વની છે.

આને માટે, શિવનંદને આખાં રાજ્યમાં તાલીમ કેન્દ્રો ઊભાં કર્યાં. ઘોડબંદર રોડ પરનાં એક સીનેમા થીયેટર સંકુલમાં એક વિશાળ કલાકૃતિ જેવું તાલીમ કેન્દ્ર ઊભું કરાયું જેમાં થાણે મ્યુનીસીપલ કોર્પોરેશન (TMC) વડે એક વિશાળ રૂમ ભેટરૂપે અપાયો. તેને યોગ્ય રીતે સજાવાયો અને મંથન નામ અપાયું. અહીં ઘણા ઉપયોગી તાલીમ કાર્યક્રમો સફળતાપૂર્વક યોજાયા અને યોજાવાનું ચાલુ છે. મુંબઈ પોલીસ જીમખાનામાં બીજું પ્રેરણા નામનું તાલીમ સુવિધાઓ સાથેનું વિશ્વસ્તરીય ઓડીટોરીયમ બનાવાયું.

પુનામાં મહારાષ્ટ્ર ઈન્ટેલીજન્સ એકેડેમી નામનું બુદ્ધિપૂર્વકની કુનેહોને મદદ કરવા માટેનું સારાં માળખાં સાથેનું અપ-ટુડેટ તાલીમકેન્દ્ર છે.

● કામ તરફની સમર્પિતતા

થાણા પોલીસ સ્કુલ : શિવનંદને તેમની પોલીસ કારકીર્દિ દરમિયાન ઊભી કરેલી બધી જ સંરચનાઓમાંથી એક ઈમારત તેમનાં હૃદયની ઘણી જ નજીક છે. આ એવી ઈમારત છે જેનું સર્જન કરવાનો તેમને ગર્વ છે. આ ઈમારત પોલીસકર્મીઓ માટે મજબુતાઈ પૂર્વક ઊભી છે અને આવનારી પેઢીઓને તે લાભ આપશે. તે છે થાણે પોલીસ સ્કૂલ. જ્યારે તેઓ નાગપૂર રેન્જમાં ડેપ્યુટી ઈન્સ્પેક્ટર જનરલ ઑફ પોલીસ હતા ત્યારે ગઢચીરોળી અને ચંદ્રપૂરમાં બે પોલીસ શાળાઓ બનાવવામાં તેઓ સાધનરૂપ થઈ ચૂક્યા હતા.

એક કર્મચારી તેનાં કાર્ય તરફ સમર્પિત રહે તેની ગેરંટી કોઈ કેવી રીતે આપે ? મોટી રકમનો પગાર આપવાથી અથવા કાયદો લાગુ પાડવાથી તેમ નથી થતું. કોઈક તેમની સંભાળ લઈ રહ્યું છે, પોતાને જેની ચિંતા છે તેવી બાબતો વિશે કોઈક ચિંતા રાખી રહ્યું છે તેવી કર્મચારીની ભાવનામાંથી તે આવે છે.

થાણે શાળા ઊભી કરીને શિવનંદને પોલીસકર્મીઓને એક સંદેશો પાઠવ્યો કે તેમનાં બાળકોનું શિક્ષણ પણ એક પ્રાથમિકતા છે. શિવનંદન મજબૂતાઈથી અનુભવતા હતા કે પોલીસ કોન્સ્ટેબલનાં બાળકો પોતાનો વારો આવતાં પોલીસ કોન્સ્ટેબલ જ બને તે વિષચક્ર એ વાતની ખાતરી આપતું હતું કે ભાવિ પેઢીઓ પણ ૧૦/૧૦ના રૂમમાં અને ગરીબીમાં ઝકડાયેલી રહેશે. તેમનું સ્વપ્ન તેમને ડૉક્ટર્સ, ઈજનેર, IAS/IPS અમલદારો બનતાં જોવાનું હતું. જ્યારે આ ભાવના કુદરતી રીતે દરેક પોલીસનાં મગજમાં આવે છે ત્યારે, લોકો તેમની કામ પ્રત્યે સમર્પિતતા અનુભવે છે.

આ લગભગ મૃતપ્રાય શાળાનાં પુનઃનિર્માણની કથા એ આશા અને દૃષ્ટિની પરિવર્તનની સમસ્યાની અંદર જ ઉકેલ શોધવાની કથા છે.

૨૦૦૫માં જ્યારે શિવનંદન થાણાના કમિશ્નર ઑફ પોલીસ (CP) હતા ત્યારની વાત છે. તેઓ તેમની ઑફિસમાં દૈનિક કાર્ય કરી રહ્યા હતા, જ્યારે એક મહિલા તેમની મુલાકાતે આવી. તેણી થાણાની પોલીસ શાળાની શિક્ષીકા હતી અને રાજીનામું આપવા માંગતી હતી.

તેણીએ કહ્યું કે તેણી શાળામાંની શુષ્ક કાર્ય સ્થિતિથી મોહભંગ થઈ ગઈ હતી. તેણી એક માત્ર શિક્ષીકા હતી અને શાળા વિશે વાત કરવા જેવી કોઈ સુવિધા ન હતી. આથી શાળામાં કોઈ નવા વિદ્યાર્થીઓ દાખલ થતા ન હતા.

શિવનંદનની અંદર રહેલા શિક્ષકે આ પડકાર ઉપાડી લીધો. તેમણે તરત જ શિક્ષીકાની સાથે સીપી ઑફિસના માર્ગની સામે જ આવેલી શાળાની મુલાકાત લેવાનો નિર્ણય લીધો.

૧૯૨૦માં ચણાયેલી આ શાળામાં એક શિક્ષક, ૮૦ વિદ્યાર્થી, એક રૂમ, કોઈ પાયખાનાં નહીં, પંખા નહીં કે લાઇટ પણ ન હતી. તે કંઈક વધુ સારાંને લાયક હતા.

પરંતુ તેમણે જે જોયું તે સમસ્યા નહીં ઉકેલ હતો. જે જમીન પર આ શાળા હતી તે ઘણી વિશાળ હતી અને પોલીસ વિભાગની માલિકીની હતી. શિવનંદને ઉપયોગ વગરની શાળાને વિશ્વસ્તરીય સુવિધામાં ફેરવવાનું સ્વપ્ન જોયું.

જમીનની માલિકી પોલીસની હતી; એ એક શરૂ કરવા માટેનું સારું બિંદુ હતું. તેઓ જાણતા હતા કે પોલીસોની હવે પછીની પેઢી માટે એક ભવિષ્ય સર્જવા માટેની આ એક સુવર્ણ તક હતી. પરંતુ ખાણમાંથી સોનું મેળવવા માટે, કઠોર પરિશ્રમ અને યોગ્ય પ્રક્રિયા જરૂરી છે. તેમણે સમય ન ગુમાવ્યો પરંતુ આયોજન કર્યું અને તેને ગતિ આપવાનું શરૂ કરી દીધું.

તેમણે થોડાક ફોન કોલ્સ કર્યા અને કાયદાકીય બાબતો ચકાસી. તેમણે નાણાકીય ગણતરીઓ કરી અને કયા લોકો આ કાર્યને ટેકો આપી શકે તે ધ્યાન પર લીધું. થોડાક દિવસોની અંદર, તેમના મનની અંદર વિઝન સ્ફટિક જેવું સ્વચ્છ હતું. એ શક્ય હતું.

તેમણે ક્લીઅરન્સ તથા સરકારી મંજુરી તથા શાળાની માન્યતા તેમજ તેને ટેકો આપવા માટે સમાન વિચારવાળા લોકો મેળવ્યા. ૨૦૦૫ની ૧ માર્ચે કામ શરૂ થયું અને ૧૫મી જૂન સુધીમાં શાળા કાર્યરત થઈ ગઈ. ૨૦૦૫ની ૧૯મી ડિસેમ્બરે, શ્યામક દાવરના એક નૃત્ય કાર્યક્રમે જનતામાંથી ૩.૫ કરોડ રૂપિયા કમાવી આપ્યા. ૨૦૦૬ના ઓગસ્ટની ૧૫મી સુધીમાં ૪૦,૦૦૦ ચો. ફૂટની શાળા ગર્વ સાથે તૈયાર ઊભી હતી. ગાર્ડીયન પ્રધાન શ્રી ગણેશ નાઇક અને અન્ય જાહેર પ્રતિનીધીઓની હાજરીમાં ત્યારના ગૃહ પ્રધાન શ્રી આર.આર. પાટીલના હસ્તે તેનું ઉદ્‌ઘાટન થયું. છેવટે, પોલીસોને તેમની પોતાની માલિકીની શાળા મળી. માત્ર થોડા જ મહિનાઓમાં બધી જ સુવિધાઓ સાથે શાળા

તૈયાર હતી.

જ્યારે શાળા શરૂ કરવામાં આવી ત્યારે તે પહેલાં કરતાં વધુ મોટી હતી અને તેમાં ઘણી વધારે સુવિધાઓ હતી. આથી, એમ નક્કી કરવામાં આવ્યું કે ૫૦% સીટ પોલીસકર્મીઓનાં બાળકો માટે ઓછી ફી સાથે આરક્ષિત રાખવામાં આવશે. હવે, લગભગ ૩૦૦૦ બાળકો તે શાળામાં અભ્યાસ કરે છે. પોલીસનાં બાળકો માત્ર ૨૫% ફી ચૂકવે છે. કોઈ પાસેથી કંઈ જ ડોનેશન લેવાતું નથી. છેલ્લાં ચાર વર્ષથી, દસમાં ધોરણની પરીક્ષામાં પ્રથમ વર્ગ તથા ડીસ્ટીકેશન સાથે શાળા ૧૦૦% પરિણામ મેળવે છે.

પ્રવેશ માટેની વધતી માંગને કારણે, હવે શાળામાં થોડા વધુ માળ ઉમેરાયા છે. પ્રવેશ માટે ધસારો થાય છે અને હંમેશાં વધતાં જતાં વેઈટીંગ લીસ્ટ સાથે, બિન-પોલીસ બાળકો પણ પ્રવેશ મેળવવા ઈચ્છે છે.

સમય સાથે શાળા આબાદ થઈ છે અને અત્યારે થાણામાં સૌથી વધુ ઈચ્છાતી શાળાઓમાંની તે એક છે. શાળાના વિદ્યાર્થીઓ અભ્યાસ અને રમતગમતમાં શ્રેષ્ઠ નીવડ્યા છે; અને વાલીઓ તેમનાં બાળકો માટે અહીં ઉજ્જવળ ભવિષ્ય જુએ છે. વધુ જાણવા માટે શિવનંદને બનાવેલ વેબસાઈટ www.thanepoliceschool.com ની મુલાકાત લો.

જ્યારે શિવનંદનને તેના હાથ નીચેના કર્મચારી તરફથી ફોન આવ્યો કે, “સર, પોલીસકર્મીઓ તથા તેમની પત્નીઓ વ્યથિત છે કે તેમનાં બાળકોને આપણી શાળામાં પ્રવેશ મળતો નથી. પોલીસનાં બાળકો માટે ફાળવાયેલ ૫૦% સીટ માંગને પહોંચી વળવા માટે પૂરતી નથી. તેમની વિનંતી છે કે બહારનાં બાળકોને પ્રવેશ આપવાનું અટકાવવું. અમે પોલીસોનાં બાળકો માટે ૧૦૦% સીટો ઈચ્છીએ છીએ !” એ શિવનંદન માટે સૌથી મહાન ખૂશીની ક્ષણ હતી.

શિવનંદન હસ્યા. તેમણે એ દિવસ યાદ કર્યો જ્યારે એક શિક્ષીકા રાજીનામું આપવાના નિર્ણય સાથે તેમની ઑફિસમાં આવી હતી અને વધુ બાળકોના પ્રવેશની માંગ કરતો એક પોલીસનો ફોન આવવાથી તેમણે ઊંચાં આવી ગયાનું અનુભવ્યું. તેમનું સ્વપ્ન વાસ્તવિકતા બની ગયું હતું.

● વફાદારી અને પ્રમાણિકતા

પુસ્તકાલયો : પુસ્તકો એ માહિતી, જ્ઞાન તથા ડહાપણનો મહાન સ્ત્રોત છે. મોટાભાગનાં પોલીસ સ્ટેશનોમાં પુસ્તકો જોઈ શકાય છે, પરંતુ તેમાંના

મોટાભાગનાં ટેક્નીકલ અને કામને લગતાં હોય છે, જેમ કે પોલીસ મેન્યુઅલ્સ, ઈન્ડિયન પીનલ કોડ, ભારતનું બંધારણ તથા વિવિધ કાયદાકીય તથા સંદર્ભ પુસ્તકો.

જોકે, માનસિક રીતે તથા બુદ્ધિશાળી રીતે વિકસવા માટે, પોલીસકર્મીઓએ સ્વવિકાસ, વ્યવસ્થાપન વાર્તાઓ તથા પ્રેરણાદાયી પુરુષો તથા મહિલાઓની આત્મકથાઓ પરનાં અન્ય સારાં પુસ્તકો વાંચવાં જરૂરી છે.

આ હેતુ માટે, શિવનંદને પોતે જ્યાં જ્યાં નોકરી કરી, ત્યાં પોલીસ કર્મીઓ માટે વિવિધ પુસ્તકાલયો શરૂ કર્યાં. લગભગ ૧૦,૦૦૦ પ્રેરણાત્મક પુસ્તકો ખરીદવામાં આવ્યાં અને પોલીસકર્મીઓને વાંચવા તથા નવા વિચારો વિશે વિચારવાનું શરૂ કરવા પ્રોત્સાહિત કરાયા.

શિવનંદન પોતે તૃષાતુર વાચક છે અને તેમની બંને પુત્રીઓમાં આ જ ખાસીયત જોઈ શકાય છે. બદલીઓ દરમિયાન કયાં પુસ્તકો સાથે લઈ જવાં અને કયાં પાછળ છોડી જવાં તે પડકારનો તેમનાં પત્નીએ સામનો કરવો પડતો હતો. તેમનાં ઘરો પુસ્તકોથી ભરેલાં રહેતાં અને તેઓ અન્યોને વાંચવા તથા વિકસવા માટે પ્રોત્સાહિત કરતા, ઉદારતાપૂર્વક પુસ્તકો આપી પણ દેતા.

વિવિધ પુસ્તકાલયો દ્વારા તેમણે પોલીસ વિભાગમાં પણ એજ વાતાવરણ સર્જ્યું. તેમના મતે, પોલીસ જ્યારે વરદી પહેરે ત્યારે તેની પાસે આવતી સમસ્યાઓને જ માત્ર સંભાળવા કરતાં, વિવિધ પુસ્તકો વાંચવાથી તે વધુ ડાહ્યો થશે.

શિવનંદનનું વાંચવાની સંસ્કૃતિ સર્જવાનું આયોજન સ્વભાવે ઘણું જ વ્યુહાત્મક છે. એક વખત એક વ્યક્તિ મહાન લોકોનાં જીવન તથા અનુભવો વિશે વાંચવાનું શરૂ કરે પછી તેમના વિચારો આપોઆપ જ તમારા વિચારોનો ભાગ બની જાય છે. આમ, વફાદારી તથા પ્રમાણિકતા જેવાં મુલ્યો ક્રમશઃ વાચકની વિચારસરણી તથા માનસિકતાનો ભાગ બની જાય છે.

જો તમારી પાસે દૃષ્ટિ અને પરિપૂર્ણ કરવાનું ઉચ્ચ કારણ હોય તો કોઈ પણ દૃશ્યને ધરમૂળથી બદલી શકો છો. કોઈ પણ સમસ્યા જ્યાં સુધી તમે પોતે તેને સમસ્યા તરીકે ન જુઓ ત્યાં સુધી સમસ્યા નથી. પછી તમે તેના ઉકેલ પર કામ કરવા લાગો છો અને ખ્યાલ પણ ન આવે તે રીતે, તમે અશક્ય વસ્તુઓ કરવા લાગો છો. તમે પોતે બદલાવ બની જાવ છો અને બદલાવ સર્જો છો.

અત્યાર સુધી આ પુસ્તકમાં, આપણે વિવિધ પ્રકલ્પોનું અમલીકરણ જોયું.

પરંતુ કોઈ પણ પ્રોજેક્ટ પાછળ ગમે તેટલી મોટી દૃષ્ટિ હોય તોપણ, તેને નાણાકીય ટેકા વગર પૂરો કરી શકાતો નથી.

એક નેતા આ સમસ્યાને કેવી રીતે સંભાળે છે તે આપણે હવે પછીનાં પ્રકરણમાં જોશું, જે ચાણક્યના મત મુજબ નેતૃત્વ માટેનું પછીનું રહસ્ય છે. - કોષ (નાણાં/તીજોરી)

★ સારું માળખું ઘડવા માટેનાં સૂચનો ★

૧. વિશ્વસ્તરીય સુવિધાઓ ઊભી કરો : તડજોડ ન કરો. પડકાર ઉપાડો.
૨. હાર્ડ અને સોફ્ટ માળખાં પર ધ્યાન કેન્દ્રિત કરો : ક્લાસી હોય તેવું વાતાવરણ સર્જો.
૩. અન્યોની મદદ લો : અન્યોના અભિપ્રાયો સાથે તમે કામને વધુ સારું અને વધુ ઝડપથી કરી શકો.
૪. તમારું વિઝન ચાલુ રહેવું જોઈએ : જો તમે કંઈક બનાવવાના ફાયદા જોયા હોય, તો તે અન્યો માટે પણ કરો.
૫. લેન્ડમાર્ક હોય તેવા પ્રોજેક્ટ ઊભા કરો : સમસ્યામાં જ તેનો હલ પડેલો હોય છે.

ટિપ્પણી

મારી અંદરનો નેતા

ટિપ્પણી

મારી અંદરનો નેતા

પ્રકરણ-૫

કોષ

તિજોરી / નાણાં

સ્વામી	રાજા
અમાત્ય	પ્રધાન
જનપદ	દેશ
દુર્ગ	કિલ્લેબંધ શહેર
કોષ	**તિજોરી, ખજાનો**
દંડ	સૈન્ય
મિત્ર	સહયોગી

ભાગ - અ

પાંચમું રહસ્ય

કોષ : નાણાં

કોષ એ તિજોરી અથવા નાણાંનો સંગ્રહ છે જે રાજ્યને ચાલતું રાખે છે. ચાણક્યએ કહ્યું છે કે રાજાનું પ્રથમ કર્તવ્ય તિજોરી - ભંડાર - ના સંપાદન, વિકાસ અને વિસ્તારનું છે.

ભંડાર અથવા નાણાં રાજ્યને સંભાળે છે અને તેના વિકાસ તથા વિસ્તરણમાં મદદ કરે છે.

અર્થશાસ્ત્રમાં ચાણક્યએ સૂચવ્યું છે કે રાજાને અર્થશાસ્ત્રની પૂરી સમજણ હોવી જોઈએ. આ એવો પ્રથમ વિષય છે જે રાજાએ શીખવો જોઈએ. એક રાજાના રોજીંદા નિત્યક્રમમાં પ્રથમ પ્રવૃત્તિ રાજ્યના હિસાબો તપાસવાની હોવી જોઈએ.

કોષાધ્યક્ષ અથવા નાણાં ખાતાંના વડાએ રોજના અહેવાલ લાવવા જોઈએ અને રાજાને રાજ્યની નાણાંકીય પરિસ્થિતિ વિશે માહિતી આપવી જોઈએ. રાજા નાણાં પરનું ધ્યાન ગુમાવી શકે નહીં.

અર્થ એટલે સંપત્તિ અને શાસ્ત્ર એટલે ગ્રંથ માટે, અર્થશાસ્ત્રનો પોતાનો જ અર્થ સંપત્તિ પરનો ગ્રંથ એવો થાય છે. વિદ્વાનો એ આને અર્થશાસ્ત્રનું પુસ્તક કહ્યું છે જે માઇક્રોઇનોમીક્સ, હિસાબ પદ્ધતિ, અન્વેષણના નિયમો, કરવેરા તથા દંડની ઉઘરાણી અને રાજ્યના વિકાસ માટે જાહેર ભંડોળની વાતોને આવરે છે.

એવો એક ખોટો ખ્યાલ છે કે ભારત અને ભારતીયો પૈસા, અર્થશાસ્ત્ર અને જીવનના વ્યવહારુ માર્ગો વિશે ખાસ સમજતા નથી. ઘણી વાર એવું માનવામાં આવે છે કે ભારતીયો આધ્યાત્મિક હોવાથી તે મૃત્યુ પછીનાં જીવન,

સ્વર્ગ, મોક્ષ વગેરે વિશે સંપત્તિ અને ભૌતિક વસ્તુઓ કરતાં વધુ વિચારે છે.

જોકે, ભારત અને ભારતીયો અન્ય કોઈ સંસ્કૃતિ નથી સમજતી તેટલું પૈસા અને સંપત્તિ વિશે સમજે છે. આપણે તેનું વ્યવહારુ મુલ્ય અને તેની મર્યાદાઓ પણ જાણીએ છીએ.

તમને શું લાગે છે, શા માટે આપણે સૌથી પ્રગતિશીલ - સમૃદ્ધ રાષ્ટ્ર હતા અને આખી દુનિયામાંથી ચડાઈ કરનારાઓનું લક્ષ્ય હતા ? હજારો વર્ષો સુધી આપણે સૌથી સમૃદ્ધ રાષ્ટ્ર હતા અને આપણે અર્થશાસ્ત્રના એવા સિદ્ધાંતો શોધ્યા હતા જે પશ્ચિમની દુનિયા સમજી પણ નથી.

"અર્થશાસ્ત્ર" આની સાબિતી છે. તે સંપત્તિ અને તેનાં વ્યવસ્થાપન પરનું પુસ્તક છે. તે સંપત્તિનાં જ્ઞાન વિશે છે અને તે જ્ઞાનની સંપત્તિ છે. અર્થશાસ્ત્રનો અભ્યાસ આપણને આપણા ગૌરવપૂર્ણ ભૂતકાળને સમજવામાં મદદ કરે છે. અર્થશાસ્ત્રમાં વર્ણવેલા સંપત્તિના સિદ્ધાંતોને આધુનિક પરિસ્થિતિઓમાં સીધે સીધા લાગુ કરી શકાય છે.

ભૂતકાળમાં હોય કે વર્તમાનમાં, નાણાં કોઈ પણ હાથ ધરાયેલ કાર્યની કરોડરજ્જુ છે. દરેક વ્યક્તિ, પરિવાર, સમાજ, સંસ્થા તથા રાષ્ટ્ર પૈસા તથા ધન પર આધારિત છે. એક મજબૂત અને સારી રીતે સંભાળાયેલ તિજોરી કોઈ પણ તંત્રનું હૃદય છે.

કોષ એવો પાયો છે જેના પર અંદાજપત્ર બનાવવું તે ખૂબ જ વિશિષ્ટતાપૂર્ણ પ્રવૃત્તિ છે; તે તજજ્ઞો તરફથી મળેલા અભિપ્રાયો તથા રીઝર્વ બેન્ક ઑફ ઇન્ડિયા તરફથી અપાયેલ આર્થિક નીતિ પરની માર્ગદર્શિકાનો સમાવેશ કરે છે.

સારી આર્થિક નીતિઓ રોજગાર અને વેપાર, ધંધા તથા ઉદ્યોગો માટે વિકાસનું સંવાહક વાતાવરણ સર્જે છે.

આમ, કોષ પરનું સારું નિયંત્રણ અને તેનું વ્યવસ્થાપન રાજા, નાગરિકો તથા રાજ્યને સમૃદ્ધિ તરફ દોરી જાય છે.

એક વખત એક માતા તેનો પુત્ર સારી જીંદગી બનાવી શકતો ન હોવાને કારણે ઘણી જ વ્યથિત હતી. તે એક આશ્રમમાં આવી. તેણીએ મુખ્ય સાધુને કહ્યું, "ગુરુજી, મારો પુત્ર અભ્યાસમાં સારો હતો; છતાં તે આજીવિકા રળવા માટે એક સારી નોકરી ન મેળવી શક્યો. આથી, કોઈ તેની સાથે પરણવા તૈયાર નથી. દુન્યવી બાબતોમાં તે નિષ્ફળ હોવાથી, મને લાગે છે કે તે એક સાધુ બની જવા માટે યોગ્ય છે. તે તમારા આશ્રમમાં જોડાય તેવું હું ઇચ્છું છું."

મુખ્ય સાધુએ જવાબ આપ્યો, "બહેન, એક સાધુ હોવું તેનો અર્થ દુન્યવી વાસ્તવિકતાથી ભાગી છૂટવું તેવો નથી થતો. તે એવા લોકો માટેનો માર્ગ છે જેઓ દુન્યવી બાબતોમાં સફળ છે અને તેનાથી આગળ જવા ઇચ્છે છે. જે વ્યક્તિ બહારની દુનિયામાં પોતાને સાબિત નથી કરી શકતી, તે આંતરિકની દુનિયામાં વિજેતા ન બની શકે."

આમ, આ દુનિયામાં સફળ થવા માટે, વ્યક્તિએ પોતાની જાતને સાબિત કરવા માટે કઠીન પરિશ્રમ કરવો પડે અને પૈસા કમાવા પડે. વ્યક્તિ સંપત્તિ અને સત્તાનો ત્યાગ કરી શકે તે પહેલાં, તેણે તે રળવાં પડે.

એક ઘણો જ પાતળો માણસ એક વખત કુસ્તીની રમત જોતો હતો. મેચના અંતે વિજેતાએ પ્રેક્ષકગણને પડકાર્યો. "એવું કોઈ છે, જે મારી સાથે કુસ્તી કરવા ઇચ્છતું હોય?"

આ પાતળા માણસે ઉત્તેજનાપૂર્વક પડકાર ઝીલી લીધો. જોકે, જ્યારે તે કુસ્તીના અખાડામાં પહોંચ્યો ત્યારે તેને પોતાની ભયાનક ભૂલનો ખ્યાલ આવ્યો. તેનો પ્રતિસ્પર્ધી વિશાળકાય અને સુગઠિત હતો. તેનો પ્રથમ મુક્કો જ આ પાતળા માણસને રીંગમાંથી બહાર ફેંકી દેવા માટે પૂરતો હતો.

પ્રેક્ષકગણ હસતો હતો અને આ માણસ ક્યારે ટૂકડાઓમાં છૂંદાઈ જાય તેની રાહ જોતો હતો. પોતાની ચામડી બચાવવા માટે આ પાતળા માણસે એક યુક્તિ કરી. મેચ શરૂ થવામાં જ હતી ત્યારે તેણે પોતાના પ્રતિસ્પર્ધીને કહ્યું, "મહેરબાની કરીને ચાલ્યો જા, હું તને માફ કરું છું; હું તારી સાથે લડીશ નહીં." અને તે ભાગી છૂટ્યો.

આપણામાંના ઘણા આ પાતળા માણસ જેવા છીએ. પડકાર આપણને ઉત્તેજે છે, પરંતુ વાસ્તવિકતાનો સામનો કરવો મુશ્કેલ છે. ધન કમાવું તે જીવનની એક મહત્વની વાસ્તવિકતા છે. માટે, જેઓ ધન નથી કમાઈ શકતા તેઓ આવો બચાવ કરે છે કે, "મને પૈસાની જરૂર નથી." "પૈસા તો દુષ્ટ છે." અથવા "બધા જ ધનિકો ચોર છે." આ "દ્રાક્ષ ખાટી છે" તેવો કિસ્સો છે.

એક નેતા ધનની મહત્તા સમજે છે. એક જવાબદાર વ્યક્તિ ક્યારેય પૈસાનાં મુલ્યને ઓછું નહીં આકારે.

પૈસાનું બીજું મહત્વનું પ્રમાણ છે "ધન વિશે જાગૃત" હોવું "પૈસાની માનસિકતા" વાળા નહીં. પૈસા વિશે જાગૃત વ્યક્તિ પૈસાનું મહત્ત્વ સમજે છે અને તેને યોગ્ય સ્થાન તથા મુલ્ય આપે છે.

જોકે એક "મની માઈન્ડેડ" વ્યક્તિ દુનિયાને નાણાકીય દૃષ્ટિથી જ જુએ છે. આવી વ્યક્તિની દૃષ્ટિ દરેક પ્રોજક્ટમાં ROI (રીટર્ન ઓન ઈન્વેસ્ટમેન્ટ - રોકાણ પર વળતર) ની છે. "તેમાં મારે માટે શું છે ?" એવું તેમનું વલણ હોય છે.

પૈસાની માનસિકતા વાળા લોકો તેઓ હાથ ધરે તેવા સામાજિક કાર્યના પ્રોજેક્ટમાં પણ સીધો અથવા આડકતરો આર્થિક લાભ શોધે છે. તેમને માટે બધું જ પૈસા સાથે જ શરૂ અને પૂરું થાય છે. તેઓ તેમનાં બેંક બેલેન્સમાંથી શક્તિ મેળવે છે અને વ્યક્તિનું મુલ્ય તેની આર્થિક સ્થિતિ પરથી કરે છે. દુનિયા તેમને માટે આર્થિક વ્યવહાર કરવાનો મંચ બની જાય છે.

પૈસા વિશે જાગૃત લોકો માટે, પૈસા એ સ્ત્રોત છે. તે એક છેડે પહોંચવા માટેનો માર્ગ છે, અંત નહીં. તેઓ પૈસાને માન આપે છે. તેઓ નાણાં પર કામ કરે છે, પરંતુ સમજે છે કે કોઈ પણ પ્રોજેક્ટ માટેની દૃષ્ટિ નાણાના પોતાના કરતાં વધુ મહત્વની છે.

આવા લોકો મહેનતુ છે; તેઓ જોખમ લેનાર છે; તેઓ સમાજના લાભાર્થે કાર્ય કરે છે. તેઓ એવા નેતાઓ તથા આદર્શરૂપ છે જે સકારાત્મક બદલાવ સર્જે છે.

અર્થશાસ્ત્ર **સંપત્તિના ચાર તબક્કા** કહેવાતા એક આર્થિક બાબતના નમૂનાની વિગત આપે છે. આ નમૂનો એક વ્યક્તિને તેમજ એક તંત્રને પણ લાગુ કરી શકાય છે.

સંપત્તિના ચાર તબક્કા આ મુજબ છે :

૧. સંપત્તિને ઓળખવી.
૨. સંપત્તિનું સર્જન કરવું.
૩. સંપત્તિનું વ્યવસ્થાપન.
૪. સંપત્તિની વહેંચણી.

સંપત્તિને તેનાં બધાં જ પરિમાણોમાં સમજવા તરફની યાત્રાના આ ચાર તબક્કાઓ છે. આ બધા જ નાણાં માટેના માર્ગોનો મૂળ સાર છે.

ચાલો આપણે સંપત્તિના દરેક તબક્કાની ચર્ચા કરીએ.

૧. સંપત્તિને ઓળખવી.

સંપત્તિને ઓળખવી એ આરંભ બિંદુ છે.

આને વધુ સારી રીતે સમજવા માટે, ધારો કે તમે એક કૂવો ખોદવા માંગો

છો. તમારે જમીનની અંદર રહેલ પાણીના સ્તરનું સ્થળ સમજવા માટે, જમીનની સ્થિતિ જાણવા માટે, પાણી કઈ ઊંડાઈએ મળી શકશે. વગેરે જાણવા માટે એક વૈજ્ઞાનિક તથા તાર્કિક પ્રક્રિયાને અનુસરવું જરૂરી છે. જ્યારે તમે આ જાણકારીઓથી સજ્જ થઈને કૂવો ખોદો છો ત્યારે તમને ચોક્કસ પાણી મળશે જ.

તેવી જ રીતે, જો તમે સમૃદ્ધ બનવા ઇચ્છો છો તો તમારે સંશોધન કરવાની અને સંપત્તિનું સર્જન કરવાનાં ક્ષેત્રો શોધવાની જરૂર છે. આને માટે તમે તજજ્ઞોની મદદ લઈ શકો છો. તમારા ગંતવ્ય સ્થાને ઝડપથી પહોંચવા માટે યોગ્ય દિશા તથા માર્ગને અનુસરવું તે મહત્વનું છે.

વેપારીઓ હંમેશાં સંભવિત વિસ્તરણ તકની શોધમાં જ હોય છે. નાણાનું રોકાણ કરનારા એવા નવા વિભાગો તથા ઉદ્યોગો પર કામ કરે છે જે રોકાણ પર સારું વળતર આપી શકે. સેલ્સમેન તેમનાં ઉત્પાદનો તથા સેવાઓ માટે નવા માર્કેટને ઓળખવાનો પ્રયાસ કરે છે. આ બધાં જ સંપત્તિને ઓળખવા માટેનાં ઉદાહરણો છે.

વિદ્યાર્થીઓ પોતાની કારકીર્દિ ઘડવા માટે, કયા અભ્યાસક્રમોમાં અરજી કરવી તે વિશે માર્ગદર્શન મેળવવા માટે તેમના શિક્ષકોને પૂછે છે. આ કિસ્સામાં પણ, વિદ્યાર્થી એક લાંબાગાળાની કારકીર્દિની તકને ઓળખવાનો પ્રયાસ કરે છે.

આમ, ઓળખવું એ પ્રથમ પગથીયું છે. પરંતુ સંપત્તિ કયાં પડેલી છે તે માત્ર જાણવું તે એ વાતની ખાતરી નથી આપતું કે એ સંપત્તિ તમારી છે.

પાણી ક્યાં છે તે સ્થળને જાણ્યા પછી, પછીનું પગથીયું કૂવો ખોદવાનું શરૂ કરવાનું છે.

૨. સંપત્તિનું સર્જન

સંપત્તિનું સર્જન કરવું તે કઠિન કાર્ય છે. તે શ્રમ ભરેલું કાર્ય છે જેને માટે ધૈર્ય અને લાંબાગાળાની - દીર્ઘદષ્ટિની જરૂર પડે છે.

જ્યારે તમે કૂવો ખોદવાનું શરૂ કરો છો, ત્યારે તમે એક અજ્ઞાત ભવિષ્ય પર કામ કરો છો. ઘણી વખત, તમે યોગ્ય દિશામાં કામ કરો છો, અને તમે સફળ થશો ખરા તે બાબતમાં પોતાના પર જ શંકા હોય છે. તમે અન્યોની ઝીણવટભરી તપાસ અને ટીકાટીપ્પણનો વિષય પણ બની શકો છો. આ જગ્યાએ સ્વ-પ્રેરણા ઘણી જ મહત્વની છે.

પ્રખ્યાત ઉક્તિ છે, "વિજેતાઓ ક્યારેય છોડી જતા નથી, છોડી જનારાઓ

ક્યારેય જીતતા નથી.'' એક વખત તમે તમારા બધા જ વિકલ્પો વિચારી લીધા હોય અને તમે ઈચ્છો છો તે સંપત્તિને ઓળખી લીધી હોય, પછી તમારે તે દિશામાં કઠિન પરિશ્રમ કરવો જરૂરી છે. તે એક લાંબી અને કંટાળાજનક યાત્રા હશે. પરંતુ અવરોધો છતાં, તમારો પરિશ્રમ કામ આપશે અને તમે સફળ થશો.

જ્યારે આપણે સફળ લોકોનાં જીવન વિશે અભ્યાસ કરીએ ત્યારે આપણે તેની સફળતાની પ્રશંસા કરીએ છીએ પરંતુ કેટલીક વાર તેઓ જ્યાં છે ત્યાં પહોંચવા માટે તેમણે કરેલા પરિશ્રમને ભૂલી જઈએ છીએ.

એક વખત એક મીડીયાની વ્યક્તિએ એક સફળ માણસને પૂછ્યું, ''સર, તમે રાતોરાત સફળ માણસ બની ગયા. આ તમે કેવી રીતે કર્યું ?'' તેમણે જવાબ આપ્યો, ''હા, હું રાતોરાત સફળ બની ગયો. પરંતુ તે રાત્રી ઘણી જ લાંબી હતી.''

દરેક વ્યક્તિ સમૃદ્ધ બનવા માંગે છે. પરંતુ સંપત્તિનું સર્જન કરવું તે મુશ્કેલ ભાગ છે. જો તમે સમૃદ્ધ હોવા ઈચ્છતા હોવ, તો યાદ રાખો - ''સફળતા માટે કોઈ ટૂંકો માર્ગ નથી.''

એક વખત તમે સોનું શોધી કાઢો, તમે સંપત્તિ સર્જી છે, પછી આખી દુનિયા બદલાઈ જાય છે. તમે સફળતાનો સ્વાદ ચાખ્યો છે; તમે ઈચ્છિત જગ્યાએ આવી પહોંચ્યાં છો.

૩. સંપત્તિનું વ્યવસ્થાપન

એક સમસ્યાનો અંત એ બીજી સમસ્યાની શરૂઆત છે. એક વખત તમે સંપત્તિ સર્જનના પડકારને જીતી લો છો, પછી તે પૈસાનું શું કરવું તે નવો પડકાર છે.

શરૂઆતમાં, તમે પૈસાનો પીછો કરતા હતા; હવે, પૈસો તમારો પીછો કરે છે. પરિસ્થિતિ બદલાઈ ગઈ છે.

સફળતા સાપેક્ષ છે - તે ઘણા નવા સંબંધીઓ લાવે છે. લોકો તમારી સાથે જોડાવા ઈચ્છે છે. તમે નવા મિત્રોથી ઘેરાયેલા છો. લોકો તમારી સફળતાને માન્યતા આપે છે અને તમારી સાથે ઓળખાવા ઈચ્છે છે. બેન્કર્સ તથા નાણાના તજજ્ઞો તમારી સંપત્તિનું વ્યવસ્થાપન કરવા ઈચ્છે છે અને તમને જુદા જુદા રોકાણ વિકલ્પો આપે છે.

વર્ષોના પરિશ્રમ પછી તમે કમાયેલ ધન તથા સફળતાને તમારે માણવાં જોઈએ. પરંતુ આનંદ-પ્રમોદ પૂરાં થઈ જાય પછી, હવે કંઈક ગંભીર વિચારણાનો સમય છે.

પડકાર તમારી સંપત્તિનું એવી રીતે વ્યવસ્થાપન કરવાનો છે કે તમે તેને ટકાવી શકો. હવે તમારે જીવવા માટેના મૂળભૂત મુદ્દાઓ વિશે ચિંતા કરવાની જરૂર નથી; તમારે તમારી સંપત્તિને જાળવી રાખવા પર ધ્યાન કેન્દ્રિત કરવાની જરૂર છે.

આ જગ્યાએ તમને સંપત્તિનાં વ્યવસ્થાપનની જરૂર પડે છે. યોગ્ય આયોજન અને સારી સલાહ સાથે ઉજ્જવળ ભવિષ્ય માટે તમે સાચાં પગલાં ભરવાનું શરૂ કરી શકો છો.

તમે સર્જેલી સંપત્તિનું વ્યવસ્થાપન કરવું તે સંપત્તિનું સર્જન કરવા જેટલું જ મહત્વનું છે. જો, અન્ય સમૃદ્ધ લોકોની માફક, તમે તમારી સંપત્તિ જેટલી ઝડપથી કમાયા હતા તેટલી જ ઝડપથી ખર્ચી નાખો, તો તરત જ તમે વળી પાછા મૂળ સ્થાને આવી જશો. તેને બદલે, તમારે તમારી સંપત્તિને બચાવવી, રોકાણ કરવી તથા સંભાળથી જરૂરી છે.

૪. સંપત્તિની વહેંચણી

ચાણક્ય કહે છે, તમે સર્જેલી સંપત્તિની વહેંચણી કરી દો. તે ઓછી સગવડવાળાને પાછી આપો. એક જરૂરિયાતમંદ વ્યક્તિ, એક ઊભા થતા ઉદ્યોગપતિ, એક ઉદ્દેશ, એક કલાકાર, એક બાળકનાં શિક્ષણ, એક બીમાર વ્યક્તિનાં આરોગ્યને ટેકો આપો.

આ કરવા કરતાં કહેવું સહેલું છે. એક વખત પૈસા તમને આપે છે તે સત્તા તથા ગૌરવને તમે માણી લો, પછી તેને જતું કરવું સહેલું નથી. તમને ખ્યાલ પણ આવ્યા વગર, જરૂરિયાત લોભ બની જાય છે.

જોકે, એક સારું અને સફળતાપૂર્વકનું જીવન જીવ્યા પછી, તમે જે પ્રાપ્ત કર્યું છે તે લોકોને પ્રાપ્ત કરવામાં મદદ કરવાનો પડકાર ઉપાડી લો.

અન્યોને મદદ કરવી તે સાચી સમાજ સેવા નથી; તમારી સંપત્તિને જવા દઈને આધ્યાત્મિક ઉન્નતિ કરવામાં તમારી જાતને કરાતી મદદ છે. તમારી સફળતાનું રહસ્ય અન્યો સાથે વહેંચો. તેમની સફળતા તમારી સફળતા બનવી જોઈએ.

જોકે, પેલા પાતળા માણસની વાર્તા યાદ રાખો, જેણે પહેલવાનને કહ્યું હતું, "હું તને માફ કરું છું !" તમે સંપત્તિને ઓળખો, સર્જો અને સંભાળો તે પહેલાં તમે તેને વહેંચી ન શકો.

જ્યારે તમે તમારી સંપત્તિને વહેંચો ત્યારે એક વખત તમે આગલા ત્રણ તબક્કામાંથી પસાર થઈ ચૂક્યા હોવ તો એ વહેંચણીનો પસ્તાવો ન થાય. તે આંતરિક પરિપૂર્ણતાથી થાય.

ભારતમાં, સંપત્તિને આપણે લક્ષ્મી દેવી કહીને તથા તેની પૂજા કરીને તેને દૈવી સ્થાન આપીએ છીએ. દુનિયામાં આપણે એવો એક માત્ર દેશ છીએ જેણે પૈસાને આધ્યાત્મિકરૂપ આપ્યું હોય. આપણે તેને એક આશીર્વાદ ગણીએ છીએ.

તમે સર્જેલાં ધનમાંથી તમારી કોર્પોરેટ સામાજીક જવાબદારી (CSR) અને અંગત સામાજિક જવાબદારી (PSR) પરિપૂર્ણ કરો. માત્ર ત્યારે જ તમે તમારી આધ્યાત્મિક જવાબદારી (SR) પૂર્ણ કરશો.

જ્યાં સુધી નાણાની વાત છે, ચાણક્ય પાસે આપણને આપવા માટે અતિ બુદ્ધિશાળી સલાહ છે. અર્થશાસ્ત્રનાં પુસ્તક-૨, પ્રકરણ-૮, સૂત્ર-૧માં તેઓ કહે છે :

"બધાં જ કાર્યો સૌપ્રથમ તિજોરી પર આધારિત છે. માટે, તેણે (નેતાએ) તિજોરીનું પહેલાં ધ્યાન રાખવું જોઈએ."

કોઈ પણ પ્રોજેક્ટ અથવા સોંપાયેલ કાર્ય નાણાં પર આધાર રાખે છે. જો જરૂરી નાણાં ઉપલબ્ધ ન હોય તો મહાન વિચારો વાસ્તવિકતા બની શકતા નથી.

"બધાં જ કાર્યો" એ ઘણું જ મહત્વનું છે. તે માર્ગો તથા પૂલો ચણવા જેવા રાષ્ટ્રીય પ્રકલ્પો હોય કે જન્મદિવસની ઉજવણી અથવા ટેલીવિઝન ખરીદવા જેવી ઘરની નાની ઘટનાઓ હોય, તે બધું તિજોરી એટલે કે નાણાં પર આધારિત છે.

પછી ચાણક્ય નેતાને સલાહ આપે છે, "માટે, તેણે સૌપ્રથમ તિજોરીમાં નજર કરવી જોઈએ."

નેતાએ તિજોરીમાં શું ઉપલબ્ધ છે તેના તરફ જોવું જોઈએ. ઉદાહરણ તરીકે, તમે ખરીદી માટે જાવ તે પહેલાં તમારે તમારું બેંક બેલેન્સ જાણવું અને તે મુજબ કેટલા પૈસા ખર્ચી શકાય તે જાણવું જરૂરી છે.

ક્રેડિટ કાર્ડ પદ્ધતિએ આ વિચારસરણી ધરમૂળથી બદલી નાંખી છે. આપણે કોઈ પણ ઉત્પાદન માટે પછીથી પણ પૈસા ચૂકવી શકશું તેવું ધારી લઈને આપણું વલણ તિજોરી - ભંડાર તરફ નહીં પરંતુ ઉત્પાદન તરફ પહેલાં જોવાનું હોય છે. ચાણક્યના મત મુજબ, ઉત્પાદન અને તેને ખરીદવાનો અંતિમ નિર્ણય કરતાં પહેલાં આપણે તિજોરી તરફ જોવાની જરૂર છે.

એક સંસ્થામાં, હાથ નીચેના કર્મચારીઓમાં મોટેભાગે એક ઉજવણીની વ્યવસ્થા કરવાની અથવા નવી ઑફિસમાં જવાનું વગેરે જેવી જુદી જુદી ઇચ્છાઓ તથા આયોજનો હોય છે જ્યારે કર્મચારીઓનો ઉત્સાહ મહત્વનો છે જ પરંતુ નેતાએ તેમની ગણતરીઓ માંડવી જોઈએ અને નાણાં તરફ જોવું જોઈએ.

જોકે, જો તમને એમ લાગે કે તમારા કર્મચારીએ સૂચવેલ તથા તમારી સંસ્થા માટે લાભદાયક પ્રોજેક્ટ માટે તમારી પાસે પર્યાપ્ત નાણાં નથી, તો બારોબાર ના ન પાડી દો. "એ શક્ય નથી કારણ કે આપણી પાસે તેને માટે ના નાણાં નથી." અથવા "આપણે ક્યારેય આટલો મોટો પ્રોજેક્ટ હાથ પર નથી લીધો." જેવો પ્રત્યાઘાતો કર્મચારીઓને નિરુત્સાહ કરી નાખશે અને તેમને તમારી પાસે પોતાના વિચારો વહેંચતા અટકાવશે. એક નેતા તરીકે, તમારે તમારી સંસ્થામાં નવસર્જન અને રચનાત્મકતાની પ્રેરણા આપવી જોઈએ, તેને નિરુત્સાહ ન કરવા જોઈએ.

માટે, જો પ્રોજેક્ટ યોગ્ય લાગે તો તેને માટે નાણાં કેવી રીતે ઊભાં કરવાં તે વિશે વિચારો. આ જગ્યાએ નેતૃત્વ મહત્વની છે : અશક્યને શક્ય બનાવવું.

સંપત્તિ, પૈસા અને રોકાણના પ્રખ્યાત તજજ્ઞ અને લેખક રોબર્ટ કીઓસાકી સલાહ આપે છે. તેમ, "તમારે જરૂર છે, પરંતુ તમારી પાસે છે નહીં તે પૈસા કેવી રીતે બનાવી શકાય તે શક્યતા વિશે વિચારો."

પૈસા બનાવવા અથવા ઊભા કરવા માટેનું પ્રથમ પગથીયું છે તમારી ગણતરી કરવી અને એક બજેટ બનાવવું. તમે નીચેના રમૂજી પ્રસંગ પરથી જોશો તેમ, આ ઘણું મહત્વનું પગલું છે.

એક વખત એક સમૃદ્ધ વ્યક્તિએ એક રચનાત્મક, યુવાન છોકરાને એક નવા ઇજનેરી નમૂના પર કામ કરતો જોયો. તે વ્યક્તિ તે છોકરા પાસે ગઈ અને કહ્યું, "હું તને નાણાંકીય સહાય આપવા તૈયાર છું. કેટલા પૈસાની જરૂર છે તે મને જણાવ." તે યુવાન માટે તો આ સ્વપ્ન સાચું પડવા જેવું હતું.

જોકે, તે નાણાંકીય દૃષ્ટિએ વિચારવા માટે તાલીમબદ્ધ ન હતો અને કેટલા

પૈસાની જરૂર પડશે તેનો અંદાજ કાઢી ન શક્યો. કોઈકે તેના પ્રોજેક્ટ માટે નાણાં આપવાની આટલી તૈયારી સાથે વાત કરી તેથી તે આશ્ચર્યચકિત હતો, પરંતુ આઘાતમાં હતો કે તેની કિંમત કેટલી થશે તે વિશે તે પોતે કંઈ જ જાણતો ન હતો.

તેણે તે શ્રીમંત પાસે એક દિવસનો સમય માંગ્યો. પોતાની ગણતરીઓ માંડ્યા પછી, બીજે દિવસે તેણે પ્રોજેક્ટ અહેવાલ રજૂ કર્યો. થોડી જ મીનીટોની અંદર તેને પૂરી રકમનો ચેક મળી ગયો.

અંદાજ મૂક્યા વગરની રચનાત્મકતા અને કલ્પના એ હવાઈ કિલ્લા છે. યોગ્ય નાણાં મેળવવાં એ તમારા સ્વપ્નના કિલ્લાને વાસ્તવિકતા બનાવવા તરફનું પગલું છે.

એક વેપારી મુશ્કેલ સમયમાંથી પસાર થઈ રહ્યો હતો. નવા ઓર્ડર્સ આવી નહોતા રહ્યા; આવેલા ઓર્ડરો પર કામ નહોતું થઈ રહ્યું. તે તેના સપ્લાયર્સને પૈસા નહોતો ચૂકવી શકતો, જેની કાચા માલના પુરવઠા પર અસર પડી. પહોંચાડેલ ઉત્પાદનની ગુણવત્તાના પ્રશ્નને કારણે તેના ગ્રાહકો તેને સમયસર પૈસા નહોતા ચૂકવતા. પગાર ન ચૂકવાતો હોવાને કારણે કર્મચારીઓ કંપની છોડી રહ્યા હતા.

આ મુશ્કેલ નાણાં પરિસ્થિતિએ તેના ઘરેલુ જીવન પર પણ અસર કરી અને તેણે જોયું કે બે છેડા મેળવવાનું અઘરું હતું.

તેના બધા પ્રયાસો છતાં, કટોકટીનો અંત દેખાતો ન હતો. સખત હતાશામાં, તેણે પોતાની બધી સમસ્યાઓનો અંતિમ ઉપાય વિચાર્યો, પોતાનાં જીવનનો અંત આણવો.

આથી, એક સવારે, તે તેના પરિવારને આવજો કહીને, નિયમ મુજબ ઑફિસે જવા નીકળ્યો. પરંતુ ઑફિસે જવાને બદલે, તે દરિયા કિનારે ગયો. જીવનનો અંતઃ લાવવાનું અઘરું હતું, પરંતુ તે જ એક માત્ર ઉપાય હોય તેમ દેખાતું હતું.

આ કાર્ય માટે પોતાના સિવાય કોઈ દોષિત નથી તે મુજબની એક આત્મહત્યા નોંધ તેણે લખી અને હવે તે પાણીની અંદર ચાલી જવા તૈયાર હતો, જે તેને કાયમ માટે તેની દુન્યવી જવાબદારીઓથી દૂર લઈ જશે.

તેણે પ્રથમ પગલું ભર્યું, તો તેણે તોફાની સ્મિત કરતા એક વૃદ્ધને પોતાની સામે ઊભેલા જોયા.

આ માણસ તેના ઘણા લેણદારોમાંથી એક હતો કે શું અને તે શા માટે હસતો હતો, તેનું તેને આશ્ચર્ય થયું. વૃદ્ધ નજીક આવ્યો અને આંખમાં ચમક સાથે તેને પૂછ્યું, "આત્મહત્યા ?"

વેપારીએ વિચાર્યું, "હું તમારી જીવન પરની ફીલોસોફી સાંભળવાના મિજાજમાં જરાય નથી. તમે મને જીવન કિંમતી છે ને એવું બધું કહો તેમ હું નથી ઈચ્છતો. મેં બધું જ અજમાવી જોયું છે અને બહાર નીકળવાનો આ એક માત્ર માર્ગ છે."

વૃદ્ધને આ બધું કહેવાની તેણે તૈયારી કરી ત્યાં તે વૃદ્ધે તેના મનની અંદર ડોકિયું કર્યું. "આપણે સીધા મુદ્દા પર આવીએ. તમે નાણાંકીય મુશ્કેલીમાં છો અને બહાર નીકળવાનો માર્ગ દેખાતો નથી. બરાબર ?"

પેલા માણસને આશ્ચર્ય થયું. "આ માણસ કોણ છે ? તેણે મારા માથામાં ખીલ્લો ઠોક્યો છે." એ તેનો તરત આવેલ વિચાર હતો.

પરંતુ ફરી, તે કંઈ કહી શકે તે પહેલાં તે વૃદ્ધે કહ્યું, "મારી પાસે એક ઉપાય છે."

"હે ભગવાન, એ કદાચ એક વીમા એજન્ટ છે અથવા નાણાં સલાહકાર. અહીંથી ભાગ ! મારી પાસે તારી વિશિષ્ટ સલાહ સાંભળવા માટે સમય અથવા માનસિક તૈયારી નથી." તે માણસે ગુસ્સે થઈને વિચાર્યું, "શા માટે લોકો તમને શાંતિથી આપઘાત પણ નથી કરવા દેતા ? હે ઈશ્વર, આ જરા પણ બરાબર નથી !"

"તારે કેટલા પૈસાની જરૂર છે ?"

"શું ?" પેલો માણસ છેવટે એક શબ્દ બોલી શક્યો.

"પરંતુ હું તમને ઓળખતો નથી."

"તેનો કાંઈ વાંધો નહીં." વૃદ્ધે કહ્યું, "હું પણ એક વેપારી છું અને મને સીધું મુદ્દા પર આવવું ગમે છે. શું આપણે વાત કરી શકીએ ?"

તેઓ દરિયા કિનારે બેઠા અને ઘણા લાંબા સમય પછી તે વેપારી ચિંતા કરવાને બદલે વિચાર કરી શક્યો. તે એવા માણસને મળ્યો હતો જે ફાળો આપી શકે.

વૃદ્ધે કહેવાનું શરૂ કર્યું ત્યારે વેપારી એકકાન થઈને સાંભળતો હતો, "પૈસો ક્યારેય ખરાબ કે સારાનું કારણ નથી હોતો. તે કુદરતી - સ્વાભાવિક છે. જો તે

ખરાબ માણસના હાથમાં જાય છે તો તે ગંદો પૈસો બને છે અને વિનાશનું કારણ બની શકે છે. સારા માણસના હાથમાં તે સારાં કારણો માટે વપરાય છે અને દૈવી બની જાય છે."

"પૈસાને સમજવો તે આપણને શાણા બનાવે છે. જો કોઈ નાણાકીય પ્રશ્ન હોય તો તેનો સામનો કરવો તે મહત્વનું છે. વ્યવહારુ બનવું અને ઉપાય શોધવો તે મહત્વનું છે." તેણે કહેવાનું ચાલું રાખ્યું.

"એક ઘર, સંસ્થા અથવા રાષ્ટ્ર ચલાવતી વ્યક્તિએ નાણાંને સંભાળપૂર્વક પ્રાપ્ત કરવાં અને સંભાળવાં જરૂરી છે. જો તે પાયો બરાબર નહીં નાખે તો તે વિનાશ સર્જી શકે છે અને આત્મહત્યાના વિચાર તરફ પણ દોરી જઈ શકે છે." તેણે તેનાં તોફાની સ્મિત સાથે કહેવાનું ચાલું રાખ્યું.

વેપારીને આના વિશે વિચારવા દેવા માટે તે થોડી વાર અટક્યો અને ફરી પૂછ્યું, "તારે કેટલા પૈસાની જરૂર છે ?" વેપારીએ ગળગળા અવાજે કહ્યું, "સર, હું સમજતો નથી."

"તેં ગણતરી કરી છે કે તારે તારા વેન્ડર્સ, સપ્લાયર્સ, કર્મચારીઓ તથા ઘરનાં બીજાં બીલો ભરવા કેટલા પૈસાની જરૂર છે ?"

"ખરેખર તો ના. પરંતુ મેં આશા છોડી દીધી છે."

"એ મુદ્દો નથી. તેં તારી ગણતરીઓ કરી છે ?" વૃદ્ધે કડકાઈથી પૂછ્યું, "આવી માનસિક અવસ્થામાં કદાચ તારા એકલાથી તેમ કરવું શક્ય નહીં હોય. ચાલ, આપણે સાથે બેસીએ. લે કાગળને પેન; લખવા માંડ."

તેના નવા મળેલા ગુરુની ઇચ્છા સામે નમતું મૂકીને, વેપારીએ તેના દેવાંની સૂચિ બનાવી અને ૨ કરોડ રૂપિયાના આંકડા પર પહોંચ્યો.

વૃદ્ધે કહ્યું, "સરસ. આપણે પહેલું પગથીયું પૂરું કર્યું છે. જ્યારે જીવન આપણને ગુંચવણ ભર્યા પ્રશ્નો આપે, ત્યારે તેમને કાગળ પર લખી લો અને વિચારો. પછી વ્યવહારુ ઉકેલ શોધો."

"હવે, પછીનું પગલું પૈસાના સ્ત્રોત શોધવાનું છે." વૃદ્ધે આગળ કહ્યું.

વેપારીએ કહ્યું, "મેં બધા જ પ્રયાસો કરી લીધા છે - વેન્ડર્સ, કામ કરવાની મૂડી માટે બેંક લોન પાસેથી લેણાનો વધુ સમય - બધું જ. પરંતુ, હવે બધું જ પૂરું થઈ ગયું છે."

"જો હું તને પૈસા આપું તો કેમ ?"

વેપારીને પોતાના કાન પર વિશ્વાસ ન આવ્યો. પૈસા પાછા મળવાની કોઈ જ ખાતરી વગર આ વૃદ્ધ શા માટે એક અજાણ્યાને મદદ કરે ?

પરંતુ વૃદ્ધે ચાલું રાખ્યું, "હું બદલામાં કોઈ અપેક્ષા, વ્યાજ, ગેરેન્ટી વગર તારે જરૂરી પૈસા તને આપું. તારે કોઈ બોન્ડ પર સહી પણ નથી કરવાની." વેપારી અવાચક થઈ ગયો.

વૃદ્ધે પોતાની ઓળખાણ ગુરુદેવ સ્ટીલ ઇન્ડસ્ટ્રીઝના ચેરમેન પ્રવિણ છેડા તરીકે આપી. "મારી ૫૦ વર્ષ કરતાં પણ વધુની લાંબી કારકીર્દિમાં મેં એક સામ્રાજ્ય ઊભું કર્યું છે. મુશ્કેલ સમય દરમિયાન નાણાકીય ટેકાના અભાવે મેં ઘણા વેપારીઓને આત્મવિશ્વાસ ગુમાવતા અને આત્મહત્યા કરતા જોયા છે." તેમણે કહ્યું.

"સદ્ભાગ્યે, હું જ્યારે સંઘર્ષ કરતો હતો તે દિવસોમાં બીજા શ્રીમંતે મને મદદ કરી. આજે, જેમણે મને મદદ કરી હતી તે બધાનો આભાર માનવા હું એ જ વસ્તુ કરી રહ્યો છું."

"પરંતુ એક તફાવત છે. હું અજાણ્યા લોકોને પણ મદદ કરું છું. મારા ઘણા મિત્રો મને નાણાની બાબતમાં અજાણ્યા પર ભરોસો ન કરવાનું કહે છે. પરંતુ મેં હંમેશાં જોખમ ઉઠાવ્યાં છે - કેટલીક વાર ગણતરીપૂર્વકના અને અન્ય વખતે આંતરસૂઝ પરથી."

વૃદ્ધે એક સમૃદ્ધ વ્યક્તિએ કઈ રીતે વિચારવું જોઈએ તેની આંતરદષ્ટિ આપી. "ઘણી વાર, તમારું સાહસ બદલો આપતું નથી. તમે પૈસા ગુમાવો છો. પરંતુ હું વધારે મોટી બાબત તરફ જોઉં છું. મેં મદદ કરેલા દસ માણસોમાંથી એક પણ જો સફળ થાય, તો મારું કામ થઈ ગયું છે."

તેણે ઉમેર્યું કે નાણાકીય મુશ્કેલીમાં હોય તેવા વેપારીઓને મદદ કરવા માટે તેમનું એક વાર્ષિક બજેટ છે, "હું તેને કોન્ફીડન્સ બીલ્ડીંગ (આત્મવિશ્વાસ ઘડનાર) બજેટ (CBB) કહું છું."

પેલો વેપારી આ ઑફર વિશે સંશયી હતો છતાં મી. છેડાએ તેને ત્યાં જ ૨.૫ કરોડ રૂપિયાનો ચેક આપવાની તૈયારી દર્શાવી. "વધારાના પૈસા અણધાર્યા ખર્ચાઓને પહોંચી વળવા માટે છે. લઈ લે અને તેને પાછા વાળવા વિશે ચિંતા ન કરીશ. તારા વેપારને પુનર્જીવિત કરવા અને પ્રગતિ કરવા પાછળ ધ્યાન કેન્દ્રિત કરજે."

"પરંતુ સર, મારે પાછી ન વાળવા માટે આ વધારે પડતી મોટી રકમ છે." વેપારીએ અચકાઈને કહ્યું.

"અને એક જીવન બચાવવા તથા એક વેપારનું પુનઃઘડતર કરવા માટે, મારા માટે વધારે પડતી નાની રકમ છે." છેડાએ જવાબ આપ્યો. તેમણે વેપારીને શુભેચ્છા આપી અને કહ્યું, "પરિસ્થિતિની પુનઃચકાસણી માટે આપણે છ મહીના પછી પાછા અહીં જ મળશું."

દુઃખ તથા હતાશાના મહીનાઓ પછી, છેવટે વેપારીનાં નસીબે કરવટ લીધી હતી. હાથમાં પૈસા સાથે તેણે આત્મવિશ્વાસ સભર હોવાનો અને તેનાં લથડતાં ભાવિને પુનઃર્જિવિત કરવાનો અનુભવ કર્યો.

ઑફિસે જવાને બદલે તેણે પાછા ઘેર જવાનો અને બાકીનો દિવસ પરિવાર સાથે વિતાવવાનો નિર્ણય કર્યો. તેનો પરિવાર પણ સમજી શક્યો કે આ આટલા લાંબા સમયથી હતી તેવી ક્રોધિત અને હતાશ વ્યક્તિ નથી પરંતુ સ્વસ્થ અને વિશ્રાંત વ્યક્તિ છે.

બીજી સવારે તેણે તે ચેક જમા કરાવવાનું નક્કી કર્યું. બેંકે જતાં તેણે વિચાર્યું, "જ્યારે બધું બરાબર થઈ જશે ત્યારે હું આ પૈસા પાછાવાળી દઈશ. હું આને ઋણ ગણીશ અને અનેક ગણા કરીને પાછા વાળીશ."

પછી તેણે વિચાર્યું કે જો તે આ પૈસાનો ઉપયોગ કરે જ નહીં અને છ મહીના પછી પોતે કમાયેલા પૈસામાંથી લખેલા બીજા ચેક સાથે આ ચેક પાછો આપે, તો તે એક ભવ્ય ચેષ્ટા હશે. એ પેલા વૃદ્ધે તેનામાં મૂકેલા વિશ્વાસને ન્યાયી ઠેરવશે.

જોકે, તેને પોતાનું દેવું ચૂકવવા પૈસાની સખત જરૂર હતી. તેણે પોતાની જાતને કહ્યું, "મેં મારી જાતને આ હદ સુધી ખેંચી છે. મને મારી મર્યાદાને થોડીક વધુ ચકાસવા દો. જો વધારે ખરાબ બને તો હું ગમે ત્યારે આ ચેક જમા કરાવી જ શકું છું."

ચેકનો ઉપયોગ કર્યા વગર તે પોતાના વ્યાપારને પાછો બેઠો કરી શકે કે નહીં તે માટે તેણે એક આયોજન વિચાર્યું.

સૌપ્રથમ, પરિસ્થિતિથી ભાગવાને બદલે, તેણે પોતાના બધા જ કર્મચારીઓને બોલાવ્યા અને વાસ્તવિકતા રજૂ કરી. "આપણે ખરાબ સમયમાંથી પસાર થઈ રહ્યા છીએ અને મને ખબર છે કે તમારા પગાર મોડા થયા છે. પરંતુ મારી એક વિનંતી છે - શું તમે માત્ર વધુ એક મહિનો મને ટેકો આપી શકો ?"

"આપણે આપણાથી બનતું શ્રેષ્ઠ કરીશું. મહેરબાની કરીને થોડો વધુ પરિશ્રમ કરવાનું ચાલુ રાખો અને હું વચન આપું છું કે હાલત સુધરશે. આપણે બધાએ ઘણાં વર્ષો સાથે મળીને કામ કર્યું છે અને ઘણાં વર્ષોમાં આપણા વેપારે શાખ ઊભી કરી છે. આપણે વેપારને પાછો ઊભો કરવાનો પ્રયત્ન કરીએ. હું તમને વચન આપું છું કે તમને વ્યાજ તથા બોનસ સાથે તમારો ચડત પગાર ચૂકવી દઈશ."

"તમારી પાસે તમારો બાકી પગાર લઈને અત્યારે જ કામ છોડી જવાનો વિકલ્પ પણ છે." તેણે તો માત્ર ચેક જ જમા કરાવવાનો હતો. "હું નિર્ણય તમારા પર છોડું છું." તેણે વાત પૂરી કરી.

તેણે સીધું તેમની આંખોમાં જોયું તો, કર્મચારીઓ તેના ઈરાદાઓ તથા તેની પ્રમાણિકતાની ગંભીરતા સમજી શકાય. તેઓ વધુ એક મહિનો રોકાઈ જવા સંમત થયા.

તમારી ટીમ તરફથી મળતી વચનબદ્ધતા તમારા જુસ્સાને આગળ વધારે છે. ઘણી વખત, નેતા તેની ટીમમાં વિશ્વાસ પ્રેરે છે અને ઘણી વખત, ટીમ તેના નેતામાં લક્ષ્ય પ્રાપ્ત કરવા માટે વધુ વિશ્વાસ હોવાનો અનુભવ કરાવે છે.

પછી, તેણે તેના સૌથી જૂના વેન્ડરને બોલાવ્યો. "સર, હું જાણું છું કે મારે તમને પુષ્કળ પૈસા આપવાના છે. પરંતુ જો તમે તાત્કાલિક કાચા માલનો માત્ર એક જ વધારે જથ્થો મોકલાવી શકો, તો હું મારા ચડત ઓર્ડર્સ પર આગળ વધી શકું. હું વચન આપું છું, જેવો હું મારા ગ્રાહક પાસેથી પહેલો ચેક મેળવીશ, કે તરત જ હું તમારા પૈસા ચૂકવવાનું શરૂ કરી દઈશ."

વેન્ડરને નવાઈ લાગી, કારણ કે ત્યાર સુધી તે વેપારી બાકી નીકળતા લેણાં બાબતનાં કોલને અવગણતો હતો. હવે, વેપારીએ પોતે જ ટેકો માંગ્યો હતો અને ચૂકવણીની ખાતરી આપી હતી. તેમના લાંબા વેપાર સંબંધોને ધ્યાનમાં લઈને, વેન્ડરે કાચો માલ છૂટો કરવાનું નક્કી કર્યું.

વેપારીનું ત્રીજું પગલું જે ગ્રાહકોએ કેટલાક ઓર્ડર પાછા વાળ્યા હતા અને ગુણવત્તાના મુદ્દાને કારણે ચૂકવણી નહોતી કરી, તેમને બોલાવવાનું ભર્યું. વેપારીએ ગુણવત્તાના મુદ્દા પર અને ઓર્ડર્સમાં ઉપેક્ષા થવા બદલ માફી માંગી.

તેણે વિશ્વાસપૂર્વક કહ્યું, "સર, ઘણાં વર્ષો અગાઉ મને ઓર્ડર આપનાર તમે પહેલી કંપની હતા, અને તમારા કારણે જ મારો વિકાસ થયો છે. હું તમને વધુ એક વખત મને ટેકો આપવાની વિનંતી કરું છું." વેપારીએ પોતાના છેડે

નાણાં પ્રવાહ વિશે ભરોસો આપ્યો અને ગ્રાહકને ઓન એકાઉન્ટ ચૂકવણી રુપે થોડાક પૈસા છૂટા કરવા વિનંતી કરી. "તે મને ફરી એક વાર ઉત્પાદન પ્રક્રિયા શરૂ કરવામાં અને તમારાં ગુણવત્તા ધોરણો મુજબના ચડત ઓર્ડરો પહોંચાડવામાં મદદ કરશે."

ગ્રાહક વેપારીની પ્રમાણિકતાને સમજી શકયા અને તેને મદદ કરવાનું નક્કી કર્યું. તેણે પોતાના હીસાબનીશને બોલાવ્યો અને ૨૦ લાખ રૂપિયાનો ચેક છૂટો કરવા કહ્યું.

થોડીક જ મિનિટોની અંદર વેપારી પાસે મુખ્ય સામગ્રી હાજર હતી. તેણે તરત જ કામ કરવાનું શરૂ કરી દીધું અને તેની ટીમ-કર્મચારીઓ, સેલ્સ પર્સન્સ, ગુણવત્તા નિયંત્રક લોકો - બધાએ કંપનીને પાછી ઊભી કરવા માટે તેની સાથે રાત-દિવસ કામ કર્યું.

એક જ મહિનાની અંદર, પરિસ્થિતિ સાવ અલગ જ હતી. જ્યારે પૂરા થયેલા માલનો પહેલોં જથ્થો ગ્રાહક પાસે પહોંચ્યો ત્યારે તે ઘણો જ સંતુષ્ટ થયો અને થોડા વધુ પૈસા છૂટા કરવા રાજી થયો. વેપારીએ જૂનાં નકારાયેલા માલનું વિશ્લેષણ કરવા અને ગુણવત્તાનો પ્રશ્ન ઉકેલવા તજજ્ઞોની મદદ લીધી. એ માલ અપેક્ષીત ગુણવત્તા ધોરણોની એકરૂપતા સાથે ગ્રાહકને પાછો મોકલવામાં આવ્યો.

ગ્રાહક ખુશ થઈ ગયો. નવા ઓર્ડર્સ આવવા લાગ્યા. માર્કેટમાં વાત ફેલાઈ ગઈ. નવા ગ્રાહકોએ સીધો તે વેપારીનો સંપર્ક કરવાનું શરૂ કર્યું. વેંચાણ જુથે ઉત્પાદન વિભાગ સાથે નજીકથી કામ કરવાનું શરૂ કર્યું અને તેમણે પરિસ્થિતિ બદલી નાંખી.

દરરોજ સવારે, તે વેપારી પેલા વૃદ્ધે આપેલ ચેક સામે જોતો. તે ખુશ હતો કે ચેક જમા નહોતો થયો.

સમય સાથે, વેપાર મજબૂતાઈથી વધતો ગયો. વેપારી તેના કર્મચારીઓને વચન આપ્યા મુજબ વ્યાજ તથા બોનસ સાથે પૂરી ચૂકવણી કરી શક્યો. હવે તે બીજો ઉત્પાદન એકમ સ્થાપવાનું તથા વધુ લોકોને કામ પર લેવાનું વિચારતો હતો.

મી. છેડા સાથેની પ્રથમ મુલાકાતના છ મહિના પછી, વેપારી તેની વચન આપેલ મુલાકાત માટે, એ જ દરિયા કિનારે પાછો ફર્યો. તે તેની સાથે મૂળ ચેક અને મિ. છેડાએ આપેલા ટેકાના આભાર રૂપે વધારાનો પોતાના તરફનો ચેક લઈને આવ્યો હતો.

જ્યારે શ્રી છેડા આવ્યા, વેપારી તેમને પગે લાગ્યો. "સર, બધી જ મદદ માટે તમારો આભાર. મને આનંદ છે કે તમે મારી જીંદગી અને મારા વેપારને બચાવી લીધાં." તેણે ૨.૫ કરોડનો મૂળ ચેક અને તેમનો આભાર માનવા માટે વધારાનો રૂા. ૨૫ લાખનો ચેક તમને સુપ્રત કર્યા. પરંતુ છેડાએ કહ્યું, "બીજો ચેક તારી પાસે રાખ. આ પૈસાનો ઉપયોગ જેમ છ મહિના પહેલાં તું સામનો કરતો હતો તેવી બીજા કોઈ નાણાકીય સમસ્યાનો સામનો કરતી વ્યક્તિને મદદ કરવા માટે કરજે, અને જ્યારે તું તે પૈસા આપી દે ત્યારે પાછા મળવાની અપેક્ષા ન રાખતો."

વેપારી તેમ કરવા સંમત થયો. જોકે, થોડા વખતથી તે એક પ્રશ્ન બાબતે મૂંઝવણ અનુભવતો હતો, અને હવે તેણે તે વૃદ્ધને પૂછી લેવાનું નક્કી કર્યું.

"સર, જ્યારે છ મહિના પહેલાં હું તમને મળ્યો ત્યારે મારી પાસે પૈસા ન હતા અને મેં ક્યારેય તમારા પૈસાનો ઉપયોગ નથી કર્યો. જ્યાં સુધી પૈસાની વાત છે, મારી સ્થિતિ તેવી જ છે. તો, મારા વેપારને પુનર્જીવિત કરવાથી મારે માટે શું બદલાયું ?"

શ્રી છેડાએ તેમના જીવનમાં આવા ઘણા ઉતાર-ચઢાવ જોયા હતા. આથી તેમને માટે તે દર્શાવાવું સરળ હતું. "પૈસા એક સાધન છે. પૈસા કરતાં તેનો ઉપયોગ કરનાર વ્યક્તિ વધારે મહત્વની છે. પરંતુ નાણાની સારી આકારણી તમને યોગ્ય આરંભબિંદુ આપે છે."

"તારા કિસ્સામાં, તારામાં આત્મવિશ્વાસનો અભાવ હતો અને તે વિશ્વાસ ઘડવા માટે પૈસાની જરૂર હતી. મેં પૈસા આપ્યા અને તું પાછો ચડ્યો. હું ખુશ છું કે તેં મેં આપેલા પૈસાને બદલે એ આત્મવિશ્વાસ વડે તારો વેપાર પાછો ઊભો કર્યો."

શ્રી છેડાએ આગળ કહ્યું, "વેપારમાં આને 'કોલમની' કહેવાય છે. સમુદાયના વેપાર અથવા ગ્રામ્ય વિસ્તારોમાં કોલમનીનો વ્યાપક ઉપયોગ થાય છે. જ્યારે એક યુવાન વેપારી એક નવું સાહસ ખેડે છે ત્યારે તેને ટેકાની જરૂર હોય છે."

હવે તેઓ તે વેપારીને એક એવું રહસ્ય જણાવી રહ્યા હતા જે ઘણા વ્યવસાયિક MBA પણ નહોતા જાણતા. "જ્યારે લોકોનું એક જુથ વિચારને પીઠ બળ આપે ત્યારે મળતો ટેકો સૌથી મોટો છે. એ સૌથી મોટો આત્મવિશ્વાસ ઘડનાર છે. મોટાભાગના કિસ્સાઓમાં, એક વ્યક્તિ તમને શરૂ કરવા માટે પૈસા

ન પણ આપે, પરંતુ જ્યારે કોઈક કહે છે, 'હું તારી સાથે છું.' તો તે પોતે જ એક અદ્ભૂત શરૂઆત છે.

તેમણે આગળ સમજાવ્યું, "એક પ્રોજેક્ટને ધારો કે ૧ કરોડ રૂપિયાની જરૂર છે. પાંચ લોકો ઉદ્યોગપતિને દરેક ૨૦ લાખ આપશે તેવું મૌખિક રીતે કહે છે. આ કોલ-મની છે. આ વચનબદ્ધતા પોતે જ ઉદ્યોગપતિને પાટા પર ચડાવવા માટે પૂરતી છે."

"ઉદ્યોગપતિ હજી બેંક લોન અથવા અન્ય સ્ત્રોતો દ્વારા પૈસા ઊભા કરશે. પરંતુ જો અન્ય સ્ત્રોતો તેને નિષ્ફળ બનાવે, તો તે જાણે છે કે તે હંમેશાં આ પાંચ વેપારીમાંથી કોઈની પણ પાસે પાછો જઈ શકે છે."

"મોટાભાગના કિસ્સાઓમાં, ઉદ્યોગપતિ રોકડા કે વસ્તુરૂપે, કોઈક પ્રકારનો ટેકો મેળવી જ શકે છે, જેમ કે ઑફિસ માટેની જગ્યા, કાચા માલનો પૂરવઠો, અથવા પ્રથમ ઓર્ડર પણ. આમ, યુવાન ઉદ્યોગપતિનું કામ શરૂ થઈ જાય છે. મોટાભાગના કિસ્સાઓમાં કોલમનીનો જરા પણ ઉપયોગ થતો જ નથી."

પછી તેઓ આખી બાબતના ચાવીરૂપ મુદ્દા પર આવ્યા, "કોલ-મની ક્યારેય વાસ્તવિક પૈસા હોતા નથી. તે મનની અવસ્થા છે." તેમણે હસતાં હસતાં ચાલુ રાખ્યું, "પરંતુ ત્યારે, જીવનમાં જેની ખરેખર જરૂર હોય છે તે છે પૈસાનો આત્મવિશ્વાસ, જરૂરી નથી કે પૈસા પોતે જ મળે !"

યુવાન ઉદ્યોગપતિઓ માટે આ વાત ખૂબ જ મહત્વની છે. જો તમારી પાસે એક સારો વિચાર હોય તો વરિષ્ઠ વેપારી પાસે જાવ અને તમારો ખ્યાલ સમજાવો. તેમના આશીર્વાદ જ પૂરતા છે. ભારતમાં, ઘણી પેઢીઓની આ જ રીત છે.

આધુનિક વેપારમાં કોલ-મનીને "ફાઇનાન્સીયલ ક્લોઝર" પણ કહે છે. એક વખત પ્રોજેક્ટનું આયોજન અને ખર્ચની આકારણી તૈયાર હોય, પછી, તે જુદા જુદા લોકો પાસે જાહેર કરવામાં આવે છે, જેમાંના કેટલાક તે પ્રોજેક્ટ માટે પૈસા આપવાનું વચન આપે છે. એક વખત નાણાં સુરક્ષિત થઈ જાય પછી પૂર ઝડપે શરૂ કરવાનું સહેલું છે.

ભાગ - બ

ચાણક્યના મત મુજબ

એક સારા કોષની ગુણવત્તા

અર્થશાસ્ત્રનાં પુસ્તક-૯, પ્રકરણ-૨ના સૂત્ર-૧૦માં ચાણક્ય કહે છે, કોષમાં નીચે મુજબની ગુણવત્તા હોવી જોઈએ :

- પૂર્વજો તથા પોતાના વડે કાયદાકીય રીતે સંપાદિત
- આપત્તિ સામે ટક્કર લઈ શકે
- લાંબા સમય સુધી કોઈ આવક ન હોય ત્યારે પણ ટકી રહે તેવો.

અર્થશાસ્ત્ર લગભગ ૨૪૦૦ વર્ષ પહેલાં લખાયું હતું. ત્યારથી ફાઈનાન્સીયલ મોડલ્સ, સંસ્થાઓ તથા વ્યવહારની પદ્ધતિમાં ઘણા ફેરફારો થયા છે. બેંક જેવી નાણાં સંસ્થાઓ ઉપર આવી છે. સિક્કાઓના યુગમાંથી આપણે ચલણી નોટ ચેક બુક્સ તથા પ્લાસ્ટીકનાં કાર્ડ તરફ વળ્યા છીએ. ઈન્ટરનેટ આપણને ઇ-બેંકીંગ તથા મોબાઈલ બેંકીંગમાં મદદ કરે છે.

છતાં, સમય સાથે, પૈસા અને સંપત્તિના સિદ્ધાંતો બદલાતા નથી. તે શાશ્વત, સતત, સમય વડે ચકાસાયેલ નિયમો છે.

અર્થશાસ્ત્ર રામાયણ, મહાભારત તથા તીરુકુરાલ જેવા ઘણા પ્રાચીન ગ્રંથો આજે પણ કેમ વૈશ્વિક તથા ટેક્નોસાવી પેઢી વડે વંચાય છે અને તેનો સંદર્ભ લેવાય છે, તેની પાછળ એક કારણ છે. આ ગ્રંથોમાં વર્ણવાયેલ કાયદાઓ તથા સિદ્ધાંતો આજે પણ વૈશ્વિક રીતે લાગુ પાડી શકાય તેવા છે.

આ જાણકારી સાથે, આપણે કોષ વિશેનાં ચાણક્યનાં વર્ણનને નજીકથી જોઈએ.

• પૂર્વજો તથા પોતાના વડે કાયદાકીય રીતે સંપાદિત થયેલ

પૈસાનો આ સૌથી પહેલોં સિદ્ધાંત છે. તે કાયદેસર રીતે સંપાદિત થયેલ હોવા જોઈએ.

જે સંપત્તિ ગેરકાયદેસર તથા અનૈતિક માર્ગે મેળવાયેલ હોય તે લાંબો સમય ટકતી નથી. તે તમારી સાથે રહે તોપણ તમે મનની શાંતિ ગુમાવો છો. સંપત્તિને માણવા માટે, તે કાયદેસર અને નૈતિક માર્ગે મેળવાયેલ જ હોવી જોઈએ. જ્યાં સુધી યોગ્ય માર્ગે મેળવાયેલ હોય ત્યાં સુધી, ખૂબ પૈસા બનાવવા તેમાં કંઈ જ ખોટું નથી. આનો અર્થ યોગ્ય કરવેરા ચૂકવવા અને અન્યોને છેતરવા નહીં તેવો પણ થાય છે.

શ્રીમંત બનવું અને ઝડપથી રૂપિયા બનાવવા તે આજે એક ચલણી વસ્તુ છે. ઘણા લોકો પૈસા મેળવવા માટે લગાડાયેલ પદ્ધતિ તરફ ધ્યાન આપતા નથી. પરંતુ યાદ રાખો, સફળતા માટે કોઈ ટૂંકો માર્ગ નથી. ફાઇનાન્શીયલ વિઝાર્ડ, રામદેવ અગ્રવાલ "ચાણક્ય સ્પીક્સ" ફિલ્મમાં કહે છે, "જે સંપત્તિ સર્જવામાં લાંબો સમય લાગે છે તે લાંબા સમય માટે ટકે છે."

આમ, જે સંપત્તિ ઝડપથી આવે છે તે જાય છે પણ ઝડપથી. પરંતુ જે સંપત્તિ કઠોર પરિશ્રમ દ્વારા મેળવી હોય તેજ સાચી સંપત્તિ છે. તમારા પૂર્વજો વડે પણ સંપત્તિ સંપાદિત થઈ શકી હોત, અને તમે તે વારસામાં મેળવવા પૂરતા નસીબદાર હોત. કેટલાક લોકો તેમનાં પાછલાં જન્મોના કર્માેને લીધે સમૃદ્ધ પરિવારમાં જન્મવા ભાગ્યશાળી બને છે.

જોકે, સંપત્તિને વારસામાં મેળવવી તેનો અર્થ તેને વેડફી નાખવી તેવો નથી થતો. ચાણક્યની સલાહ વારસામાં મળેલી સંપત્તિને વિસ્તારવાની છે, ઓછી કરવાની નહીં. તમારી પાસે જે છે તે તમારા પૂર્વજોની બક્ષિસ છે, જો તમે તેને વધારશો તો તમારા પૂર્વજો ખુશ થશે. વાલીઓ તરફથી અપાયેલ સંપત્તિને વધારવી તે બાળકોની જવાબદારી છે.

જો તમને વારસામાં એક ૧૦૦ કરોડ રૂપિયાની કંપની મળે તો તેને ઘટાડીને ૫૦ કરોડ રૂપિયાની કરવાને બદલે તેનું મુલ્ય ૫૦૦ કરોડ રૂપિયા જેટલું વધારો. કુમાર મંગલમ બીરલાને જ્યારે તેના પિતા - કે જેમનું અકાળ અવસાન થયું - તરફથી કંપની વારસામાં મળી ત્યારે તે માત્ર ૨૯ વર્ષની ઉંમરના જ હતા. આજે આદિત્ય બીરલા ગ્રુપની કિંમત તેમના પિતાના સમયમાં હતી તેના કરતાં ઘણી વધારે છે. શું એમાં કોઈ શંકા છે કે આવો પુત્ર એ વેપારી પરિવારોમાં

જન્મેલ બાળકો માટે આદર્શ સમાન છે ?

પુષ્કળ પૈસા બનાવો, પરંતુ યોગ્ય માર્ગે. ધીમા પરંતુ નિશ્ચિત રહો. તમારા પહેલા થોડા પ્રયાસોમાં તમે નિષ્ફળ જઈ શકો છો, પરંતુ હૃદયભંગ ન થશો. પ્રયત્ન કરવાનું ચાલુ રાખો; ભૂલો કરવાથી ડરો નહીં. ચાણક્ય કહે છે, "સો પ્રયાસો પછી તમે સફળ થશો."

● આપત્તિ સામે ટક્કર લઈ શકે

વ્યક્તિ ગરીબ હોય કે અમીર, નાણાકીય ઉતાર-ચઢાવ જીવનનો ભાગ છે. ગરીબો માટે નાણાકીય પ્રશ્નો જીવવા માટેની પ્રાથમિક જરૂરિયાતોને લગતા હોય છે; શ્રીમંતો માટે, સમસ્યાઓ સંપત્તિને સંભાળવા તથા વધારવાને લગતી હોય છે.

માટે, તમારા નાણાનું આયોજન એવી રીતે કરવું મહત્વનું છે કે તે આપત્તિ સામે ટક્કર લઈ શકે. તેને માટે એક ત્વરિત સંતોષને બદલે ભવિષ્યને લગતું દૃષ્ટિબિંદુ જરૂરી છે. તમારે ભવિષ્ય માટે તમારી સંપત્તિને "ટકાવી" રાખવી જરૂરી છે.

અહીં યુગો જૂનો "બચત"નો ભારતીય ખ્યાલ લાગુ થઈ શકે તેમ છે. વૈશ્વિક મંદી દરમિયાન ભારત પોતાને સ્થિર રાખી શક્યું, તે માત્ર સરકારના પગલાંઓ કે અર્થશાસ્ત્રીઓની સલાહને કારણે જ નહીં, પરંતુ વ્યક્તિઓનાં બચત કરવાના સ્વાભાવિક વલણને કારણે.

ભારતીય સંસ્કૃતિ બચત કરવામાં માને છે. ચોમાસા પર આધાર રાખનાર એક ખેતી પ્રધાન દેશ તરીકે, આપણે હંમેશાં આપણી ખેતપેદાશોને તે બાકીનું વર્ષ આપણને ટકાવી રાખે તે માટે બચાવી છે. આર્થિક વિકાસની સાથે, બચતે પૈસા અથવા સોનાના સ્વરૂપ લઈ લીધું છે.

બચત અને રોકાણ વચ્ચે ફરક છે. બચત એ પ્રથમ પગલું છે જ્યારે રોકાણ એ પછીનું સ્તર છે. વરસાદના દિવસો માટે બચત કરો, અને વિકસવા માટે રોકાણ કરો.

બચત અને રોકાણ વચ્ચેનો તફાવત ઘણો જ ગૂઢ છતાં ગહન છે. એક ગરીબ માણસ વિકાસ માટે રોકાણ નથી કરી શકતો. તેણે પછીનાં ભોજન માટે બચત કરવી જરૂરી છે. મૂળભૂત જરૂરિયાતોની સંભાળ લીધા પછી પાછળ રહેલા પૈસાનું જ માત્ર રોકાણ કરી શકાય.

રોકાણ એ પોતે જ એક વિજ્ઞાન છે. એક સફળ રોકાણકાર બનવા માટે મગજનું જૂદું વલણ હોવું જરૂરી છે. સફળ રોકાણકારો વિચારકો હોય છે જે ગણતરીપૂર્વકનાં જોખમો ઉઠાવે છે. રોકાણ એ ક્યારેય એક લાગણીજન્ય નિર્ણય ન હોવો જોઈએ. તે સંભાળપૂર્વક સંપૂર્ણપણે વિચારેલો નિર્ણય હોવો જોઈએ. તમારી મહેનતથી કમાયેલા પૈસા યોગ્ય જગ્યાએ, યોગ્ય સમયે અને યોગ્ય વ્યક્તિ પર પણ રોકાણ થવા જોઈએ.

વિમા વિશે પણ અહીં સમજવું જોઈએ. તમારી પાસે રોકાણ કરવા માટે પૂરતા પૈસા ન પણ હોય, પરંતુ તમારે તમારી જાતને સુરક્ષિત બનાવવી જોઈએ. એક ગરીબ માણસને રોકાણ કરવાનું પરવડી શકે નહીં, પરંતુ તેણે પોતાને અને પોતાના પરિવારને સલામત બનાવવો જોઈએ. જીવન વિમો અને મેડીકલ વિમો એવી સુરક્ષા જાળ છે જે આપત્તિના સમયે તમારી તથા તમારા પરિવારની સંભાળ લેવામાં મદદ કરે છે.

સમગ્ર વિશ્વની સરકારો તેમના લોકો માટે વિમો ઉતરાવવા પર કામ કરે છે. કંપનીઓ તેમના કર્મચારીઓનો વિમો ઉતરાવે છે. એક વ્યક્તિએ તેના પરિવાર, સંપત્તિ અને મિલકતોને સલામત બનાવવી જોઈએ. વિમા પર ખર્ચેલી રકમ આપત્તિ આવતાં જે લાભ મળે તેના પ્રમાણમાં નહીંવત છે.

બચાવો - રોકાણ કરો - વિમો ઉતરાવો. આ એવાં ત્રણ પગલાં છે જે તમને કટોકટી સામે ટક્કર લેવામાં મદદ કરશે.

- **લાંબા સમય સુધી આવક ન હોય ત્યારે પણ ટકી શકે.**

જીવનમાં, તમે દુર્ભાગ્યના લાંબા સમયનો સામનો કરી શકો છો.

ઉ.ત. એક ગરીબ, અભણ મહિલા ઓચિંતી તેના પતિને ગુમાવે છે અને કહેવાય તેવો કોઈ સામાજિક ટેકો છે નહીં. તેણીએ સખત પરિશ્રમ કરવો પડે છે, ગૃહસ્થી સંભાળવી પડે છે અને બાળકોને શિક્ષણ આપવું પડે છે.

તેણી જાણે છે કે કમાવાની તેણીની શક્તિ મર્યાદિત છે કારણ કે તે ખૂબ જ શિક્ષિત નથી. આથી, તેના પરિવારના સભ્યોની સ્થિતિ સુધારવા માટેની એક માત્ર આશા છે, તેણીનાં બાળકોને શિક્ષિત બનાવવાં અને તેમની કારકીર્દિ સુધારવી.

આ નાણાં મેળવવા માટેનું લાંબા-ગાળાનું વલણ છે. જો તેણી ટૂંકો રસ્તો અપનાવે છે અને તેનાં બાળકોને કામ ધંધો લઈ લેવાનું કહે છે તો તેમનાં ભવિષ્ય

સાથે સમાધાન કરવું પડશે.

ટૂંકા ગાળામાં કોઈ જ આવક ન થાય તોપણ સખત મહેનત કરવી તે જ નાણાકીય ડહાપણ છે. લાંબા ગાળે કરેલો પરિશ્રમ વળતર આપશે અને સારો સમય પાછો ફરશે.

કેટલાક ધંધાઓનો પ્રકાર મોસમી હોય છે. છતાં કર્મચારીઓનો પગાર દર મહિને ચૂકવવો જ પડે છે. ઉ.ત. દિવાળીના સમયે ફટાકડા, વસ્ત્રો, મોટરોનું વેંચાણ અનેકગણું વધે છે. કેટલીક કંપનીઓ તેમની દિવાળીની મોસમ માટે લગભગ છ મહિના અગાઉથી તૈયારીઓ શરૂ કરી દે છે.

આ છ મહિનામાં, જ્યારે તેઓ માલનું ઉત્પાદન કરતા હોય છે ત્યારે તેમણે ઘણી ઓછી આવક સાથે અથવા સાવેસાવ આવક વગર, કર્મચારીઓના પગાર ઉપરાંત ઉત્પાદનનો ખર્ચ પણ ઉઠાવવો પડે છે. આવી કંપનીના માલિક માલ વેંચાય અને તે પૈસા કમાય ત્યાં સુધી ચૂકવણી કરવાનું બાકી રાખી શકતા નથી. છેવટે, વેંચાણની મોસમમાં રોકડ રકમનો અંદર આવતો પ્રવાહ, બહાર ગયેલા પ્રવાહ કરતાં ક્યાંય વધી જાય છે.

આવાં લાંબાગાળાનાં વલણ માટે ધૈર્ય અને નાણાકીય ડહાપણ હોવું જરૂરી છે.

ઘણી વાર કહેવાયું છે કે, “એક વેપારીએ ૧૦ વર્ષ આગળનું, રાજકારણીએ એક પેઢી આગળનું અને એક શિક્ષકે એક શતાબ્દી આગળનું આયોજન કરવું જોઈએ.”

ભાગ - ૬

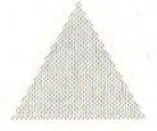

સક્રિય નેતૃત્વ

નાણાકીય વ્યવસ્થાપન સફળતાની ચાવી છે

સંપત્તિ એ માણસની વિચાર ક્ષમતાની ઉપજ છે.

એન રેન્ડ - એટલાસ શ્રગ્સમાં

વિવિધ માર્ગો દ્વારા પૈસા ઊભા કરી શકાય છે. આ કિસ્સાના અભ્યાસમાં શિવનંદને પોતે હાથ ધરેલા વિવિધ પ્રોજેક્ટનું તેમનું નાણાકીય વ્યવસ્થાપન કેવી રીતે ચાણક્યએ વર્ણવેલ સારા કોષના ગુણધર્મોનું ઝળહળતું ઉદાહરણ છે તે જોશો.

- **પૂર્વજો અને પોતાના વડે કાયદેસર સંપાદિત કરાયેલ**

શિવનંદને એ ખાતરી રાખી કે પ્રોજેક્ટ્સ પર ખર્ચાયેલ ધન હંમેશાં કાયદેસરના સ્ત્રોતો દ્વારા જ એકઠું થયેલું હોય. પોલીસ વિભાગના કિસ્સામાં બે મોટા કાયદેસરના સ્ત્રોતો હતા - સરકારી ગ્રાન્ટ અને બજેટ, અને સામાજિક ટેકો એટલે કે ભંડોળ ઊભું કરનારાઓ અથવા વિવિધ કંપનીઓની કોર્પોરેટ સોશીયલ રીસ્પોન્સીબીલીટી (CSR) ની પ્રવૃત્તિઓ, શિવનંદને બંને સ્ત્રોતોનો પુષ્કળ ઉપયોગ કર્યો.

જોકે, આપનાર અને લેનાર બંને માટે વીન-વીન પરિસ્થિતિ હોય તે નિશ્ચિત કરવું તે પડકાર હતો.

CSR પ્રવૃત્તિઓમાં શાળાઓ, હોસ્પિટલો, ઉપહાર-ગૃહો, તાલીમ કેન્દ્રો, જીમ્નેશીયમ્સ તથા સ્ટેડીયમ્સની ગોઠવણ કરવાનો સમાવેશ થતો હતો.

તે ઉપરાંત, સાઈબર ક્રાઈમ સેલ સંસ્થાગત કરાયો હતો અને આતંકવાદ વિરોધી સેમીનારો યોજવામાં આવતા હતા.

કેટલાક પ્રોજેક્ટ્સ પોતે જ લેન્ડમાર્ક જેવા હતા. મંથન નામનું પોલીસ તાલીમકેન્દ્ર થાણે મ્યુનીસપલ કોર્પોરેશ વડે થાણા પોલીસને અપાયેલ એક હોલમાં ચણવામાં આવ્યું હતું, જે હોલ TMCના કચરા વ્યવસ્થાપન પ્રોજેક્ટમાં ઊભી થયેલ કાયદા અને વ્યવસ્થાની સ્થિતિને સંભાળવામાં પોલીસે કરેલી સહાય બદલ આપવામાં આવ્યો હતો. મંથનમાં અત્યાધુનિક તાલીમ સુવિધાઓ સાથે ૨૦૦થી વધુ માણસો બેસી શકે તેવી ક્ષમતા છે. કેન્દ્રનો ખર્ચ લગભગ રૂ. ૩ કરોડ થયો. બીજું ઉદાહરણ દક્ષિણ મુંબઈમાં વિવિધ શુભેચ્છકોના ટેકા વડે ચણાયેલ તાલીમ કેન્દ્ર "પ્રેરણા" હતું.

તેઓ માત્ર તેમને જે વસ્તુની જરૂર છે તેમ લાગે તેને માટે જ ભંડોળની વ્યવસ્થા નહોતા કરતા. પરંતુ તેમના લોકો પાસેથી સુધારા માટેનાં સૂચનો માંગીને નિયમિત અભિપ્રાયો પણ લેતા હતા. એક પોલીસે પ્રદુષણનાં ઊંચાં સ્તર વચ્ચે ગીરદીવાળા માર્ગ પર વાહનવ્યવહારની વ્યવસ્થા કરતા પોલીસો માટે ઑક્સિજન બૂથ સ્થાપવાનું સૂચન કર્યું.

પછીના ૧૦ દિવસમાં શિવનંદને ભંડોળની વ્યવસ્થા કરી અને જેનો ખર્ચ ૬૫૦૦૦ રૂ. આવ્યો, તેવું ઑક્સિજન બૂથ સ્પોન્સર કરવા એક્સલવર્લ્ડવાળાને મનાવી લીધા.

થાણા ખાતે અત્યાધુનિક હોસ્પિટલ ૧.૫ કરોડ રૂપિયાની કિંમતે ચણવામાં આવી. હોસ્પિટલનાં ડેન્ટલ મશીન્સ એક કોર્પોરેટ ગૃહે આપ્યાં. શિવનંદને પોલીસો માટે તે હોસ્પિટલ ચલાવવા વિશે વોકહાર્ટ ગ્રુપ ઑફ હોસ્પિટલ્સ સાથે વાટાઘાટ કરી. આ હોસ્પિટલની સુવિધાઓ થાણે પોલીસના ૬૦૦૦ પોલીસ પરિવારો માટે મફતમાં પૂરી પડાય છે.

તેમના ઉમદા ઇરાદાઓ ધ્યાનમાં લઈને જુદી જુદી વ્યક્તિઓ તેમજ સંસ્થાઓ શિવનંદનને નાણાકીય મદદ આપવા આગળ આવી. યોગ વર્ગો તથા આર્ટ ઑફ લીવીંગની વર્ક શોપ્સ જે તે સંસ્થાઓ તરફથી પોલીસો માટે મફતમાં યોજવામાં આવી.

જ્યારે તેઓ થાણા શહેરના CP હતા (૨૦૦૫-૨૦૦૮) ત્યારે તેમણે થાણાની પોતાની ઑફિસમાં સાયબર ક્રાઇમ સેલ તથા સાયબર ક્રાઇમ પ્રયોગશાળા શરૂ કરી. આ સેલ માટે NASSCOM વડે ૧૭ લાખ રૂપિયા ખર્ચવામાં આવ્યા. પછીથી મુંબઈ પોલીસ માટે પણ આવા સેલ ઊભા કરવામાં આવ્યા.

ભવિષ્યના ગુનાખોરીનાં વલણો સમજવાં અને આ આપત્તિઓ સામે ટક્કર

લેવાનાં આયોજનો કરવાં તે મહત્વનું હતું. શિવનંદનનું સાયબર ક્રાઈમ સેલ શરૂ કરવાનું આયોજન સાયબર ક્રાઈમ દ્વારા ભવિષ્યમાં ઊભી થઈ શકે તેવી આપત્તિઓ સામે ટક્કર લઈ શકે તેવો એક જવાબ છે.

● લાંબા સમય સુધી આવક ન હોય તોપણ ટકી શકે.

તેમના હાથ નીચેના માણસો સાથેની વાતચિત દરમિયાન શિવનંદને પોતાનાં દળ માટે કેટલીક પ્રોત્સાહક યોજનાઓ ઘડી કાઢી. જોકે, તેમને ખ્યાલ આવ્યો કે જો એક પોલીસને વધારાના ૨૦૦૦ રૂપિયા આપવામાં આવે તો તે તેને મોબાઈલ અથવા બાઈક ખરીદવા પર અથવા દારુ તથા અન્ય બિનઉત્પાદક પ્રવૃત્તિઓ પર ખર્ચી નાખી શકે છે. આથી, પોલીસોનાં બાળકોને વધુ સારું શિક્ષણ પૂરું પાડવું તે સારો વિકલ્પ હતો.

તેમને એ પણ ખ્યાલ આવ્યો કે જે પોલીસો પોતાનાં બાળકોને આબરૂદાર શાળાઓમાં પ્રવેશ અપાવવા ઈચ્છતા હતા, તેમણે ડોનેશન તરીકે ૫૦,૦૦૦ થી ૧ લાખ રૂપિયા સુધી ચૂકવવા પડતા હતા, જે તેઓમાંના ઘણાને પરવડી શકે તેમ ન હતું.

તેઓ એવાં તારણ પર આવ્યા કે જો પોલીસોને આ ગરીબીનાં વિષચક્રમાંથી મુક્તિ અપાવવી હોય તો શિક્ષણ એ એક માત્ર માર્ગ હતો. આથી, પગારમાં વધારાનો વધારો કરવાને બદલે એક વિશ્વસ્તરીય શિક્ષણ સંસ્થા ઊભી કરવી વધારે સારી હતી. થાણે પોલીસ સ્કૂલ પાછળની આ પણ એક પ્રેરણા હતી.

શિવનંદન પાસે લાંબાગાળા માટેની દૃષ્ટિ હતી. તેમને ખ્યાલ આવ્યો કે પોલીસોને માત્ર પૈસા આપી દેવાથી ગરીબીની સમસ્યા હલ થવાની નથી. વિચાર તો ગરીબીને પોતાને જ દૂર કરવાનો હતો. એક શિક્ષણ સંસ્થા ઊભી કરવી તે લાંબાગાળાની આવકની ખાતરી માટે લાંબાગાળાનો ઉકેલ હતો.

થાણે પોલીસ સ્કૂલ તૈયાર કરવામાં, શિવનંદને શાળાને ટૂકડે ટૂકડે ધોરણો મુજબ ચણવાને બદલે શરૂઆતથી જ બધી સુવિધાઓ તથા સાધનસામગ્રી પૂરાં પાડવાનો નિર્ણય લીધો. સમય આવશ્યક તત્ત્વ સમાન હતો; તેઓ તેમની બીજે નીમણુક થાય તે પહેલાં શાળા પૂર્ણ કાર્યરત થઈ જાય તેમ ઈચ્છતા હતા.

આ ભવ્ય સ્વપ્નને પરિપૂર્ણ કરવા માટે શિવનંદને ૨૦૦૫ના ડીસેમ્બરમાં શ્યામક દાવર દ્વારા એક ભંડોળ ઊભું કરનાર કાર્યક્રમ ગોઠવ્યો. થાણામાં તેમણે માત્ર ૧૦ જ મહિના ગાળ્યા હતા છતાં, તેમને જનતા તરફથી અભિભૂત કરતો

પ્રતિસાદ મળ્યો. ભંડોળ ઊભું કરવાનો આ કાર્યક્રમ અદ્‌ભૂત સફળતા હતો, જેણે લગભગ ૩.૫ કરોડ રૂપિયા કમાવી આપ્યા. ૩.૫ કરોડ રૂપિયાનો નફો શાળા બાંધવામાં ઉપયોગમાં લેવાયો.

શાળા ઊભી કરવાની પ્રક્રિયા જોવા માટે www.thanepoliceschool.com ની મુલાકાત લો. આ શાળા ગોએન્કા એજ્યુકેશનલ ટ્રસ્ટ વડે ચલાવાય છે. અત્યાધુનિક માળખાં સાથેની આ શાળા તે વિસ્તારની સૌથી સારી શાળા છે અને વિદ્યાર્થીઓના પ્રવેશ માટે કોઈ પણ પ્રકારનું ડોનેશન સ્વીકારતી નથી.

જ્યારે શિવનંદને થાણામાં તેમના કાર્યકાળ દરમિયાન ભંડોળ ઊભું કર્યું અને કેટલીક સુવિધાઓ ઊભી કરવામાં મદદ કરી, ત્યારે તેઓ પોતાના અનુગામીઓ વડે તે સુવિધાઓની સારી સંભાળ લેવાય તેની પણ ખાતરી કરવા ઈચ્છતા હતા. તેને માટે લાંબાગાળાની નાણાં વ્યવસ્થાની જરૂર પડે. આથી, આ હેતુ માટે એક પોલીસ વેલફેર ફંડ શરૂ કરવામાં આવ્યું. ઉર્જિતા રેસ્ટોરન્ટ - જે સારાં વાતાવરણ સાથે આરોગ્યપ્રદ સ્થળે પોલીસોને સારી ગુણવત્તાવાળો આહાર પૂરો પાડવા માટે થાણા મુખ્ય મથક પર બનાવવામાં આવ્યું હતું - મહિનાના ૧ લાખ રૂપિયાના ભાડે એક ખાનગી સંચાલકને ચલાવવા માટે આપી દેવાઈ. આ ભાડું પોલીસ વેલફેર ફંડનો એક ભાગ બન્યું. ફંડ માટે માત્ર ભાડાંમાંથી જ દર વર્ષે લગભગ ૧૨ લાખ રૂપિયા મળતા હતા.

વેલફેર ફંડની રચનાએ શિવનંદના અનુગામીઓને થાણા પોલીસ સ્કુલ, તેમણે બનાવેલ સ્ટેડીયમ તથા અન્ય વિવિધ માળખાંઓ સંભાળવામાં સહાય કરી. આથી, નાણાંના લાંબાગાળાનાં આયોજને સંરચનાઓ ઊભી કરવામાં તથા તેની જાળવણીમાં મદદ કરી.

આપણે જોયું છે તે મુજબ, પૈસા એ માત્ર એક સાધન છે, અંત સુધી પહોંચવાનો માર્ગ. શિવનંદને તે વિવિધ સ્ત્રોતો દ્વારા એકઠો કર્યો અને પોલીસદળ માટે શક્ય તેટલી શ્રેષ્ઠ સુવિધાઓ ઊભી કરવામાં તેનો ઉપયોગ કર્યો.

નાણાંની વાતમાં, તમારી ટીમને પ્રેરિત કરવી અને તેમને શ્રેય આપવું તે મહત્વનું છે.

આપણે આ પ્રકરણને તમારા પૈસા તથા સફળતાને તમારી ટીમ સાથે વહેંચવા વિશેની એક ઘટના સાથે પૂરું કરીએ.

એક વખત શિવનંદનને લાયન્સ ક્લબ તરફથી આમંત્રણ આપવામાં આવ્યું. તેમણે તેઓને પોલીસ વિરતા એવોર્ડ માટે પસંદ કર્યા હતા. શિવનંદને તે એવોર્ડ

પોતે સ્વીકારવાને બદલે સંજય માન્ચેકર નામે એક હવાલદારને આપ્યો, જેણે એક કિસ્સામાં અદ્‌ભૂત વિરતા દાખવી હતી અને તે જ સાચા અર્થમાં તેને લાયક હતો તેવું શિવનંદનને લાગતું હતું.

હવાલદાર માન્ચેકરને મુલુંડમાં એક હોટેલના માલિકોને રક્ષણ પૂરું પાડવા માટે નિમવામાં આવ્યો હતો. ચાર ગેંગસ્ટરોનું એક જૂથ હોટેલ માલિકો તરફ ગોળીબાર કરવા આવ્યું. માન્ચેકર કૂદકો મારીને ઊભો થઈ ગયો. ગેંગસ્ટરોએ માન્ચેકર તરફ ગોળીબાર કર્યો અને એક રીક્ષામાં ભાગી છૂટ્યા. માન્ચેકરે પોતે પોતાનો જીવ જોખમમાં મૂકીને બીજી રીક્ષામાં ગેંગસ્ટરોનો પીછો કર્યો અને ચાર રાઉન્ડ ગોળી છોડીને છેવટે તેમની ધરપકડ કરવામાં સફળ થયો.

શિવનંદનને લાગ્યું કે આવા એક હવાલદારની ક્રિયાને યોગ્ય માન્યતા મળે તે વધુ મહત્વનું હતું. ૧૯૯૯ની ૨૫મી એપ્રિલે પોલીસ વિરતા એવોર્ડ દરમિયાન લાયન્સ ક્લબ દ્વારા યોજાયેલ એક ભવ્ય સમારંભમાં માન્ચેકરને નવાજવામાં આવ્યો અને તેને પ્રશસ્તિ પત્રની સાથે રૂા. ૫૦૦૦નો ચેક પણ અપાયો. તેના તથા તેના પરિવાર માટે તે એક ગર્વ લેવાનો પ્રસંગ હતો. સંજય માન્ચેકર એ પ્રસંગને યાદગીરીમાં કહે છે, “મારે માટે તે એક અતિશય યાદગાર પળ હતી. તેણે પોલીસદળનો એક ભાગ હોવાના મારાં ગર્વ તથા મારા જોમમાં ઉમેરો કર્યો.”

શિવનંદને કમિશ્નર ઑફ પોલીસ (CP) સાથે પણ વાત કરી અને તેને રૂા. ૨૫૦૦૦નું ઈનામ અપાવ્યું, જે રકમ તે દિવસોમાં ઘણી જ મોટી હતી. માન્ચેકરે DG નું ચિન્હ પણ મેળવ્યું.

સૌથી મહત્વનું પાસું એ છે કે હવાલદાર સંજય માન્ચેકર શિવનંદનના જૂથનો ભાગ ન હતો.

છતાં, શિવનંદનને આ માન્યતા તથા કદર આપવાની ખૂબ જ જરૂર છે તેમ લાગ્યું. લાખો હવાલદારોનાં એક પોલીસદળમાં, આ માન્યતા મેળવવી તે માન્ચેકર માટે અતિ મહત્વનું હતું.

શિવનંદનની તેના લોકોને પ્રેરણા આપવાની રીતનું આ એક ઉદાહરણ છે.

★ નાણાકીય વ્યવસ્થાપન માટેના સૂચનો ★

૧. બહુવિધ સ્ત્રોતોને ધ્યાનમાં રાખો : તમે જુદા જુદા સ્ત્રોતોમાંથી નાણાં ઊભાં કરવા સક્ષમ હોવા જોઈએ.

૨. આબરુ મહત્વની છે : આબરુની સાથે સાથે અંગત પ્રમાણિકતા મહત્વની છે.

૩. અન્યો માટે કામ કરો : એવા પ્રોજેક્ટ્સમાં રોકાણ કરો, જે દરેક માટે નાણાકીય રીતે લાભદાયી બને.

૪. લાંબાગાળાનું વિચારો : નાણાકીય આયોજન સર્જન અને જાળવણી બંનેને આવરી લેવું જોઈએ.

૫. તમારી સંપત્તિ વહેંચો : તેને તમારી ટીમના એવા અન્ય લોકો સાથે વહેંચો જેઓ નહીંતર ક્યારેય ટીમની સિદ્ધીઓ માટે શ્રેય નહીં મેળવે.

ટિપ્પણી

મારી અંદરનો નેતા

ટિપ્પણી

મારી અંદરનો નેતા

ટિપ્પણી

મારી અંદરનો નેતા

પ્રકરણ-૬

દંડ

સૈન્ય / જુથ

સ્વામી	રાજા
અમાત્ય	પ્રધાન
જનપદ	દેશ
દુર્ગ	કિલ્લેબંધ શહેર
કોષ	તિજોરી, ખજાનો
દંડ	**સૈન્ય**
મિત્ર	સહયોગી

ભાગ - અ

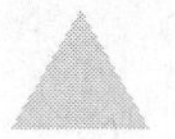

છઠ્ઠું રહસ્ય

દંડ : જુથ - ટીમ

એક રાજ્યનો છઠો સ્તંભ છે તેનું સૈન્ય. તે એક દેશની શક્તિનું પ્રદર્શન કરે છે અને બાહ્ય ધમકીઓથી નાગરિકોનું રક્ષણ કરે છે. બહારવાળાઓ સાથે લડવા ઉપરાંત, પૂર જેવી કટોકટી દરમિયાન અથવા સીવીલ વોર જેવી ઘટનાઓ જેવી આંતરિક મુસીબતો ને ઉકેલવા માટે પણ સૈન્યનો ઉપયોગ કરાય છે. સરહદ પરનાં સશસ્ત્રદળોથી અલગ, પોલીસદળ એક દેશનું આંતરિક સૈન્ય છે.

સૈન્ય એવા લોકોનુ તાલીમ પામેલ જુથ છે જે કોઈપણ ભય સામે લડવા તૈયાર હોય છે. સૈન્ય એ સૈનીકોની વચનબદ્ધતા તથા સમર્પિત્તા છે, તેથી એક મજબૂત સૈન્ય ઊભું કરવા માટે યોગ્ય પસંદગી તથા તાલીમ ખૂબ જ મહત્ત્વનાં છે.

આ પુસ્તકમાં "સૈન્ય" શબ્દનો અર્થ "જુથ" કરવામાં આવશે.

એક માણસ એકલો યુદ્ધ લડી શકે નહીં. હંમેશાં એક જુથ જ હોય છે જે યુદ્ધ લડી શકે છે. ઉ.દ. જ્યારે સત્યજિતરાય તેમની ફિલ્મ બનાવવાની કળા તરફની આજીવન વચનબદ્ધતા માટે ઓસ્કાર જીત્યા, ત્યારે એ હકીકત ચાલુ રહે છે કે કેમેરામેન, ફાઇનાન્સર્સ, ટેક્નીશીયનો, કલાકારો, સ્પોટ બોટ્સ સાથેની સમગ્ર ટીમે તેમના પ્રયાસને ટેકો આપ્યો હતો. આમ તેમનું જુથ સત્યજિતરાય પોતે છે તેટલું જ મહત્વનું છે.

તેવી જ રીતે, એક ક્રિકેટ ટીમમાં, એક ખેલાડી એક શતક કરી શકે, છેલ્લા બોલે છગ્ગો ફટકારી શકે, રમત જીતી શકે અને તેને મેન ઑફ ધ મેચ તરીકે નવાજવામાં આવે. છતાં, જુથનો વિજય તેના બધાજ ખેલાડીઓ-ફીલ્ડર્સ, બોલર્સ તથા અન્ય બેટ્સમેન, જેમણે બધાએ મેચ જીતવા માટે થોડુંક કર્યું છે -

તેને કારણે હોય છે.

એક વ્યક્તિ તેના અસામાન્ય દેખાવ બદલ શ્રેય મેળવી શકે છે; પરંતુ છેવટે તો એ ટીમવર્ક જ છે જે કોઈ પણ વ્યક્તિને વિજેતા બનાવે છે.

એક સંસ્થામાં, કંપનીના ચેરમેન સૂકાન સંભાળે છે અને અન્યોને માર્ગદર્શન તથા દિશા આપે છે. છતાં, મેનેજરો, શ્રમિકો, વેન્ડર્સ, ઑફિસ બોય્ઝ તથા ડ્રાઈવરો સહિતની સમગ્ર ટીમ કંપનીને તેના હેતુઓ સિદ્ધ કરવામાં મદદરૂપ થવા માટે, કંપનીની સફળતા તથા વિકાસ માટે એકઠા મળીને કામ કરે છે.

જુથના કેપ્ટન તરીકે, નેતાને હંમેશાં જુથની સિદ્ધીઓ માટે શ્રેય આપવામાં આવે છે. છતાં, નેતાએ ક્યારેય આ શ્રેયને જુથના સભ્યો સાથે વહેંચવાનું ભૂલવું ન જોઈએ. તમારી સફળતા અન્યો સાથે વહેંચવી તે જ ખરી નેતૃત્વ છે.

એક જુથમાં, જુદા જુદા લોકોની જુદી જુદી માનસિકતા હોય છે. હકીકતમાં, એક જુથની શક્તિ તેની સામ્યતાને બદલે તેના તફાવતોમાં પડેલી છે. જ્યારે જુથના સભ્યો જુદા જુદા કોણ તથા દૃષ્ટિઓથી પ્રશ્નો વિશે વિચારી શકે છે, ત્યારે જ ખરી ચર્ચાઓ તથા પ્રગતિ થાય છે.

ઉ.ત. એક જુથ એક ઉત્પાદનને બહાર પાડવા પર કામ કરી રહ્યું છે અને જુથનો નેતા તેના સભ્યોનો અભિપ્રાય પૂછે છે. ઉત્પાદન બહાર પાડવા વિશે દરેક સભ્યની જુદી દૃષ્ટિ હશે - કોઈ બજેટને ધ્યાનમાં લેશે; બીજો એવું વિચારશે કે ઉત્પાદન બહાર પાડવાનો સમય વધુ મહત્વનો છે; ત્રીજો માર્કેટ સેગ્મેન્ટ પર ધ્યાન કેન્દ્રિત કરશે; જ્યારે ચોથો આકર્ષક પેકીંગના મહત્ત્વ તરફ ધ્યાન દોરી શકે છે. આ બધાંજ દૃષ્ટિબિંદુઓ માત્ર ઉત્પાદન બહાર પાડવાને સફળ બનાવવામાં મદદ કરશે.

જો જુથના બધાજ સભ્યો જુદી જુદી રીતે વિચારતા હોય, તો જુથમાં સર્વસામાન્ય શું છે ? કઈ વસ્તુ ટીમને એક સાથે રાખે છે ? એ હેતુ છે, જે જુથને એક સાથે રાખે છે. એક ક્રિકેટ ટીમનો હેતુ મેચ જીતવાનો છે; એક વ્યાપાર જુથનો હેતુ નફા માટે તેનો માલ તથા સેવાઓ આપવાનો છે; પોલીસદળનો હેતુ કાયદો અને વ્યવસ્થા જાળવવાનો છે.

આમ, જો કોઈ પણ જુથના જુદા જુદા સભ્યો મધ્યવર્તી હેતુ પર ધ્યાન આપે, તો તેમના મતભેદો છતાં, તેઓ જે લક્ષ્ય માટે એકઠા થયા છે તે સિદ્ધ કરવા માટે એકબીજાને વળગી રહેશે.

ટીમવર્ક નેતા સાથે શરૂ થાય છે. નેતાએ ટીમવર્કનું મહત્ત્વ સમજવું જોઈએ અને તેનાં જુથમાં સારાં જુથ કાર્યનું મુલ્ય દાખલ કરવું જોઈએ.

સૈન્યની પ્રખ્યાત ઉક્તિ કહે છે કે, "તમારા દેશની સલામતી, માન અને કલ્યાણ હંમેશાં અને દરેક વખતે પ્રથમ આવે છે. ત્યાર પછી તમે જેને આદેશ આપો છો તે લોકોના માન, કલ્યાણ તથા સગવડો આવે છે. તમારો પોતાનો આરામ, સગવડ તથા સલામતી હંમેશાં અને દરેક વખતે છેલ્લાં આવે છે."

આ વિધાન સૌથી ઉચિત રીતે સૈન્યના હેતુનો સારાંશ કાઢે છે. સૈન્ય સૌપ્રથમ દેશ માટે સાથે મળીને કામ કરે છે. પછીની પ્રાથમિકતા જુથના સભ્યો છે, જેઓ એકબીજાનાં કલ્યાણ માટે પોતાની જાતનું બલિદાન આપવા તૈયાર હોવા જોઈએ. માત્ર તેના પછી જ દરેક વ્યક્તિ તેની સલામતી તથા સગવડો વિશે વિચારી શકે છે.

એક જુથમાં દરેક સભ્યની શક્તિઓ તથા નબળાઈઓ જુદી જુદી હોય છે. એક નેતા જુથના દરેક સભ્યની શક્તિઓ તથા નબળાઈઓને સમજવા તથા તે મુજબ કામ ફાળવવા સક્ષમ હોવો જોઈએ.

જો જુથમાંથી કોઈકે જરૂર મુજબનું કામ પૂરું ન કર્યું હોય તો નેતાએ પોતાને જ પ્રશ્ન પૂછવો જોઈએ કે, "શું મેં યોગ્ય વ્યક્તિને કામ સોંપ્યું હતું ? શું બીજું કોઈક આ કામ વધુ સારી રીતે કરી શક્યું હોત ? મારા જુથમાં બીજું કોણ છે જે આ કામ યોગ્ય રીતે કરી શકે તેમ હોય ?"

એક સારો નેતા એ છે જે એવા લોકો પાસેથી કામ પૂરું કરાવે જેમણે પોતે વિચાર્યું પણ ન હોય કે તેઓ તે કરવા માટે સક્ષમ છે. આમ, એક નેતામાં વ્યક્તિ પોતાને સમજી શકતી હોય તેના કરતાં પણ તેને વધારે સારી રીતે સમજી શકવાની ગુપ્ત દૃષ્ટિ હોવી જોઈએ.

કાર્ય ફાળવણી કર્યા પછી, નેતાએ સતત જુથનું નિરિક્ષણ કરતાં રહેવું જોઈએ. નેતા કામની સોંપણી કરી શકે, પોતાની જવાબદારીની નહીં. જો જુથ તેનાં કાર્યમાં નિષ્ફળ જાય તો, નેતાએ જવાબદારી ખભા પર લઈ લેવી જોઈએ.

એક વહાણનો કેપ્ટન હંમેશાં વહાણ પરની દરેકે દરેક વ્યક્તિને બચાવી લેવાય તે પછી, સૌથી છેલ્લે જ વહાણ છોડે છે.

માટે, અર્થશાસ્ત્રમાં, ચાણક્ય એ વાત પર ભાર મૂકે છે કે નેતા હંમેશાં સંપૂર્ણ સજાગ હોવો જોઈએ અને નેતાએ લોકો જે કામ કરી રહ્યા હોય તેના સગડ રાખવા જોઈએ.

આને માટે, નેતાએ તેના હાથ નીચેના માણસોને સ્થિતિ અહેવાલ નિયમિતપણે ફાઈલ કરવાનું કહેવું જોઈએ. આજે, આ અહેવાલોને મેનેજમેન્ટ ઈન્ફોર્મેશન સીસ્ટમ (MIS) નામ અપાયું છે અને તેને વાર્ષિક, માસિક, અઠવાડિક કે દૈનક ધોરણે પણ ફાઈલ કરી શકાય છે.

પોલીસ વિભાગમાં, આ અહેવાલો વાંચવા તે એક નેતાનાં નિત્ય કાર્યોમાંનું એક છે. નેતાએ જુથના દરેક સભ્યની હાજરીથી લઈને તે કરતા હોય તે કાર્ય સુધીની દરેક વિગતનું નિરિક્ષણ કરવું જોઈએ. જો નેતા સગડ ગુમાવે, તો જુથના હેતુઓ પાર પાડવા માટે આયોજન તથા વ્યુહરચના બનાવવાનું મુશ્કેલ બને છે.

વ્યક્તિ સમર્પિત લોકોની સારી ટીમ અથવા સૈન્ય કેવી રીતે રચે છે ?

પ્રથમ પગલું એવી યોગ્ય વ્યક્તિને પસંદ કરવાનું છે જેનામાં તે ચોક્કસ નોકરી માટે જરૂરી લાયકાતો તથા ગુણો હોય. એક ખેડૂતે વાવતાં પહેલાં શ્રેષ્ઠ બીયારણ પસંદ કરવું જોઈએ. માટે, પ્રથમ પગલું એ ખાતરી કરવાનું છે કે જે વ્યક્તિ તમારાં જુથમાં જોડાય છે તે કામ માટે યોગ્ય વ્યક્તિ છે. પસંદગી પ્રક્રિયામાં યોગ્ય વ્યક્તિને ચકાસવી તે પોતે જ સફળતાની ચાવી છે.

પછીનું પગલું વ્યક્તિને તાલીમ આપવાનું છે. વ્યક્તિ તાલીમ આપી શકાય તેવી, એટલે કે બદલાવ તરફ ખૂલ્લી હોવી જોઈએ.

પસંદ થયેલ વ્યક્તિમાં ક્ષમતા હોઈ શકે, છતાં કામ માટે તે નવી છે. તમે પહેલા જ દિવસે તેની પાસેથી ઉત્પાદકતાની અપેક્ષા ન રાખી શકો. તમારે તેને તાલીમ આપવી જોઈએ અને કામ શીખવા માટે પૂરતી તક આપવી જોઈએ.

અર્થશાસ્ત્રનાં પુસ્તક-૧, પ્રકરણ-પનાં સૂત્ર-૬માં ચાણક્ય તાલીમ કેવી રીતે આપવી તે વર્ણવે છે.

"લાગતાં વળગતાં ક્ષેત્રમાં શિક્ષકની સત્તા સ્વીકારીને તાલીમ તથા શિસ્ત મેળવી શકાય છે."

આ સૂત્રનું વિશ્લેષણ નીચે મુજબ છે.

● તાલીમ

એક સારી ટીમ રચવા માટે તાલીમની જરૂર પડે છે. આ જ હેતુસર સંસ્થાઓ કાર્યક્રમો રાખે છે અને પોલીસદળ નવા ભરતી થયેલાઓ માટે પ્રવેશ સ્તરની તાલીમ આપે છે.

લોકોને ઘણી વખત તેમના તાલીમના દિવસો તેઓ જે નવી કુનેહો શીખે છે તેને કારણે અને આ દિવસો ઘણી ઓછી જવાબદારી સાથેના ચિંતામુક્ત હોવાને કારણે તેમની જીંદગીના શ્રેષ્ઠ દિવસોમાંના લાગે છે.

● શિસ્ત

તાલીમાર્થીએ તાલીમના હેતુ પર ધ્યાન કેન્દ્રિત કરવું જોઈએ અને તેને અવિચારી રીતે લેવી ન જોઈએ.

તાલીમ દરમિયાન, તાલીમાર્થીની કામને લગતી જવાબદારીઓ ન પણ હોય, પરંતુ તેમણે એ યાદ રાખવું જોઈએ કે તે ભવિષ્યની ઘણી જવાબદારીઓ માટે તૈયારી કરી રહ્યો છે. આથી, તાલીમાર્થી શરૂઆતથી જ શિસ્તબદ્ધ હોવો જોઈએ.

શિસ્તના બે પ્રકાર છે - બાહ્ય અને આંતરિક. બાહ્ય શિસ્ત શિક્ષકો તથા અન્ય વરિષ્ઠ સત્તાધારીઓ વડે લદાય છે. મોટેભાગે તાલીમાર્થીઓએ એક આચાર સંહિતાને અનુસરવી પડે છે અને જો તેઓ નિયમોનો ભંગ કરે તો તેમને દંડ અથવા સજા કરવામાં આવે છે.

આ બાહ્ય શિસ્ત તમને આંતરિક શિસ્ત અથવા સ્વશિસ્ત તરફ દોરી જવી જોઈએ. તાલીમાર્થીને શિસ્તબદ્ધ વર્તણુક પ્રદર્શિત કરવા માટે ઉપરી સત્તાધારીઓની હાજરી અથવા શિક્ષાની ધમકીની જરૂર ન હોવી જોઈએ.

તાલીમ અને શિસ્ત કાયમ માટે તાલીમાર્થીની સાથે રહેવાં જોઈએ.

શિસ્ત ચારિત્ર્ય ઘડતરમાં મદદ કરે છે. તે એવું આભા મંડળ છે જે તમે જ્યાં પણ જાવ ત્યાં તમારી સાથે લઈ જાવ છો. પોલીસદળમાં પણ શિસ્ત ઘણી જ મહત્વની છે. સમય બદ્ધ હોવું, સારી રીતે વસ્ત્ર પરિધાન કરવાં, ઉપરીઓના હુકમનું પાલન કરવું અને કોઈ પણ નિર્ણયને મુલ્તવી ન રાખવો તે શિસ્તબદ્ધ હોવાનાં મહત્વનાં પાસાંઓ છે.

એક શિસ્તબદ્ધ વ્યક્તિને દરેક જગ્યાએ માન મળે છે કારણ કે તે ચોક્કસ મુલ્યો અને સિદ્ધાંતો સમાવિષ્ટ કરે છે અને તેમના વડે પોતાનું જીવન જીવે છે.

● શિક્ષકોની સત્તા સ્વીકારવી

શિસ્ત પ્રાપ્ત કરવી તે મુશ્કેલ અથવા સરળ હોઈ શકે છે.

ચાણક્ય સમજાવે છે કે શિક્ષકોની સત્તા સ્વીકારી લેવાથી તે સરળતાથી

પ્રાપ્ત કરી શકાય છે. એટલે કે, તાલીમાર્થીએ શિક્ષક અથવા તાલીમ આપનારને સંપૂર્ણપણે સ્વીકારી લેવા જોઈએ અને તેની પરિપક્વતા તથા અનુભવ પર વિશ્વાસ રાખવો જોઈએ.

જ્યારે તમને તાલીમ અપાઈ રહી હોય ત્યારે શિક્ષકનાં જ્ઞાન વિશે શંકાનું કોઈ તત્ત્વ હોવું ન જોઈએ. જો "શું મારા શિક્ષક સાચું કહી રહ્યા છે ?" અથવા "મને નથી લાગતું કે આ તાલીમ આપનાર અથવા ઑફિસર વિષયને સારી રીતે જાણે છે." જેવા સંશયો છે તો સમસ્યા ઊભી થઈ શકે છે.

તાલીમાર્થીનું વલણ માતા પાસેથી શીખતાં બાળક જેવું હોવું જોઈએ. માતા જે કાંઈ પણ કહે છે તેને બાળક અંતિમ સત્યની જેમ સ્વીકારે છે. શંકાનો કોઈ કણ પણ હોતો નથી. તાલીમાર્થી અને તાલીમ આપનાર વચ્ચે આ પ્રકારનું જોડાણ ઝડપથી શીખવા તરફ દોરી જાય છે.

જો તાલીમાર્થી પ્રથમ તબક્કામાં જ તાલીમ આપનારની ક્ષમતા પર પ્રશ્નાર્થ શરૂ કરે છે તો કોઈ પ્રગતિ થતી નથી. તાલીમાર્થી પરિપક્વતા તથા અનુભવ મેળવી લે પછી જ પ્રશ્નો પૂછાવા જોઈએ. માત્ર ત્યારે જ તાલીમ આપનારના જવાબો સારી રીતે સમજી શકાશે.

શિક્ષક સાથેની સંવાદિતાના આ ગુણને સંસ્કૃતમાં "શ્રદ્ધા" કહે છે. આ શબ્દનો અંગ્રેજી સમાનાર્થી નથી. તે માન્યતા અથવા શરણે થઈ જવું નથી; કે આ આંધળો વિશ્વાસ પણ નથી. આ શિક્ષક અને શિષ્ય વચ્ચેનું સુંદર આંતરિક જોડાણ છે.

શિષ્ય જ્યારે ગુરુની માનસિક તરંગ લંબાઈ સાથે પોતાની જાતને "સંવાદી બનાવે છે" ત્યારે થતું આ એક આંતરિક રૂપાંતરણ છે. આ એક યોગ્ય રેડીયો સ્ટેશન સાથે "ટ્યુન" થતા રેડીયો જેવું છે. ત્યાર પછી કોઈ ખલેલ રહેતી નથી, સંગીત ચોખ્ખું સંભળાય છે અને વ્યક્તિ તેને લાંબા કલાકો સુધી સાંભળી શકે છે.

તાલીમ દરમિયાન, તાલીમાર્થી માટે શિક્ષક સાથે સંપૂર્ણ સંવાદી થવું અને તેને આ ક્ષેત્રના તજજ્ઞ તરીકે સ્વીકારવા તે મહત્વનું છે.

વિદ્યાર્થીઓ ઘણી વાર સારી રીતે શીખવી ન શકવા બદલ શિક્ષકને દોષ આપે છે. આમાં સત્યનું થોડુંક તત્ત્વ હોઈ શકે છે, પરંતુ જો તેઓ સાચા વિદ્યાર્થીઓ હોય તો તેમણે પણ પ્રશ્નો પૂછવા જોઈએ.

એક દિવસ, એક બાળક ખૂબ જ ગુસ્સે તથા વ્યથિત થઈને ઘેર આવ્યું અને તેની માતાને કહ્યું, "અમારાં ભૂગોળનાં શિક્ષીકા ખૂબ જ કંટાળાજનક છે;

તે બરાબર શીખવતાં નથી. શાળાના મારા બધા મિત્રો પણ તેણીને ધિક્કારે છે."

માતાએ સલાહ આપી, "બેટા, તારાં જીવનમાં બીજા ઘણા શિક્ષકો આવશે. કેટલાક સારી રીતે આદાન-પ્રદાન કરવા સક્ષમ હશે; બીજા તેવા ન પણ હોય. દરેક શિક્ષકની શીખવવાની પદ્ધતિ જુદી હોય છે. માત્ર એટલા માટે, કે તને તેમની શીખવવાની પદ્ધતિ કે શૈલી પસંદ નથી, તેનો અર્થ એવો નથી કે તેણી ખરાબ શિક્ષીકા છે. આજ પછીથી, તારે ભૂગોળના સારા વિદ્યાર્થી બનવાનું છે."

બાળકને તેણે વર્ગખંડમાં કઈ રીતે વિચારવું જોઈએ તે વિશે સંપૂર્ણ નવી દૃષ્ટિ આપવામાં આવી હતી. બીજા દિવસથી, તે શિક્ષક સાથે એટલો જોડાઈ ગયો કે પરીક્ષામાં તેના વર્ગમાં ટોચ પર રહ્યો.

● સંબંધિત ક્ષેત્રો

શાળામાં હોય કે કોલેજમાં, શિક્ષકો જુદા જુદા વિષયો શીખવે છે, એટલે કે તેઓ તેમનાં "સંબંધિત ક્ષેત્રો"માં તજજ્ઞ છે. એક વિષયના શિક્ષકો હોય છે અને તેના જ વિશેષજ્ઞ શિક્ષકો પણ હોય છે. ઉ.ત. સંસ્કૃતના એક શિક્ષક તે ભાષાનો પાયો શીખવશે, જ્યારે સંસ્કૃતનાં વ્યાકરણના શિક્ષક તે વિષયમાં વધારે ઊંડા ઉતરશે.

આજની સુપર સ્પેશીયાલાઈઝેશનની પેઢીમાં, દરેક શિક્ષકને સાંભળવા તથા સ્વીકારવા તે ખાસ મહત્વનું છે.

શિવનંદન તેમના પોલીસમાં આવ્યા પહેલાંના સમયમાં અર્થશાસ્ત્રના પ્રોફેસર હતા. તેમને ભણાવવું ગમતું અને આ જુસ્સો જીવનભર ચાલુ રહ્યો. આ પુસ્તક સ્વરૂપે તેમને જેઓ નથી જાણતા તેમના સુધી તેમનું પહોંચવાનું ચાલુ રહ્યું છે.

તેમના ભારતીય પોલીસ સેવા (ઇન્ડિયન પોલીસ સર્વિસ - IPS)ની તાલીમના દિવસોમાં પણ, વિવિધ ક્ષેત્રોના તજજ્ઞો નવા ભરતી થયેલાઓને શીખવવા માટે આવતા. પછીથી, જ્યારે શિવનંદન પોતે નેતા બન્યા, ત્યારે તેમણે વિશ્વ સ્તરના શિક્ષકોની મદદ વડે દળને તાલીમ આપવાનું ચાલું રાખ્યું.

આ પ્રકરણમાં એક મજબૂત જુથ બનાવવા માટે શિવનંદન વડે લેવાયેલાં વિવિધ તાલીમ માટેનાં પગલાં વિશે તમે વાંચશો.

એવા દિવસો હતા જ્યારે વ્યક્તિ એક નોકરી મેળવવા માટે જ અભ્યાસ કરતી હતી. હવે, લોકો તેમની નોકરી જાળવી રાખવા માટે અભ્યાસ કરે છે. આજના સમયમાં સતત તાલીમ અતિઆવશ્યક છે.

વ્યક્તિ પરીક્ષામાં પાસ થવા માટે શાળા તથા કોલેજમાં ટેક્સ્ટ બુક્સ વાંચે છે, પરંતુ સમગ્ર જીવન દરમિયાન જ્ઞાન પ્રાપ્ત કરવા માટે સારાં પુસ્તકો વાંચવાની આદત વિકસાવવી જોઈએ. તમે એક હંમેશાં તૈયાર વિદ્યાર્થી હોવા જોઈએ અને તમારાં જીવનમાં આવે તે દરેક વ્યક્તિ પાસેથી તમારે શીખવું જોઈએ.

જો નેતા તાલીમ આપવા અને વિકાસ કરવા પર કેન્દ્રિત હોય તો જુથ કાર્ય સહેલાઈથી પ્રાપ્ત કરી શકાય છે. આજે, પોલીસ જેવાં વિવિધ તંત્રોને તેમનાં પોતાનાં તાલીમ કેન્દ્ર હોય છે. આ એવી શૈક્ષણિક સંસ્થાઓ છે જે વધુ સારો દેખાવ કરવા માટે જુથ સાથે જ્ઞાનનો વિનિમય કરે છે.

TEAM ની વ્યાખ્યા આ રીતે થાય છે, ટુગેધર ઇચ વન એચીવ્સ મોર (સાથે રહીને દરેક વધુ સિદ્ધ કરે છે.)

એક એકલી વ્યક્તિ મજબૂત ન પણ હોય, પરંતુ દસ નબળી વ્યક્તિઓ એકઠી મળે તે શક્તિ છે. સારાં ટીમવર્કમાં સંગઠિતતા જોઈ શકાય છે. એ એક વત્તા એક એ બે કરતાં વધારે છે તેવો ખ્યાલ છે. જ્યારે બે વિચારો એકઠા થાય ત્યારે તેમને એકલા એકલા લાગું કરાયા હોત અને જે પરિણામ મળત તેના કરતાં સારું પરિણામ આપે છે.

જુથ કાર્યમાં, હતાશાને બદલે ખુશી, સ્પર્ધાને બદલે સહયોગ અને નકારને બદલે સ્વીકાર હોય છે. નેતા દરેક વ્યક્તિગત સભ્યને એક સાથે મૂકીને લક્ષ્ય સિદ્ધ કરે છે. પછી, તેઓ બધા જ સાથે મળીને પ્રાપ્તિની ઊજવણી કરે છે.

ભાગ - બ

ચાણક્યના મત મુજબ

સારાં જુથની ગુણવત્તાઓ

પ્રકૃતિનું અવલોકન કરવું એ ટીમવર્ક શીખવાની શ્રેષ્ઠ રીત છે. તમે ટીમવર્કના ઘણા દાખલાઓ જોશો.

આકાશમાં ઊડતાં પક્ષીઓનાં ઝૂંડ ટીમવર્કમાં એરોડાયનેમીક્સના નિયમને અનુસરે છે. પક્ષીઓ V આકાર બનાવીને ઊડે છે. તેઓ એકબીજા સાથે સંવાદી થયેલાં હોય છે અને નેતાને અનુસરે છે. જ્યારે તે નેતા થાકી જાય છે ત્યારે તે પાછળ જાય છે અને બીજું પક્ષી આગેવાની લે છે. તેઓ તેમની લાંબી ઊડાન દરમિયાન એકબીજાને મદદ કરે છે અને શાંતિપૂર્વક ગંતવ્ય સ્થાને પહોંચે છે.

કીડીઓ હંમેશાં જુથમાં કામ કરે છે. એક પરેડની જેમ બરાબર સીધી લાઈન બનાવીને તેઓ એક સ્થળેથી બીજાં સ્થળે કૂચ કરે છે. જો રોટલીનો એક ભારે ટૂકડો એક કીડી એકલી ન લઈ જઈ શકે તો તેઓ એક બીજીને મદદ કરે છે. કીડીનો રાફડો એ એક સાથે રહેતો સમૂહ છે. તેઓ સારા સમય દરમિયાન કઠીન પરિશ્રમ કરે છે અને ખોરાક એકઠો કરે છે. ખરાબ સમય દરમિયાન તેઓ ખોરાક વહેંચી લે છે.

કાગડાઓ પણ જુથમાં કામ કરે છે. જ્યારે એક કાગડો ખોરાક જુએ છે, તે બીજા કાગડાઓને બોલાવે છે અને તેઓ બધા એકઠા મળીને ખાય છે. ફરી, જ્યારે એક કાગડો મુસીબતમાં હોય છે, તે બીજા કાગડાઓને બોલાવે છે. તેઓ મુશ્કેલીમાં હોય તેનું રક્ષણ કરે છે અને તેને સલામત જગ્યાએ લઈ જાય છે.

માણસોમાં ગામડાંઓમાં શ્રેષ્ઠ જુથકાર્ય જોવા મળે છે. એક ગામ અને શહેર વચ્ચેનો તફાવત આ રીતે સૌથી સારો વર્ણવાય છે, “એક ગામડાંમાં પહેલોં માણસ છેલ્લા માણસને ઓળખે છે, અને એક શહેરમાં આપણે આપણા

પડોશીને પણ નથી ઓળખતા.''

એક શહેર સંવાદિતા અને સહજીવનનું સંપૂર્ણ એકમ છે. જો એક નવો માણસ ગામમાં આવે છે તો તે દુશ્મન છે કે મિત્ર તે બધા જ જાણે છે. દુશ્મનને લડત આપવા અને મિત્રને આવકારવા તથા તેની સંભાળ લેવા, ગામ સંગઠિત થઈ જાય છે.

ગામડાંઓમાં લગ્નો પણ જનસમૂહની ઘટના છે. ગ્રામવાસીઓ લગ્નની જવાબદારીઓ પણ વહેંચી લે છે. કોઈક ખોરાકની જવાબદારી સ્વીકારે છે; બીજી વ્યક્તિ સાજશણગાર માટે જવાબદાર હોઈ શકે; અને વળી ત્રીજી કોઈ વ્યક્તિ વાહનો પૂરાં પાડી શકે. પ્રસંગ માટે ગામ સાથે મળીને કામ કરે છે.

એક વખત, લગ્ન થયા વગર જ એક જાન એક ગામમાંથી પાછી ફરતી હતી. પૃચ્છા થતાં જાનમાંથી કોઈકે કહ્યું કે વર પક્ષ તરફથી છેલ્લી ઘડીએ માંગવામાં આવેલ દહેજ કન્યા પક્ષ આપી શકે તેમ ન હતો. દહેજ આપવાની પ્રથા ગેરકાયદેસર છે છતાં, કેટલાક વિસ્તારોમાં તે લગ્નના રિવાજનો એક ભાગ છે.

કન્યાના પિતા વ્યથિત હતા તે સમજી શકાય તેવું હતું. ઓચિંતું ગામની એક સમૃદ્ધ વ્યક્તિએ જાહેર કર્યું, ''છોકરાને તથા તેના પરિવારને પાછો બોલાવો અને પંડિતને કહો લગ્ન કરાવે. હું હમણાં જ દહેજ ચૂકવી દઈશ ! આપણા ગામમાંથી કોઈ જાન હજી સુધી પાછી ફરી નથી, અને આ વખતે પણ પાછી નહીં જ જાય.''

સમાજમાં બધાનું એકબીજા સાથે આ જોડાણ છે. તેઓ માત્ર ખુશી જ નહીં, દુઃખનો સમય પણ વહેંચી લે છે.

ભારતમાં સંયુક્ત કુટુંબ પ્રથા પણ જુથકાર્યનો એક બીજો નમૂનો છે. એક પરિવારમાં ચાર પુત્રો હતા ને તેઓ બધા જ તેમની પત્નીઓ તથા બાળકો સહિત સાથે મળીને રહેતા. ઘર ગૃહસ્થી ચલાવવી તે સામુહિક જવાબદારી હતી.

દરેક જણ કેટલું કમાય છે તે જોયા વગર, તેઓ બધા સમાન ખોરાક ખાતા. જો આમાંનો એક ભાઈ અકસ્માત અથવા બેકારીને કારણે કમાઈ ન શકતો તો બાકીના ભાઈઓ તેની તથા તેના પરિવારની સંભાળ લેવાય તેની ખાતરી રાખતા. તેમનાં બાળકોનો ઉછેર, શિક્ષણ અને લગ્ન બધું જ સાથે મળીને જ થતું.

એક સંયુક્ત પરિવાર પદ્ધતિ સલામતી પણ આપે છે. આવી પદ્ધતિમાં

'બેબી સીટર'ની કોઈ જરૂરિયાત નથી. દાદા-દાદી, કાકીઓ તથા મોટા પિતરાઈ ભાઈ-બહેનો નાનાં બાળકોની સંભાળ લે છે. બાળકોને તેમનાં ઘરની અંદર જ મિત્રો મળી રહે છે. તેઓ સાથે અભ્યાસ કરે છે, સાથે રમે છે. તેમનાં કપડાં આદાન-પ્રદાન કરે છે અને તહેવારો પણ સાથે જ ઉજવે છે. આ સાચા અર્થમાં ટીમવર્ક છે.

જોકે, ટીમવર્કનો અર્થ સ્વીકાર પણ થાય છે. તમારે તમારા જુથના સભ્યોની ક્ષતિઓને અવગણવી જોઈએ, સકારાત્મક પાસાંઓ તરફ જોવું જોઈએ અને જીવનમાં આગળ વધવું જોઈએ. સૂત્ર છે, "સંપ ત્યાં જ સફળતા."

એક આદર્શ જુથની ચોક્કસ ગુણવત્તાઓ હોય છે, જે ચાણક્ય અર્થશાસ્ત્રમાં નીચે મુજબ વર્ણવે છે (પુસ્તક-૯, પ્રકરણ-૧, સૂત્ર-૧૧).

- આજ્ઞાંકિત
- કુચ દરમિયાન નિરાશ થયેલ નહીં
- પડકારોનો સામનો કરવા સક્ષમ
- યુદ્ધો લડવામાં અનુભવી
- લડાઈઓ તથા શસ્ત્રોમાં કુનેહબાજ
- કોઈ અલગ સ્વાર્થ ન હોય.

જો તમે સારું જુથ વિકસાવવા માંગતા હોવ તો તમારા જુથમાં આ ગુણો વિકસાવો. જો તમારામાં પહેલાં જ આ ગુણો હોય, તો તમે એક સારું જુથ અને એક આદર્શસમાન છો.

એક સારું જુથ બનાવવાની શરૂઆત આગેવાનથી થાય છે. જો જુથનો નેતા ખરાબ છે તો જુથ નિરુત્સાહ થશે. બીજી તરફ, એક સારો નેતા એક સામાન્ય જુથને એક કાર્યક્ષમ જુથમાં તબદીલ કરી શકે.

હવે આપણે એક સારાં જુથના ગુણો વિશે વિગતવાર જોઈએ.

● આજ્ઞાંકિત

સેંકડો અભિપ્રાયો હોઈ શકે, પરંતુ નિર્ણય તો એક જ હોઈ શકે.

એક આદર્શ જુથ આજ્ઞાંકિત છે અને નેતાના નિર્ણયને સ્વીકારે છે. તેનો અર્થ છે કે જુથ માને છે કે તેમના નેતાનો નિર્ણય બધાના ફાયદા માટે છે. જુથ દરેક માટે યોગ્ય નિર્ણય લેવાનાં નેતાનાં ડહાપણ પર વિશ્વાસ ધરાવે છે.

જો નેતા પ્રમાણિકતા તથા મુલ્યોનો માણસ છે તો તે મોટાં ચિત્ર તરફ

જોશે અને દરેકના લાભને ધ્યાનમાં લેશે.

ઘણા નેતાઓ એવા નિર્ણયો લેવાનો પ્રયાસ કરે છે જે તેમને લોકપ્રિય બનાવે, પરંતુ અઘરા નિર્ણયો લેવા તે પણ નેતૃત્વ છે.

પોલીસ તાલીમ દરમિયાન, જે વ્યક્તિ આજ્ઞાંકિત ન હોય તેને સજા કરાય છે. આ સજા આજ્ઞાકિતતાનો ગુણ વિકસાવવા માટે હોય છે. વ્યક્તિ એક સારો નેતા બને તે પહેલાં, તેણે એક સારા અનુયાયી બનવું જોઈએ. જ્યારે તમે એક આજ્ઞાંકિત અનુયાયી હશો ત્યારે જ માત્ર તમારી અંદરનો આગેવાન જાગૃત થશે.

ફરી એક વાર, આ શ્રદ્ધા અથવા સંપૂર્ણ આજ્ઞાંકિતતાનો ગુણ છે. શરૂઆતમાં એક ચોક્કસ નિર્ણય શા માટે લેવાયો છે, તે તમે કદાચ ન સમજો, તમને એ અતાર્કિક લાગે અને નેતા કહે છે તે મુજબ કરવા માટે પૂરતા સંતુષ્ટ ન પણ હોવ. પરંતુ લાંબે ગાળે તમે જોશો કે નિર્ણય શ્રેષ્ઠ માટે જ હતો.

જેણે મહાન આધ્યાત્મિક ગુરુ સ્વામી ચિન્મયાનંદ હેઠળ કામ કર્યું છે, તેવા એક ભક્તે એક વખત યાદ કર્યું, "મેં ઘણા દાયકાઓ સુધી આશ્રમના વ્યવસ્થાપક તરીકે તેમની સાથે કામ કર્યું. અમારી મીટીંગોમાં તેઓ એવા નિર્ણયો લેતા જે અમે ક્યારેય ન સમજી શકતા. ઘણી વાર હું અંદરથી બળવો પોકારતો. છતાં, હું જાણતો હતો કે તેઓ મારા ગુરુ હતા, અને એક પણ પ્રશ્ન પૂછ્યા વગર તેમને અનુસરતો હતો. લાંબા ગાળે હું કારણો સમજ્યો. હું ક્યારેય તેમને ખોટા પૂરવાર ન કરી શક્યો !"

નેતાઓ જુદી રીતે વિચારે છે. તેમણે ઘણી વાર વસ્તુને આપણા કરતાં વધુ સારી રીતે જોઈ તથા સમજી હોય છે. તેમની દૃષ્ટિ વિશાળ હોય છે અને તેમણે વિસ્તૃત રીતે જોયું હોય છે.

કહેવાનો અર્થ એ નથી કે અનુયાયીઓના તેમના પોતાના કોઈ અભિપ્રાયો હોવા જ ન જોઈએ. છતાં, અનુયાયીઓને તેમની પોતાની મર્યાદાઓ હોય છે અને આ મર્યાદિત દૃષ્ટિથી લેવાયેલ કોઈ પણ નિર્ણય પ્રતિ ઉત્પાદક હોઈ શકે. જ્યારે એક અનુયાયી શું કરવું તે ન જાણતો હોય, ત્યારે તેણે માત્ર આ જ યાદ રાખવું જોઈએ નેતાના હુકમનું પાલન કરો.

● કૂચ દરમિયાન નિરાશ ન હોય તેવો

એક વખત એક સૈનિકે કહ્યું, "યુદ્ધ લડ્યા વગર નિવૃત્ત થવું તે સૌથી

મોટી કરુણતા છે." એક સૈનિક કે જેણે પોતાની આખી જીંદગી દુશ્મન સાથે લડવાની તાલીમ લીધી છે, તેને માટે તેનાં કોઈ પણ જ્ઞાન અથવા કુનેહોનો ઉપયોગ કર્યા વગર નિવૃત્ત થવું તે ખરેખર નકામું છે.

પોલીસમાં પણ, કોઈ સકારાત્મક છાપ ઊભી કર્યા વગર નિવૃત્ત થઈ જવું તે દુઃખદ સ્થિતિ છે. શિવનંદનની જ્યારે પણ બદલી થઈ, અથવા તેમણે કોઈ પોસ્ટીંગ લીધું, તેમણે તે પડકારની જેમ ઉપાડ્યું.

એવા લોકો હોય છે જેઓ મુશ્કેલીઓથી દૂર ભાગે છે. તેઓ પડકારોનો સામનો કરવા નથી ઇચ્છતા. પરંતુ પડકારોથી નિરાશ થવું તે જુથની કુશળતાઓનો બગાડ છે. જુથ આગળ કૂચ કરવા અને પાછું વાળીને ન જોવા માટે તૈયાર હોવું જોઈએ. તેણે પ્રથમ પગલું ભરવું જોઈએ અને હુમલો કરવો જોઈએ.

ટીમવર્કની ખરી ચકાસણી મુશ્કેલીના સમય દરમિયાન થાય છે. મહાભારતમાં અર્જુન યુદ્ધનાં મેદાનની વચ્ચોવચ ઊભો હતો જ્યારે તેનાં ગાત્રો ગળી ગયાં અને તેણે કહ્યું કે તે પોતાના પરિવાર અને મિત્રો સામે ન લડી શકે. તેને પાછો ભાનમાં લાવવા અને યુદ્ધ માટે તૈયાર કરવા માટે શ્રી કૃષ્ણ વડે ભગવદ્ ગીતા રૂપે તેને માનસશાસ્ત્રીય સલાહ આપવાની જરૂર પડી.

જ્યારે યુદ્ધ માટેનો સમય આવે ત્યારે તબીયત અથવા અન્ય બહાનાં પર રજાની અરજી ન કરો. જ્યારે પડકાર આવે, ત્યારે તમારે તમારા આરામના પ્રદેશમાંથી બહાર આવવું જોઈએ, શસ્ત્રો ઉપાડવાં જોઈએ, તમને શક્તિ આપવા માટે ઈશ્વરને પ્રાર્થના કરવી જોઈએ, ટટ્ટાર ઊભા રહેવું જોઈએ અને હુકમની રાહ જોવી જોઈએ.

પછી, નેતા સૂચના આપે તે મુજબ, આગળ કૂચ કરો અને તમારું શ્રેષ્ઠ પ્રદાન કરો. યુદ્ધ જીતાઈ ન જાય ત્યાં સુધી પીઠ ન ફેરવો. પ્રખ્યાત ઉક્તિ છે તેમ, "આપણું કામ જવાબ આપવાનું નથી, આપણું કામ કારણ પૂછવાનું નથી, આપણું કામ કાર્ય કરવાનું અને મૃત્યુ પામવાનું છે."

● પડકારોનો સામનો કરવા સક્ષમ

યુદ્ધનાં મેદાનમાં પ્રવેશ કરવો તેનો અર્થ યુદ્ધ જીતવું તેવો નથી થતો. તમે અંદર જાવ તો તમને જીતવા માટે ઘણા પડકારો મળશે.

માટે, ટીમે તે પડકારોનો સામનો કરવાની ક્ષમતા વિકસાવવી જોઈએ.

જુથે પડકારોનો સામનો કરવો જોઈએ અને લક્ષ્ય સિદ્ધ ન થાય ત્યાં સુધી તેમ કરવાનું ચાલુ રાખવું જોઈએ. તમે એક વ્યુહ રચનાથી શરૂઆત કરી શકો અને જ્યારે તમે યુદ્ધનાં મેદાનમાં પ્રવેશો ત્યારે તમારે દુશ્મનની વ્યુહરચનાનો પ્રતિકાર કરવા માટે તમારી વ્યુહરચના બદલવાની જરૂર પડી શકે છે. તમારામાંથી એક વિજેતા તરીકે બહાર ન આવો ત્યાં સુધી આ ચાલુ રહે છે.

ઉપરા ઉપર પડકારો ઝીલવા તે શારીરિક અને માનસિક રીતે થકવનારું છે. છતાં નેતા જુથને પ્રેરણા આપ્યા કરે છે. ઘણી વાર તેમણે જુથને પ્રેરણાત્મક વ્યાખ્યાન આપવું પડે છે; અન્ય સમયે તેમણે ઉદાહરણ વડે દોરવાની જરૂર પડે છે. જુથ વડે પ્રેરણાનું ઉચ્ચતમ સ્તર જાળવી રાખવું પડે છે.

પ્રેરણા એ એવું ઈંધણ છે જે જુથને મુશ્કેલીના સમયમાં પણ આગળ વધતું રાખે છે. ત્યારે જુથમાં દરેક વ્યક્તિ યુદ્ધ જીતવા માટે બલિદાન આપવા તૈયાર હોય છે.

લડાઈ દરમિયાન, સૈન્ય હંમેશાં યુવાન, તાજા ભરતી થનારાઓની શોધમાં હોય છે. એક વિધવાને ત્રણ પુત્રો હતા. સૌથી મોટા પુત્રએ સૈનિક તરીકે જોડાવાનું નક્કી કર્યું. તેણે જીવ ગુમાવ્યો. મોટા ભાઈથી પ્રેરિત થયેલ બીજો પુત્ર પણ સૈન્યમાં જોડાવા ઈચ્છતો હતો. પડોશીઓએ વૃદ્ધ સ્ત્રીને પરવાનગી ન આપવાની સલાહ આપી. છતાં, તેણીએ રજા આપી. બીજા પુત્રએ પણ જીવ ગુમાવ્યો. સૌથી નાના પુત્રએ પણ સૈન્યમાં જોડાવાનું નક્કી કર્યું અને માતાના આશીર્વાદ સાથે યુદ્ધમાં ગયો. તે પણ મરાયો.

પડોશીઓએ વૃદ્ધાને કહ્યું, "તેં તારા બધા પુત્રો ગુમાવ્યા છે. તેમને સૈન્યમાં જોડાવાની છૂટ ન આપવાનું અમે તને નહોતું કહ્યું? તારી બાકીની આખી જીંદગી તને આને માટે પસ્તાવો થશે." વૃદ્ધાએ જવાબ આપ્યો, "મને માત્ર એક જ અફસોસ છે. યુદ્ધમાં મોકલવા માટે મારે ચોથો પુત્ર નથી." આ ખરી દેશભક્તિ છે, આ વધુ ઉચ્ચ લક્ષ્ય માટે અંગત લાભની અવગણના કરવી તે છે.

એક સારી ટીમ એવા લોકોથી બને છે જેઓ તેમના અંગત લક્ષ્યોને બાજુ પર રાખે છે અને ટીમનાં લક્ષ્યો માટે તેઓ શું ફાળો આપી શકે તેના પર ધ્યાન કેન્દ્રિત કરે છે.

● યુદ્ધો લડવામાં અનુભવી

યુદ્ધો લડવાં તે સૈનિકોને વાસ્તવિક દુનિયાના પડકારો તરફ ખૂલ્લા કરે છે.

આ વ્યવહારુ જ્ઞાન વર્ગખંડોમાં તમે જે થીયરી શીખ્યા હો તેના કરતાં વધુ ઉપયોગી છે. આથી જ્યારે પડકાર પૂરો થઈ જાય અને સૈન્ય યુદ્ધ જીતી લે. ત્યારે સૈનિકો પહેલાં કરતાં વધુ શક્તિશાળી તથા ખુશ થઈને પાછા ફરે છે.

આવી પરિસ્થિતિમાં, સૈનિક એ જુથનો એક ભાગ હોય છે જેમણે તે કામ પૂરું કર્યું. તે સાચી વાર્તા જીવ્યો છે. તેની પાસે બીજા સાથે વહેંચવા માટે ઘટનાઓ થતી હોય છે. હવે તે અન્યોને માર્ગદર્શન આપી શકે છે - તેમને માર્ગ તથા ખાડાઓ દેખાડી શકે છે.

માટે, એક સારું જુથ, વરિષ્ઠ, અનુભવી સભ્યો ધરાવતું હોવું જોઈએ, જેઓ પોતે લડેલાં આગળનાં યુદ્ધનાં પોતાના અનુભવો યુવાનો સાથે વહેંચી શકે છે.

મોટાભાગની સરકારી સંસ્થાઓમાં, સામાન્ય રીતે ત્રણ પેઢીઓ સાથે કામ કરતી હોય છે. ઉંમરમાં ૫૦ કે તેથી વધુ વર્ષવાળી સૌથી વરિષ્ઠ પેઢી ડાહી તથા અનુભવી હોય છે. બીજી પેઢી ત્રીસીની વચ્ચે હોય તેવા લોકોની હોય છે. તેઓ પણ અનુભવી હોય છે પરંતુ હજી તેમણે લાંબે સુધી જવાનું હોય છે. ત્રીજી પેઢી તાજા દાખલ થયેલાઓની હોય છે, જેઓ હજી તેમની વીસીમાં હોય છે અને જેમણે હજી વાસ્તવિક પડકારોને સમજવાના હોય છે.

એક સારું તંત્ર એ વાતની ખાતરી કરશે કે આ ત્રણે પેઢીઓ એક બીજા સાથે હળીમળીને કામ કરે. અનુભવી સભ્યો યુવાનો સાથે તેમના જ્ઞાન તથા ડહાપણ વહેંચશે અને જે યુવાનો છે, તેઓ જુથ માટે તાજા વિચારો તથા નવી દૃષ્ટિ લાવશે.

કોમ્પ્યુટર યુગ એક લાક્ષણિક દૃષ્ટાંત છે. વૃદ્ધ પેઢી ટેક્નોલોજી સાથે સુવિધા નથી અનુભવતી. જોકે, એક સંસ્થામાંના યુવાન, ટેક્નોસાવી છોકરાઓ તથા છોકરીઓ વડીલ પેઢીને આ આવડતો શીખવામાં મદદ કરી શકે છે.

● યુદ્ધ અને શસ્ત્રોમાં કુનેહવાળા

શસ્ત્રો વગર કોઈ યુદ્ધ લડી શકાય નહીં. છતાં મશીન કરતાં તેની પાછળનો માણસ વધુ મહત્વનો છે. એક સારી ટીમ પાસે વ્યુહરચના અને સ્ત્રોતોનું મિશ્રણ હોવું જરૂરી છે. બંને પોત-પોતાની જગ્યાએ હોય તેની નેતાએ ખાતરી કરવી પડે છે.

એક ટીમ પાસે શસ્ત્રોનો કેવી રીતે ઉપયોગ કરવો તેની જાણકારી વગર,

જરૂરી શસ્ત્રો હોઈ શકે છે. આવા કિસ્સામાં, નેતાએ એ ખાતરી કરવી જોઈએ કે જુથને પર્યાપ્ત તાલીમ અપાય.

ઉ.ત. ઘણી સંસ્થાઓ આધુનિકતમ કોમ્પ્યુટર્સ ખરીદે છે પરંતુ જૂના કર્મચારીઓ ટેક્નોલોજી, જટિલતાના ડર, તેમની આરામદાયક સ્થિતિ છોડવા તરફ નારાજગી, અથવા શીખવાની અનિચ્છાને કારણે તેનો ઉપયોગ કરતા નથી. આવે વખતે, સંસ્થાના નેતાએ આ અવરોધોની આસપાસના માર્ગો શોધવા જોઈએ અને કર્મચારીઓને નવી કુનેહો શીખવામાં મદદ કરવી જોઈએ.

કેટલીક વખત, એક જુથના સ્ત્રોતોનો સંપૂર્ણ ઉપયોગ થતો નથી. ઉ.ત. આજના મોટાભાગના મોબાઈલ ફોન્સમાં ફંક્શનોના ઢગલા હોય છે, પરંતુ એક અભ્યાસે પ્રગટ કર્યું છે કે આમાંની લગભગ ૯૦% એપ્લીકેશન્સનો વપરાશકર્તાઓ વડે ઉપયોગ નથી કરાતો. તેવી જ રીતે, માઈક્રોસોફ્ટ એક્સેલ જેવા એક સાદા પ્રોગ્રામનો ઉપયોગ પ્રોગ્રામીંગ તરીકે થઈ શકે, પરંતુ મોટેભાગે તેનો ઉપયોગ કેલ્ક્યુલેટર તરીકે થાય છે.

જ્યારે આપણે મોબાઈલ ફોન અથવા કોમ્પ્યુટર પર બધી જ એપ્લીકેશન્સનો ઉપયોગ ન કરતા હોઈએ, ત્યારે, તેમાંની કેટલીકનો તો ઉચ્ચતમ સ્તરે ઉપયોગ થવો જ જોઈએ.

જેઓ યુદ્ધમાં કુશળ છે, એટલે કે જેઓ યુક્તિપૂર્ણ છે, તેમણે તેમના વિચારો લખી લેવા જોઈએ અને તેમને બીજા સાથે વહેંચવા જોઈએ. કેટલાક લોકો પાસે તરત જ વસ્તુના હાર્દ સુધી પહોંચવાની ક્ષમતા અથવા આવડત હોય છે. જો એક જુથની એક વ્યક્તિ પાસે આવી આવડત હોય, તો તેણે તે અન્યો સાથે વહેંચવી જોઈએ અને ટીમને એવી આવડત વિકસાવવામાં મદદ કરવી જોઈએ.

એક સારી ટીમ એ છે જે તરત જ સમસ્યાને સમજે છે અને ઝડપી ઉકેલો શોધે છે.

ઉ.ત. પોલીસદળમાં, એક કેસની છાનબીન કરવી તે જુથનું કાર્ય છે, જ્યાં જુથ તેના જુદા જુદા સભ્યો તથા તજજ્ઞોની મદદનો ઉપયોગ ગુનેગારની ઝડપથી પકડવા માટે કરે છે.

• અલગ સ્વાર્થ હોતો નથી

જુથના બધા સભ્યો જુથના વિઝન સાથે જોડાયેલા હોવા જોઈએ. એક વ્યક્તિ પણ જો સ્વાર્થી હશે તો તે આખાં આયોજનનો નાશ કરી શકે છે. એક

સડેલું સફરજન ટોપલીનાં બધાં સફરજન બગાડે છે.

એક નેતામાં એ સડેલાં સફરજનને શોધીને, તે ગંભીર નુકસાન પહોંચાડે તે પહેલાં તેને સીસ્ટમમાંથી દૂર કરવાની ક્ષમતા હોવી જોઈએ. 'કંપની' પીક્ચરમાં તમે આનો એક દાખલો જોશો. અભિનેતા મોહનલાલ પોલીસ ઑફિસર શિવનંદનની ભૂમિકા ભજવે છે. પીક્ચરમાં, તેની કોર ટીમનો એક ઇન્સ્પેક્ટર અંડરવર્લ્ડનો બાતમીદાર છે. તે ફોન ટેપીંગ દ્વારા ગુનેગારને પકડે છે અને જુથનાં સડેલાં સફરજનને દૂર કરે છે.

સરકારમાં હોય કે વ્યાપારી સંસ્થામાં, ભ્રષ્ટાચાર માટેનું એક કારણ એ છે કે સત્તાધારી માણસ તેમની જવાબદારીઓ ભૂલી જાય છે અને પોતાના સ્વાર્થ માટે તે સત્તાનો દુરુપયોગ કરે છે. તેઓ લાંચ લેવાનું શરૂ કરે છે. જો નેતા જ લાંચ લેવાનું શરૂ કરે, તો જુથના સભ્યો માટે તેને અનુસરવાનું સરળ છે.

સારી ટીમ એવા લોકોથી બને છે જેમનામાં સેવા ભાવનું વલણ હોય. જો આપણે આપણી પેઢીમાં તે પાછું લાવી શકીએ તો આપણા દેશનું ભવિષ્ય ઉજ્જવળ બનશે અને ઈતિહાસ ગર્વ અને ઉત્સાહ સાથે આપણા તરફ જોશે.

ભાગ - ક

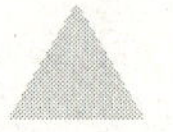

સક્રિય નેતૃત્વ

તમારાં જુથને પ્રેરણા આપવી

એક્ઠા થવું તે શરૂઆત છે

એક્ઠા રહેવું તે પ્રગતિ છે.

એક્ઠા મળીને કામ કરવું તે સફળતા છે.

– હેન્રી ફોર્ડ

શિવનંદનની કારકીર્દિ સ્પષ્ટપણે દર્શાવે છે કે એક અસરકારક ટીમ હોવી તે સફળતાની ચાવી છે. નેતાએ એવી ટીમ બનાવવી જોઈએ. એક વ્યક્તિ વન-મેન આર્મી તરીકે શરૂ કરી શકે છે, પરંતુ સફળતા ટીમવર્કમાંથી આવે છે.

જ્યારે તમે એક સારી ટીમ તરફ નજર કરશો તો તમે જોશો કે એક મહાન નેતા તેમને આગળ રહીને દોરે છે. શિવનંદનનાં જીવનમાં પણ તેમની સફળતા તેમના એ ઉપરીઓને લીધે હતી, જેમણે તેમને હાથમાંનું કાર્ય કરવાની છૂટ આપી અને વધુ સારું કાર્ય કરવા માટે પ્રોત્સાહિત કર્યા.

તેમણે માધ્યમોનો સક્રિય રીતે ઉપયોગ કર્યો અને તેમની કારકીર્દિ દરમિયાન બહોળું મીડીયા કવરેજ મેળવ્યું. છતાં, તેમના કોઈ પણ ઉપરીને એવું ન લાગ્યું કે તેઓ પ્રકાશમાં રહેવા સ્વાર્થી બની રહ્યા છે. તેઓ તેમના એવા જ આદર્શરૂપ હતા જેવા પોતે પોતાના હાથ નીચે કામ કરનારાઓ માટે આદર્શ હતા.

એક સારી ટીમ સર્જવી તે એક નેતા માટે મહત્વનું છે. જ્યારે આપણે ઈતિહાસનો અભ્યાસ કરીએ ત્યારે જોઈએ છીએ કે સારા નેતાઓ પાસે મહાન ટીમ હતી. અકબર પાસે તેનાં જુથમાં તેનાં "નવરત્નો" હતાં જે તેમનાં મગજ જેવા હતા. તેમાં હોશિયાર પ્રધાન બીરબલ અને સુપ્રસિદ્ધ ગાયક તાનસેન જેવા

વિવિધ ક્ષેત્રોના તજજ્ઞોનો સમાવેશ હતો.

શિવાજી પાસે પણ પ્રધાનોનું એક સારું જુથ હતું - તેઓ "અષ્ટ-અધ્યક્ષ" કહેવાતા. તેમનાં અંતરંગ જુથના આઠ પ્રધાનો તેમનાં ધ્યેયને સમર્પિત હતા. આ આઠ જુથ સભ્યો શિવાજીએ જે કાર્ય કર્યું તેનો મહત્વનો ભાગ હતા.

તેવી જ રીતે, શિવનંદન પાસે પણ તેમના સમર્પિત જુથ સભ્યો હતા જેઓ પરિણામો મેળવવામાં સાધનરૂપ હતા. તેમનું જુથ અને તેમની જુથ ઘડવાની આવડત કેવી રીતે ચાણક્યનાં એક સારી ટીમ બનાવવાનાં વર્ણનને મુર્તિમંત કરે છે તે જોઈએ.

● આજ્ઞાંકિત

એક 'દંડ' અથવા સૈન્ય બનાવવું તે પ્રેમ, સંભાળ તથા ધ્યાન સાથે બાળકોનાં એક જુથને ઉછેરવા જેવું છે. દરેક બાળક જૂદું છે અને તેને જુદી રીતે સંભાળવાનું છે. એક રમતની ટીમના પ્રશિક્ષકની જેમ, નેતાએ પણ ખેલાડીઓને સંભાળપૂર્વક પસંદ કરવા પડે છે. પછી, તેમણે તેમને તાલીમ આપવી પડે છે. સારી અને સતત પ્રેક્ટિસ થવી જોઈએ.

જરૂર પડે ત્યારે, થોડીક શિક્ષા પણ અપાવી જોઈએ. જુથના સભ્યો "બધું ચાલશે" તેવી રીતે બાબતોને ન લે તેની ખાતરી રાખો. શિસ્ત જરૂરી છે, જેથી હાથમાંનાં કાર્યને ગંભીરતાપૂર્વક લેવાય. છેવટે, જ્યારે સમય આવે ત્યારે તેમના બધાનું ધ્યાન એક મજબૂત એકમ તરીકે, સિદ્ધ કરવાનાં લક્ષ્ય પર કેન્દ્રિત હોવું જોઈએ.

શિવનંદન જાણતા હતા કે તેમના જુથમાં આજ્ઞાંકિત લોકો હોય તે સારું છે. જો તેઓ ગેરશિસ્ત જોતા, તો તેઓ જાણતા હતા કે શિક્ષા સહિતની વિવિધ પદ્ધતિઓ દ્વારા આજ્ઞાંકિતતા મેળવી શકાય છે.

નિવૃત્ત આસીસ્ટન્ટ કમીશ્નર ઑફ પોલીસ દશરથ અવહાદ્ જેમણે શિવનંદન સાથે કાર્ય કર્યું હતું, તેઓ શિવનંદનની જુથ બનાવવાની આવડત વિશે આ મુજબ કહે છે, "એક નેતા તરીકે, તેઓ ભૂલોને માફ કરી દેતા અને અધિકારીઓનાં તેમનાં જુથને તેમની ભૂલો સુધારવા માટે સમય આપતા. તેઓ તેમને પ્રોત્સાહિત પણ કરતા. તેમનો એક નિયમ ખૂબ જ સ્પષ્ટ હતો. તેઓ જ્યારે ગુસ્સામાં હોય ત્યારે ભાગ્યે જ અધિકારી સાથે વાત કરતા અથવા તેમની રીપોર્ટ ફાઇલમાં ટીપ્પણી કરતા. તેઓ થોડો સમય પસાર થઈ જવાની અને

પોતાને માટે ઠંડા પડવાની રાહ જોતા અને પછી જ તેમની કોમેન્ટસ લખતા. તેમનું કોઈ પણ પગલું ક્ષણિક આવેગને કારણે ન હતું. તેઓ તેમનાં વલણમાં ખૂબ જ સંતુલિત હતા.''

''પોલીસદળનું કલ્યાણ પણ તેમની ઉચ્ચ પ્રાથમિક્તા હતી. હોદ્દાના કોઈ ભેદભાવ વગર, તે પોલીસ અમલદારને માન આપતા. તેઓ પોલીસદળની સૌથી નીચેની પાયરી ધરાવતા, અને મોટેભાગે સૌથી વધુ અવગણાતા જુથ એવા કોન્સ્ટેબલોની ખાસ કરીને સંભાળ લેતા. તેમની જ્યાં પણ નિમણુક થતી, તેઓ કોન્સ્ટેબલોનાં કલ્યાણ માટે મથતા. તેમનાં બાળકો સારું શિક્ષણ મેળવે તેની તેઓ ખાતરી રાખતા અને તેમને પ્રગતિ કરવા તથા અભ્યાસ કરવા માટે પ્રેરણા આપતા.''

આમ, તમારા જુથનાં કલ્યાણની સંભાળ રાખીને તથા પ્રોત્સાહન દ્વારા પણ આજ્ઞાંકિતતા પ્રાપ્ત કરી શકાય છે.

● કૂચ દરમિયાન નિરાશ ન થાય

જ્યાં બદલીઓ થવી તે નોકરીનો એક ભાગ છે, તેવા પોલીસ જેવા સરકારી વિભાગમાં તમે અલગ અલગ જુથો સાથે કામ કરો છો. દરેક ટીમ અદ્વિતિય હોય છે અને તેને પોતાની શક્તિ તથા નબળાઈઓ હોય છે. મોટેભાગે તમારે જેને દોરવાનું છે તે ટીમ તમે પસંદ કરી શકતા નથી. કાંતો તમને તેમના પર નેતા તરીકે થોપી દેવામાં આવે છે, અથવા તમારા પર તેઓ ટીમ તરીકે થોપાઈ જાય છે.

ત્યારે પણ, શિવનંદન હંમેશાં તેમનું અંતરંગ જુથ ઘડવા માટે અમલદારોની શોધમાં રહેતા. તેઓ જે લાયકાતની શોધ કરતા તે હતી કામના પરિણામ સાથે જોડાયેલ પ્રમાણિકતા. ખરેખર આ એક દુર્લભ સંયોજન છે. એવા લોકો છે, જેઓ પ્રમાણિક હોય, પરંતુ તેમની પ્રમાણિકતા ગળાનો ફાંસો બની જાય છે અને તેઓ પરિણામ આપી નથી શકતા. બીજા લોકો એવા હોય છે જેઓ પરિણામલક્ષી છે પરંતુ તેઓ અનૈતિક માર્ગે પોતાનું લક્ષ્ય સાધે છે.

તો, શિવનંદની વિશિષ્ટ કુનેહ આ હતી - એવા સમર્પિત અમલદારોને ઓળખી લેવા જેઓ પગલું ભરવાનો સમય આવે ત્યારે તેઓ જવાબદારી ઉપાડી લેવા માટે તૈયાર હોય.

● યુદ્ધો લડવામાં અનુભવી

મુંબઈમાં જોઇન્ટ સીપી (ગુનાશાખા)માં તેમની નિમણુક દરમિયાન અંડરવર્લ્ડને ખતમ કરી નાખ્યું તે તેજસ્વી ટીમવર્કનું સૌથી મહત્વનું ઉદાહરણ છે. એક સારી ટીમમાં શ્રેષ્ઠ સહયોગ, આદાન-પ્રદાન તથા નેતા તરફ આજ્ઞાંકિતતા હોવી જરૂરી છે.

જુથોમાં સહયોગ મહત્વનો છે. પોલીસના કિસ્સામાં તે જીવન-મરણની બાબત બની શકે છે. એક માણસ પણ જો ભૂલ કરે તો આખા જુથને અસર થાય છે. તે પત્તાની જોડમાંથી પીરામીડ બનાવવા જેવું છે. વ્યક્તિ ધીમે-ધીમે અને સંભાળપૂર્વક પીરામીડ બનાવે છે. એક પણ પત્તું ખોટી રીતે મૂકાય તો ક્ષણ માત્રમાં આખો પીરામીડ પડી જાય છે.

તેવી જ રીતે, જ્યારે એક પોલીસની ટીમ કામ કરતી હોય ત્યારે સભ્યોની વચ્ચે અતિશય સહયોગ હોવો અત્યાવશ્યક છે.

જુથના સભ્યોની વચ્ચે તથા જુથના નેતા સાથે પણ, આદાન-પ્રદાન થતું રહે તે આવશ્યક છે. ક્રિયાઓની ગીચતામાં, નેતા એક કંટ્રોલ ટાવરની જેમ કાર્ય કરે છે. તે જુથના સભ્યો પાસેથી માહિતી એકઠી કરે છે, પરિસ્થિતિનું વિશ્લેષણ કરે છે અને ઝડપી નિર્ણયો લે છે. ઘણી વખત, જુથના સભ્યોને પણ નિર્ણયો કરવા પડે છે.

જુદા જુદા સભ્યોનો અહ્‌મ એ જુથે સામનો કરવો પડે તેવો એક અન્ય મુદ્દો છે. તેના પર નિયંત્રણ રાખવું અને જુથ એક થઈને ઊભું રહે તેની ખાતરી રાખવી તે સહેલું કાર્ય નથી.

વિશુદ્ધ રીતે, માત્ર સંપૂર્ણ ટીમવર્કનો આભાર કે ટીમે 'મેરીટોરીયસ સર્વિસ' માટે સાત રાષ્ટ્રપતિ ચંદ્રકો મેળવ્યા અને શિવનંદનને વિલક્ષણ સેવા બદલ રાષ્ટ્રપતિ ચંદ્રક એનાયત થયો. તે વર્ષે મુંબઈ પોલીસને એનાયત થયેલ બધાજ રાષ્ટ્રપતિ ચંદ્રકોમાંથી માત્ર એક જ અન્ય ટીમને ફાળે ગયો. એ શિવનંદનનું વ્યક્તિગત કામ ન હતું જેણે આ ઇનામો મેળવ્યાં; તેમની સમગ્ર ટીમ વિજેતા હતી.

આ દર્શાવે છે કે શિવનંદનની ટીમ અંડરવર્લ્ડ સાથેની ઘણી લડાઈઓ લડવામાં કેટલી અનુભવી હતી. ઘણા યુદ્ધો લડ્યા હોવાથી, તેઓ શાંતિથી પુનઃસ્થાપના કરી શક્યા.

● યુદ્ધો તથા શસ્ત્રોમાં કુનેહ ધરાવનાર

પોલીસદળની કુનેહો સુધારવા માટે શિવનંદન વિવિધ માર્ગો લેતા. મુંબઈના આતંકી હુમલા પછી તેમની ટીમને બુદ્ધિશાળી ઇનપુટ પૂરા પાડવા માટે તેમણે ચાર સેમીનારો યોજ્યા.

"પ્રીપેર્ડનેસ ટુ ફાઈટ અગેઈન્સ્ટ ટેરરીઝમ" (આતંકવાદ સામે લડવાની તૈયારી) એ વિષય પર ધ્યાન કેન્દ્રિત કરીને, આ સેમીનારો પ્રખ્યાત તજજ્ઞોને એક સાથે મંચ પર લાવ્યા. આમાંના કેટલાક હતા - એ.પી.જે અબ્દુલ કલામ - ભારતના પૂર્વ રાષ્ટ્રપતિ, કે. શંકરનારાયણ - મહારાષ્ટ્રના ગવર્નર, એમ.કે. નારાયણન - ઈન્ટેલીજન્સ બ્યુરોના વડા, આર.આર. પાટીલ - મહારાષ્ટ્રના ગૃહપ્રધાન, જુલીયો રીબેરો - સૌથી માનનીય શિર્ષસ્થ પોલીસ, જેઓ પંજાબ પોલીસના ડીજીપી તરીકે ૮૦ના દશકામાં શીખ વિદ્રોહીઓને કચડી નાખવામાં સાધનરૂપ હતા, એ.એન.રોય - મહારાષ્ટ્ર પોલીસના ડીજીપી, શ્યામલ દત્તા - નાગાલેન્ડના પૂર્વ ગવર્નર, કોમોડોર ઉદય ભાસ્કર - એક વિખ્યાત સુરક્ષા વિશ્લેષક, અનીલ કાકોડકર - એટોમિક એનર્જી કમીશન ઑફ ઈન્ડિયાના વડા, ડૉ. રઘુનાથ અનંત માસેલકર - કાઉન્સીલ ઑફ સાયન્ટીફીક એન્ડ ઈન્ડસ્ટ્રીયલ રીસર્ચ (CSIR) ના ડાયરેક્ટર જનરલ અને વડા પ્રધાનના સલાહકાર, એમ.જે. અકબર - ભારતના સૌથી વિલક્ષણ પત્રકારોમાંના એક, કુમાર કેતકર - લોકપ્રિય મરાઠી વર્તમાનપત્ર લોકસત્તાના એડીટર, સંદિપ વાસ્લકર - આખા વિશ્વમાં જુદી જુદી સરકારોના સલાહકાર, ગોપાલસ્વામી પાર્થસારથી - એક વિલક્ષણ રાજદ્વારી, બહુકુટુંબૈ રામન - કાઉન્ટર ટેરરીઝમ વીંગ ઑફ ઈન્ડિયાઝ રીસર્ચ એન્ડ એનાલીસીસ વીંગ (R & AW) ના પૂર્વ વડા, કે.પી.એસ. ગીલ - પંજાબના પૂર્વ ડીજીપી, પ્રવિણ સ્વામી - 'ધ હિન્દુ' ના સહાયક એડીટર અને ડૉ. અશોક ભાણ - જમ્મુ - કશ્મીરના પૂર્વ ડીજીપી.

આ તજજ્ઞોએ આતંકવાદ પર અગાઉથી લેવાનાં પગલાં, આતંકવાદ સામેની લડાઈ જીતવા માટે સમયસર અને યોજનાપૂર્વક બુદ્ધિશાળી પગલાં, આતંકવાદીઓ તથા આતંકના કોર્પોરેટાઈઝેશનથી એક ડગલું આગળ વિચારવું, વગેરે વિષયો પર વક્તવ્ય આપ્યાં.

આ સેમીનારોએ તેમાં હાજર રહેનાર પોલીસ અમલદારોને તે જ વિષય પર અલગ દૃષ્ટિ આપી. તીવ્ર ભેજાઓ તેમના અનુભવોનું આદાન-પ્રદાન કરે તે એક વ્યક્તિ તેનાં જુથને આપી શકે તેવી શ્રેષ્ઠ તાલીમ છે.

જુથના સભ્યોને પુસ્તકો વાંચવા માટે પ્રોત્સાહિત કરવા તે કુનેહ-ઘડતરની બીજી રીત છે. અગાઉનાં પ્રકરણોમાં આપણે જોયું છે તેમ, શિવનંદને અનેક પોલીસ સ્ટેશનોમં ઘણાં પુસ્તકાલયો શરૂ કર્યાં હતાં. વ્યવસ્થાપન, આરોગ્ય, નેતૃત્વ, કળા અને સાહિત્ય જેવા વિવિધ વિષયો પરનાં હજારો પુસ્તકો ખરીદાયાં હતાં અને પોલીસોની વાંચવાની આદતને પ્રોત્સાહિત કરવા માટે તેમની વચ્ચે વહેંચાયાં હતાં. પોલીસ અમલદારો, કે જેઓ અગાઉ તેમના વ્યસ્ત સમય પત્રકને કારણે વાંચવાનો સમય નહોતા મેળવી શકતા, તેમને હવે પોલીસ સ્ટેશનમાં જ પુસ્તકો ઉપલબ્ધ હોવાથી સરળતાથી તે મેળવી શકાતા હતા.

એક ટીમમાં યુદ્ધ માટેની આવડત ઘડવા માટે, તાલીમ ઘણી જ મહત્વની છે. શિવનંદને તાલીમ કેન્દ્રો ઊભાં કરીને આ સિદ્ધ કર્યું.

જુથ ઘડતર માટે નિયમિત તાલીમ કાર્યક્રમો યોજવા પર શિવનંદને ખાસ ધ્યાન આપ્યું. નવાં, વિશ્વસ્તરીય તાલીમ કેન્દ્રો સ્થાપવાં. તે તેમના જુસ્સા અને કાર્યનો ભાગ હતો.

● અલગ સ્વાર્થ ન હોય

મુંબઈ આતંકવાદી હુમલાએ આખી દુનિયાને હચમચાવી નાખી. મુંબઈ પોલીસ ઝડપથી સક્રિય થઈ ગઈ હોવા છતાં, તે એક યુદ્ધ જેવી સ્થિતિ માટે સુસજ્જ ન હતી. પરિણામે, ઉચ્ચ અધિકારીઓ સહિતના ઘણા પોલીસ અમલદારોએ પોતાના જાન ગુમાવ્યા અને આતંકવાદીઓને પછાડવામાં કલાકો અને દિવસો લાગ્યા.

આ દર્શાવે છે કે ભલે મુંબઈ પોલીસ તૈયાર ન હતી તોપણ, સક્રિય થવા માટે તેણે રાહ ન જોઈ. કોઈ અલગ સ્વાર્થ ન હતો. ઘણાએ આ પ્રક્રિયામાં તેમના જીવ પણ ગુમાવ્યા.

● પડકારોનો સામનો કરી શકે તેવા

આ અનુભવમાંથી લેવાનો સૌથી મોટો દાખલો એ હતો કે સૈન્ય અને નેશનલ સિક્યોરીટી ગાર્ડસ (NSG) એ શહેરમાં આવવામાં લીધેલા સમયમાં ઘણા કિંમતી કલાકો વેડફાયા.

તાલીમ કાર્યક્રમોનું આયોજન કરવું તે સારું કામ છે, પરંતુ એક સીસ્ટમ તરીકે સતત તાલીમ આપવા માટેની શ્રેષ્ઠ રીત છે તાલીમ સંસ્થાઓ ઊભી કરવી. મહારાષ્ટ્ર ઇન્ટેલીજન્સ એકેડમી તથા તેમની કારકીર્દિ દરમિયાન વિવિધ

જગ્યાઓએ અન્ય તાલીમ કેન્દ્રો ઊભાં કરવા ઉપરાંત, શિવનંદન મુંબઈ આતંકી હુમલા પછી 'ફોર્સ-૧' ઊભું કરવામાં સાધનરૂપ બન્યા.

ફોર્સ-૧ એ એક મુંબઈનું રક્ષણ કરવા માટેનું ચુનંદા કમાન્ડોનું દળ, એક વિશિષ્ટ કાઉન્ટર-ટેરરીઝમ એકમ છે. તે શિવનંદનની દેખરેખ હેઠળ, મહારાષ્ટ્ર સરકાર વડે બનાવાયું હતું.

મુંબઈમાં મુખ્ય મથક હોવા સાથે NSGની હરોળમાં છે તે ફોર્સ-૧ ને ૨૪ નવેમ્બર ૨૦૦૯ના રોજ નિમવામાં આવ્યું.

ફોર્સ-૧ ના કમાન્ડોને શ્રેષ્ઠ તાલીમ આપવામાં આવે છે. તેમને સોફીસ્ટીકેટેડ શસ્ત્રો તથા વિસ્ફોટકોનાં ઉપયોગની તાલીમ અપાય છે. જેનો ગોળીબારમાં ઝડપથી ઉપયોગ કરી શકાય. વિશ્વ-સ્તરની શ્રેષ્ઠ તાલીમ મેળવવા માટે, પ્રથમ બે મહિનાની પાયાની તાલીમ ઇઝરાયલી વિશેષજ્ઞો વડે અપાઈ હતી.

તેની સમાંતરે, કેન્દ્ર સરકારે પણ મુંબઈમાં NSGનું એક પ્રાદેશિક થાણું બનાવ્યું. જોકે, મુંબઈમાં ત્રાટકતા કોઈ પણ આતંક સામે ફોર્સ-૧ પ્રાથમિક પ્રત્યાઘાતનો એક ભાગ હોય તેવી અપેક્ષા છે.

એક આતંકી હુમલાને પ્રત્યાઘાત આપવામાં ફોર્સ-૧ને માત્ર ૧૫ મિનિટ લાગે છે. પગલાં લેવાની તેની ગતિ અને ઝડપ એ જ તેની શક્તિ છે.

ટૂંકાગાળાના સમયમાં ફોર્સ-૧ જેવી એક સંસ્થા ઊભી કરવી તે કામ સહેલું ન હતું. પરંતુ માર્ગમાં આવતી મુશ્કેલીઓને પહોંચી વળવાની તથા છેવટે પરિણામો આપવાની શિવનંદનમાં ક્ષમતા છે.

ધ મહારાષ્ટ્ર ઇન્ટેલીજન્સ એકેડમી ૨૦૦૯માં પૂનામાં શરૂ કરવામાં આવેલી. તેનો હેતુ પોલીસ અમલદારોને ખાસ કરીને આતંકવાદીઓનાં નેટવર્ક તથા પ્રવૃત્તિઓને લગતી માહિતીઓ એકઠી કરવાની તાલીમ આપવાનો હતો. એક વર્ષ લાંબી તાલીમ અપાયા પછી, આ અમલદારોને સ્ટેટ ઇન્ટેલીજન્સ ડીપાર્ટમેન્ટ (SID) (રાજ્ય જાસૂસી ખાતું)માં ઇન્ટેલીજન્સ ઑફિસર (જાસૂસ અમલદાર) તરીકે ભરતી કરવામાં આવતા.

આ અમલદારો જાસૂસી દળમાં ૨૫-૩૦ વર્ષો માટે રહેશે અને તેમને તેમની કુનેહને અપગ્રેડ કરવા માટે સમયાંતરે રીફ્રેશર કોર્સ આપવામાં આવશે. આ ખૂબ જ સફળ નમૂનો છે.

તેનાથી પણ વધુ, સારી ટીમ બનાવવા માટે નેતાએ તેમને પ્રેરણા આપવી

તથા પ્રોત્સાહિત કરવા જરૂરી છે. આ ત્યારે જ બની શકે, જો ટીમ તેની કામની તકો માટે જરૂરી હોય તેના કરતાં પોતાના પ્રયાસોને આગળ વિસ્તારે. એવું કહેવાય છે કે, જો એક વ્યક્તિ મેદાનમાં એક રમત જીતવા માંગતી હોય, તો તે બાબત મેદાનની બહાર કરેલા પ્રયાસો પર આધાર રાખે છે.

પોલીસદળમાં પરસ્પર બંધનને પ્રોત્સાહિત કરવા માટે શિવનંદને પુષ્કળ પ્રવૃત્તિઓનું આયોજન કર્યું.

૨૦૦૬માં મહારાષ્ટ્ર પોલીસ રમતોનાં ૧૦૦ વર્ષ એ આવો એક મેગા ઈવેન્ટ હતો. ૧૯૦૬માં પ્રથમ પોલીસ રમતો રખાઈ હતી; જ્યારે શિવનંદનને આનો ખ્યાલ આવ્યો, તેમણે સ્પર્ધા અને ખેલદીલીના જુસ્સા દ્વારા બધા જ પોલીસોને એકઠા લાવવા માટે આમાં એક સોનેરી તકનાં દર્શન કર્યાં.

મહારાષ્ટ્ર પોલીસ ગેમ્સનું શતાબ્દી વર્ષ એક અતિશય સફળ ઘટના હતી, જેણે આખા પોલીસદળમાં ઉત્સાહ પ્રેર્યો.

આમ, આવા પ્રસંગો દ્વારા, તેમણે ટીમમાં સમાવિષ્ટ વિકાસની થાય તેની ખાતરી કરી. પ્રસંગો યોજવા તે શિવનંદનનો એક શોખ છે. તેમણે તેમની પ્રસંગોના વ્યવસ્થાપનની કુનેહનો ઉપયોગ વિવિધ રમતવીરો, બોલીવૂડ સ્ટાર્સ તથા સેલીબ્રીટીઝ વડે ભાગ લેવા તથા પોલીસદળનું મનોરંજન કરવા માટે લાવવામાં કર્યો. આમાં સચીન તેંડુલકર, અને આમીરખાન તથા અન્ય ટોચના અભિનેતાઓનો સમાવેશ થાય છે.

ઘણા પોલીસોમાં અજોડ પ્રતિભાઓ હોય છે જેને તેઓ તેમના તણાવભર્યા કાર્ય સમયપત્રકમાં ક્યારેય પ્રદર્શિત કરી શકવાની તક નથી મેળવી શકતા. તેમણે તેમના જુથના સભ્યોને નૃત્ય અને નાટકના સ્ટેજ શૉમાં ભાગ લેવા પ્રોત્સાહિત કર્યા. મુંબઈના કાલા ઘોડા ઉત્સવ દરમિયાન, પોલીસોએ એક વિશિષ્ટ સ્ટોલ રાખ્યો હતો. જ્યાં પોલીસોએ તેમની ચિત્ર અને કળાની આવડતો પ્રદર્શિત કરી.

જુથના સભ્યોને શ્રેય આપવું તે એક નેતાની અંતિમ છતાં મહત્વની ગુણવત્તા છે. તમારી સફળતાને લોકો સાથે વહેંચો.

જ્યારે એક સમસ્યા આવે ત્યારે જવાબદારી લો. જ્યારે તમે સફળતા પ્રાપ્ત કરો, ત્યારે તેનું શ્રેય તમારા જુથના સભ્યોને આપો. આમ તેઓ ઉત્સાહપૂર્વક કામ કરવા માટે પ્રેરિત થાય છે.

નાગપૂર રેન્જમાં ડેપ્યુટી ઇન્સ્પેક્ટર જનરલ ઑફ પોલીસ તરીકેના તેમના ત્રણ વર્ષના કાર્યકાળ દરમિયાન, તેમને છ એ જીલ્લાઓની પોલીસના સમર્પિત તથા તેજસ્વી સુપ્રીન્ટેન્ડેન્ટ્સ વડે સહાય અપાઈ હતી. શિવનંદને પોતાની બધી જ નાણાકીય સત્તાઓ તેમને સોંપી દીધી હતી. આ વિસ્તારો નક્સલોની હાજરીવાળા હતા તેથી, સલામતીની સંભાળ લેવી અને દળમાં જુસ્સો ઊભો કરવો તે સર્વોચ્ચ મહત્વની બાબતો હતી.

શિવનંદને ત્યારના એડીશનલ ચીફ સેક્રેટરી (ગૃહ)ને પ્રભાવિત કર્યા અને એક અધિકારસંપન્ન કમીટી દ્વારા બધાંજ પોલીસ સ્ટેશનો, જે ટીનનાં પતરામાંથી બનાવેલા હંગામી શેડ્સમાં હતાં, તેને સુધારવા માટે પૈસાની મોટી રકમ માટે નાણાકીય મંજુરી મેળવી. આ સંરચનાઓની કમ્પાઉન્ડ વોલ નબળી હતી અને નક્સલો વારંવાર તેના પર હૂમલો કરતા. શિવનંદને બધીજ કમ્પાઉન્ડ વોલ્સને એટલી મજબૂત બનાવવાનું કામ હાથ ધર્યું કે જેથી નક્સલો ફરી તેના પર હુમલો કરવાની હિંમત પણ ન કરે. તેમણે કિલ્લા જેવી દિવાલોની અંદર કાયમી અને મજબૂત પાક્કાં માળખાંઓ પણ ચણાવ્યાં. જેથી તેમના અંદરના માણસો પણ સલામતી અનુભવે. ત્યાર પછી એક પણ હુમલો થયો નહીં.

તેઓ પોતે પણ તેમની સાથે ભળવા તથા તેમના જુસ્સાને આગળ વધારવા વારંવાર તેમની મુલાકાત લેતા. નકસલોનાં બંધનાં એલાન અને પડોશી રાજ્ય આંધ્ર પ્રદેશ પુષ્કળ તોફાનનું સાક્ષી બનતું હોવા છતાં, લોકસભા અને રાજ્ય વિધાનસભાની ચૂંટણીઓ એક પણ અનિચ્છનીય ઘટના વગર થઈ.

શિવનંદને એક ઓર્થોપેડીક હોસ્પિટલમાં કમાન્ડો માટે તબીબી ચકાસણીની વ્યવસ્થા કરી અને એ સાબિત કર્યું કે તેઓ તેમને સરકાર વડે અપાયેલા જે બૂટ પહેરતા હતા, તે તેમનાં હાડકાંઓ માટે નુકસાનકારક હતા. તેમણે જંગલ કાર્યવાહીઓ માટે ખાસ તૈયાર કરાવાયેલા બૂટ મેળવ્યા. તેમણે સરકાર સાથે વાટાઘાટો કરી અને તેમનું રોજનું નાસ્તાનું એલાવન્સ બમણું કરાવ્યું અને સાથો સાથ જ સરકારને પોલીસો માટે બે ખાનગી હાઉસીંગ કોલોનીઓ ચણવા માટે પ્રોત્સાહિત કરી. આમાંની એક ગઢચીરોળી પાસે છે અને બીજી ચંદ્રપૂર પાસે.

શિવનંદન વડે ચણાવાયેલ ચંદ્રપૂર અને ગઢચીરોળી ગામની બે શાળાઓ હજી પણ સરસ રીતે ચાલે છે. તેમણે પોલીસ અમલદારો તથા કર્મીઓને તેમની મુલાકાત દરમિયાન રહેવા માટે દરેક જીલ્લાનાં વડામથકમાં યોગ્ય ગેસ્ટહાઉસ ચણવાની વ્યવસ્થા કરી. રાજ્યના ડીજીપી તરીકેના તેમના કાર્યકાળ દરમિયાન,

શિવનંદન પવન હંસ હેલીકોપ્ટરના વેટલઝની વ્યવસ્થા કરવામાં સફળ થયા, જેથી નકસલોના હુમલામાં ઘાયલ થયેલ બધા જ પોલીસ કર્મીઓને તબીબી સારવાર માટે તરત જ નાગપૂર મોકલી શકાય. આ પહેલને કારણે અત્યાર સુધીમાં ઘણાં જીવન બચાવી શકાયાં છે.

કોઈ પણ નેતાએ ત્રણ લાયકાતો વિકસાવવી જોઈએ - તેનાં જુથ પાસેથી નવા વિચારો મેળવવા માટે ઉઘાડું દિમાગ, જુથની જવાબદારીઓ ઉપાડવા માટે વિશાળ ખભા અને જુથના સભ્યોની નબળાઈઓ સ્વીકારવા માટે વિશાળ હૃદય.

છેવટે જ્યારે જુથ રમત જીતે ત્યારે સફળતાની ઉજવણી થવી પણ જરૂરી છે.

જુથના દરેક સભ્યની મહેનત તથા વચનબદ્ધતાની કદર કરો. લક્ષ્ય સુધી પહોંચવા માટે તેઓમાંના દરેકે અંગત ત્યાગ કર્યો છે. મોટાં લક્ષ્ય સુધી પહોંચવા માટે તેમણે દરેકે એક નાની ભૂમિકા ભજવી છે. એક મોટા મશીને ઈચ્છિત માલનું ઉત્પાદન કરવા માટે, સ્ક્રુ અને પેચની જરૂર પડે છે.

સૌથી છેલ્લા માણસને શ્રેય આપો. જેઓ મેદાનમાં આવીને રમતા ન હોય પરંતુ સ્ટેન્ડમાં રહીને પ્રોત્સાહિત કરતા હોય, તેમની પણ રમત જીતવા માટે જરૂર હોય છે. તેઓ પણ સફળતાના ભાગરૂપ છે. માટે જુથ કાર્યમાં બધું જ સમાવિષ્ટ છે. એક નેતા આ સમજે છે, અને તેને પીઠબળ પૂરું પાડતી ટીમ સાથે, તે બીજી મોટી રમત તરફ વિશ્વાસપૂર્વક આગળ વધે છે...

અંતિમ રહસ્ય છે 'મિત્ર'. હવે પછીનું પ્રકરણ તમારી કારકીર્દિ તથા જીવનમાં વિકસવામાં મિત્રો તમને કેવી રીતે મદદ કરે છે તેના પર ધ્યાન આપશે.

★ તમારાં જુથને પ્રેરણા આપવા માટે સૂચનો ★

૧. તમારા લોકોને ઓળખો : એવા લોકો શોધો જેઓ પ્રમાણિક હોય અને પરિણામો મેળવે.
૨. કામ કરતાં આગળ જાવ : લોકોને ઑફિસમાં જે કામ કરે છે તેનાથી આગળ જવા પ્રેરિત કરવા તે ટીમવર્ક છે.
૩. તાલીમ આપો : વિશ્વસ્તરીય સંસ્થાઓ તથા તાલીમ કાર્યક્રમો બનાવો.
૪. લોકોને પ્રોત્સાહિત કરો : રમતો તથા મનોરંજન સહિતના પ્રસંગો યોજો.
૫. શ્રેય આપો : તમારી ટીમ સાથે સફળતા વહેંચો.

ટિપ્પણી

મારી અંદરનો નેતા

ટિપ્પણી

મારી અંદરનો નેતા

ટિપ્પણી

મારી અંદરનો નેતા

પ્રકરણ-૭

મિત્ર

સહયોગી / સલાહકાર

સ્વામી	રાજા
અમાત્ય	પ્રધાન
જનપદ	દેશ
દુર્ગ	કિલ્લેબંધ શહેર
કોષ	તિજોરી, ખજાનો
દંડ	સૈન્ય
મિત્ર	**સહયોગી**

ભાગ - અ

સાતમું રહસ્ય

મિત્ર : સહયોગી અથવા સલાહકાર

બધી જ ભારતીય ભાષાઓમાં સર્વસામાન્ય રીતે ઉપયોગ થતા શબ્દ મિત્રનો અર્થ છે, ફ્રેન્ડ, બડી, સહકર્મી અથવા ભાગીદાર. તે ચાણક્યના સાત સ્તંભના મોડેલનો અંતિમ સ્તંભ બનાવે છે.

સૌથી શક્તિશાળી રાજાને પણ એક 'મિત્ર'ની જરૂર પડે છે કારણ કે મિત્ર બધી જ ઊંચ-નીચ દરમિયાન, સારા અને નરસા સમયે તમારી સાથે હોય છે.

તે મિત્ર, ફીલોસોફર અને માર્ગદર્શક છે. તમે તેના પર આધાર રાખી શકો અને તે તમને વફાદાર છે. તે અરીસો પકડીને તમને વાસ્તવિકતા શું છે તે દેખાડી શકે છે.

તમને દુભાયાની લાગણી ન થાય તે રીતે, તે તમને તમારા મોઢાંમાંથી દુર્ગંધ આવે છે તે કહી શકે છે. તે એવી દીવાદાંડી છે જે તમને માર્ગ દેખાડે છે. તો એવો સલાહકાર છે જે તમને યોગ્ય સમયે સાચી સલાહ આપે છે.

આ સાતમું રહસ્ય કોઈ પણ રમતની ગતિ બદલી શકે છે. એક મિત્ર તમને સંપૂર્ણપણે બનાવી અથવા બગાડી શકે છે.

મહાભારતની વાર્તા યોગ્ય સમયે યોગ્ય સલાહકાર પસંદ કરવાના મહત્ત્વ પર પ્રકાશ ફેંકે છે. કુરુક્ષેત્રમાં યુદ્ધ શરૂ થવાનું હતું તે પહેલાં, કૌરવો તથા પાંડવો સાથીઓ શોધતા હતા. બંને કૃષ્ણ તેમના પક્ષે હોય તેવું ઈચ્છતા હતા. આથી, પાંડવો વતી અર્જુન અને કૌરવોના પ્રતિનીધિ તરીકે દુર્યોધન કૃષ્ણને મળવા ગયા.

તેઓ આવ્યા ત્યારે કૃષ્ણ ઊંઘમાં હતા. આથી તેઓ ઊઠે ત્યાં સુધી રાહ

જોવાનું તેમણે નક્કી કર્યું. અર્જુને કૃષ્ણના પગ પાસે બેસીને રાહ જોઈ, જ્યારે દુર્યોધન તેમનાં મસ્તક પાછળ બેઠો.

જ્યારે કૃષ્ણ જાગ્યા ત્યારે તેમણે તેમને મુલાકાતનો હેતુ પૂછ્યો. બંનેએ કૃષ્ણને આવનાર યુદ્ધમાં એકબીજાની વિરુદ્ધ તેમના પક્ષનો સાથ આપવાની વિનંતી કરી. કૃષ્ણ એકની વિનંતી સ્વીકારે અને બીજાને ના પાડી શકે તેમ ન હતા, કારણ કે તેઓ તે બંનેનાં પિતરાઈ થતા હતા.

ત્વરિત-બુદ્ધિ એવા કૃષ્ણએ જવાબ આપ્યો, “હું તમને બંનેને ટેકો આપીશ. એક તરફ સંપૂર્ણ શસ્ત્રસજ્જ, અનુભવી યોદ્ધાઓ સાથેનું મારું સૈન્ય રહેશે અને બીજી તરફ હું પોતે રહીશ, પરંતુ હું નિઃશસ્ત્ર હોઈશ અને યુદ્ધમાં લડીશ નહીં. તમે દરેક શું ઇચ્છો છો તે પસંદ કરી શકો છો.”

કૃષ્ણએ ઉમેર્યું, “દુર્યોધન, હું જાગ્યો ત્યારે મેં અર્જુનને પહેલાં જોયો છો અને તે તારાથી નાનો પણ છે, આથી હું તેને પ્રથમ પસંદ કરવાની તક આપીશ.”

અર્જુને જરાપણ અચકાયા વગર કૃષ્ણને પસંદ કર્યાં. દુર્યોધનને ચિંતા હતી કે અર્જુન કૃષ્ણનું શક્તિશાળી સૈન્ય પસંદ કરી લેશે. તે હવે છાનોમાનો ખુશ હતો. તેણે વિચાર્યું કે પોતાના પક્ષે કૃષ્ણનું સૈન્ય હોય તો તે યુદ્ધ હારી ન શકે; અને કે અર્જુને જે લડવાના નથી તેવા માત્ર કૃષ્ણને પસંદ કરીને ભૂલ કરે છે.

જોકે, દરેક વળાંકે કૃષ્ણની વ્યુહાત્મક સલાહને કારણે પાંડવો યુદ્ધ જીતી ગયા. અર્જુનના સારથી તરીકે, કૃષ્ણ તેમને હળવે હળવે સફળતા તરફ માર્ગદર્શન આપતા, હંમેશાં તેમની સાથે હતા.

યોગ્ય સલાહકારને પસંદ કરવાની શક્તિ આવી છે. એક બુદ્ધિશાળી વ્યક્તિએ કોઈ પણ ટીમ અથવા તંત્રની સૌથી મોટી અસ્કયામત છે.

સફળ કંપનીઓ સારા સલાહકારોનું મુલ્ય સમજે છે. આથી, તેમની પાસે સલાહકાર મંડળ હોય છે જે તેમને સમયે-સમયે માર્ગદર્શન આપે છે.

એક શિષ્ય વાંસળી વગાડતાં શીખવા ઇચ્છતો હતો. તેની પાસે બે પસંદગી હતી - એક સામાન્ય શિક્ષક, જે ઓછી ફી લે, અને એક ઉત્કૃષ્ટ શિક્ષક, જેની ફી તે શિષ્યને પરવડે તેમ ન હતી. જોકે, તેમ છતાં તે શ્રેષ્ઠ શક્ય પસંદગી કરવા ઇચ્છતો હતો. એક તજજ્ઞની સેવા મોંઘી હોઈ શકે, પરંતુ તે તમને ઝડપથી તમારાં લક્ષ્ય સુધી પહોંચવામાં મદદ કરશે. જો શ્રેષ્ઠ સલાહકાર તમારી બાજુમાં હશે તો તમે ઓછી ભૂલો કરશો.

આથી, પેલો શિષ્ય શ્રેષ્ઠ શિક્ષક પાસે ગયો અને તેમની પાસેથી વાંસળી શીખવાની પોતાની ગહન ઈચ્છા દર્શાવી. તેણે એ પણ જણાવ્યું કે પોતે ઊંચી ફી ચૂકવી શકે તેમ નથી, પરંતુ વળતરરૂપે તે પોતાની સેવા આપી શકે છે.

શિક્ષક હસ્યા, "ઊંચી ફી તો મારી પાસે આવતા વિદ્યાર્થીઓને ગાળી-ચાળી નાખવા માટે છે. હું ખુશ છું કે તારી અંદર પ્રજ્વલિત ઈચ્છા છે. આવતી કાલથી આવી જા, તારે કોઈ ફી ચૂકવવાની નથી."

એક સારા શિક્ષકને પણ સારા શિષ્યની જરૂર હોય છે. તેવી જ રીતે એક સારા સલાહકારને એવી વ્યક્તિ જોઈતી હોય છે જે તેની સલાહને સમજે અને તેનો અમલ કરે. આથી, જો તમે સલાહ લેવા તૈયાર છો, તો માત્ર જે શ્રેષ્ઠ છે તેને જ સાંભળો, ત્યારે તે તમારી અને તમારા સલાહકાર વચ્ચે વીન-વીન પરિસ્થિતિ હશે.

એક મિત્ર કટોકટીના સમયે તમને મદદ કરવા તૈયાર હોય છે. બે વિશ્વયુદ્ધો પણ સહયોગીઓનાં જુથોની જ વાર્તા છે.

જો તમે 'કૌન બનેગા કરોડપતિ' અથવા 'હું વોન્ટસ ટુ બી અ મીલીયોનર' એ ટેલીવિઝન શૉ જોયા છે તો તમે જાણતા હશો કે ખેલાડીઓ માટેની એક 'જીવન રેખા' હતી, 'ફોન અ ફ્રેન્ડ' (મિત્રને ફોન કરો.) ખેલાડી જ્યારે અટકી પડ્યો છે ત્યારે એક મિત્ર તેના બચાવ માટે આવે છે. આ વ્યક્તિ અજમાવી શકે તેવું શ્રેષ્ઠ અને સૌથી શક્તિશાળી સાધન છે.

આથી, જ્યારે આગળ વધવાનું અઘરું બને, ત્યારે મિત્રોની મદદ લો.

કેટલાક લોકોને જ્યારે મદદ માંગવાની જરૂર પડે ત્યારે તેઓ અચકાય છે અથવા નીચા પડી ગયાનું અનુભવે છે. આ વિનાશ છે. એક મિત્ર સુધી પહોંચવામાં કોઈ અહ્મ જોડાયેલો ન હોવો જોઈએ. કોઈ સંપૂર્ણ નથી. આથી, એક મિત્રની મદદ માંગવી તે ઘણી બધી મુશ્કેલીઓમાંથી બચાવી શકે છે. મિત્રોનો ઉપયોગ કરો, અને તેમને તમારો ઉપયોગ કરવા દો. મિત્રતા એ હંમેશાં બંને પક્ષો માટે વીન-વીન પરિસ્થિતિ છે. આ પરસ્પર આદાન-પ્રદાન છે.

મિત્રતામાં, ખુશી વહેંચાય છે અને દુઃખના ભાગ પડે છે.

વ્યક્તિ મિત્રો કેવી રીતે બનાવે છે ! તમારો સ્વભાવ મૈત્રીપૂર્ણ હોવો જોઈએ. બીજા લોકોનો તમારા લાભ માટે માત્ર ઉપયોગ કરવાને બદલે તમે પ્રમાણિકપણે મિત્ર બનાવવા ઈચ્છા ધરાવતા હોવા જોઈએ. તમારાં જીવનમાં

આવતા લોકો તરફ તમારું મન ખૂલ્લું હોવું જોઈએ.

એક નેતા ખૂલ્લા મનનો હોય છે અને આથી, તે દરેક પાસેથી શીખવા તૈયાર હોય છે.

ચાણક્યએ નેતાઓને દરેક પાસેથી શીખવાની સલાહ આપી હતી, બાળકો પાસેથી પણ. બાળકો પાસે જ્ઞાન અને અનુભવ ન પણ હોય, પરંતુ તેઓ વિશુદ્ધ, ખૂલ્લા મનના તથા સાચાં છે. કેટલીક વખત તેઓ એવી આંતરદૃષ્ટિ આપે છે જે ઘણા પુખ્ત વયના લોકો નજર અંદાજ કરે છે. તેમના અભિપ્રાયો સ્વાર્થી ઇચ્છાનાં રંગોથી રંગાયેલા નથી હોતા. આથી, બાળકોને સાંભળવાં તે ઈશ્વરના અવાજને સાંભળવા બરાબર છે.

એક વખત, એક રાજા પોતાને માટે દુનિયાનાં સૌથી સુંદર વસ્ત્રો બનાવરાવવા ઇચ્છતો હતો. દરજી છેલ્લી તારીખ ચૂકી ગયો અને રાજાને એક કાલ્પનિક વસ્ત્ર દેખાડ્યું જેને તેણે પોતાના માસ્ટરપીસ તરીકે વર્ણવ્યું. રાજાને કંઈ દેખાયું નહીં. પરંતુ પોતે તે વસ્ત્ર જોઈ ન શકતો હોવાને કારણે મૂર્ખ ગણાવા નહોતો માંગતો. દરજીએ રાજાને તે વસ્ત્ર પહેરાવ્યું હોવાનો દેખાવ કર્યો. ભલે વાસ્તવિકતામાં, રાજાએ કંઈ પહેર્યું જ ન હતું.

રાજા પોતાનાં નવાં વસ્ત્રો પ્રદર્શિત કરવા એક સરઘસમાં ગયો. શેરીમાંના બધા જ નાગરિકો સત્ય શું છે તે ચીંધી બતાવવા બદલ સજા મેળવવા નહોતા માંગતા. આથી તેમણે રાજાનાં વસ્ત્રો પર વખાણના ઢગલાં કર્યાં.

ઓચિંતા, શેરીમાં એક બાળકે હસવાનું અને રાડો પાડવાનું શરૂ કર્યું. "રાજા નાગો". બધા આઘાત પામી ગયાં અને રાજા તે બાળકને શિક્ષા કરશે તેમ માનવા લાગ્યા.

જોકે, એ વિધાને રાજાને ભાનમાં આણ્યો. તેને પોતાની ભૂલનો ખ્યાલ આવ્યો અને પોતાની કીર્તિ વધારવાની ઘેલછામાં પોતે જ પોતાની જાતને મૂર્ખ ઠેરવી હતી તે સમજ્યો. બાળકને શિક્ષા કરવાને બદલે તેણે પોતાનાં આખાં રાજ્યમાં એક માત્ર પ્રમાણિક વ્યક્તિ હોવા બદલ તે બાળકની પ્રશંસા કરી.

આમ, તમને ડહાપણ અને સામાન્ય બુદ્ધિ આપીને એક બાળક પણ તમારું સાથી બની શકે. પરંતુ પછી, વોલ્ટ્રેઈર કહે છે તેમ, "સામાન્ય બુદ્ધિ એટલી બધી સામાન્ય નથી હોતી."

આવી જ દરેકને એક મિત્રની જરૂર હોય છે જે એક માર્ગદર્શક અને સલાહકાર બની શકે.

અર્થશાસ્ત્રમાં વિવિધ સૂત્રો અને શ્લોકો સારા કન્સલ્ટન્ટ અને સલાહકારના ગુણધર્મોનું અને સારા કન્સલ્ટન્ટ અને સલાહકારની એક નેતાની જરૂરિયાતનું વર્ણન કરે છે.

અર્થશાસ્ત્રનાં પુસ્તક-૧, પ્રકરણ-૧૫, શ્લોક-૨, ૩૫ તથા ૪૦માં ચાણક્ય કહે છે.

"બધાં કાર્યોને કરતાં પહેલાં સલાહ મશવરા કરવા જોઈએ. એક જ વ્યક્તિ સાથે સલાહ કરવાથી, કદાચ તે મુશ્કેલ બાબતમાં કોઈ નિર્ણય પર ન પહોંચી શકે. વધારે સલાહકારો સાથે, નિર્ણય પર પહોંચવું અને ગુપ્તતા જાળવવી મુશ્કેલ છે."

એક રાજા તેના સલાહકાર જેટલો જ સારો અથવા ખરાબ છે. આથી, નેતાએ તેના સલાહકારની પસંદગી કરવામાં અને તે જે સલાહકાર મેળવે છે તેમાં ચયનાત્મક રહેવું જોઈએ. કારણ કે તેની સલાહને આધારે તે જે નિર્ણય લે છે તે રાષ્ટ્રને બનાવી અથવા તોડી શકે છે.

રામાયણની વાત યાદ કરો, જ્યારે કૈકેયીને મંથરા વડે ખોટી સલાહ અપાઈ હતી અને રાજવી કુંવરને રાજ્યાભિષેકના દિવસે જ દેશવટો અપાયો હતો. રામના રાજા બનવા વિશે કૈકેયી પોતે પણ ખુશ હતી, પરંતુ તેની સલાહકાર વડે અપાયેલ ખોટી સલાહની રાજ્ય માટે દીર્ઘગામી અસરો પડી હતી.

આથી, ચાણક્યની ચેતવણી પર ધ્યાન આપવું જોઈએ.

આપણે આ શ્લોકને આગળ જોઈએ.

● બધાં કાર્યો

મહત્વનો શબ્દ છે 'બધાં'. બધી જ પ્રવૃત્તિઓ, નાની હોય કે મોટી, કરતાં પહેલાં સલાહ લેવાવી જોઈએ. તમે કોઈ પણ પ્રકલ્પ અથવા કાર્ય શરૂ કરો તે પહેલાં હંમેશાં અન્યોની સલાહ લો. આમ, તમે બીજાઓની સાથે વિચારશો, એકલા નહીં.

ધારો કે, તમે એક નવી ઑફિસ ખરીદવા માંગો છો. તો એક સલાહકાર અને થોડા અન્ય લોકોને પૂછો અને પછી શરૂ કરો. આથી તમે જે ધ્યાનમાં લો છો તે ઑફિસની જગ્યાના ફાયદાઓ તથા ગેરફાયદાઓ વિશે વધુ જાણી શકશો. આમ, નિર્ણય લેવાનું સહેલું થશે.

● માત્ર એક સાથે સલાહ કરવી

માત્ર એક જ સલાહકાર હોવો તે તમને તે વ્યક્તિ પર વધારે પડતા આધારિત બનાવશે. તે તમને માર્ગદર્શન આપશે, પરંતુ એક જોખમ પણ છે કે તે તમને ઊંધે રસ્તે પણ દોરી શકે છે. બીજો અભિપ્રાય લો.

જ્યારે એક ડૉક્ટર કહે કે ચોક્કસ પરિસ્થિતિની સારવાર થઈ શકે તેમ નથી. તો હતાશ થઈને ત્યાં જ અટકી ન જાવ; બીજો ડૉક્ટર અજમાવી જુઓ. મેડીકલના ઘણા કિસ્સાઓમાં, પ્રથમ ડૉક્ટર વડે મટી ન શકે તેવા ગણાયેલા રોગો ને બીજા અભિપ્રાયોએ સાજા થવામાં મદદ કરી છે.

ઘણી વાર બીજો ડૉક્ટર નવી દૃષ્ટિ લાવે છે જે દરદીને સાજો કરવામાં મદદ કરે છે. ટૂંકમાં, ચાણક્ય કહે છે કે ક્યારેય માત્ર એક જ વ્યક્તિ પર આધારિત ન રહો.

સારી સંસ્થાઓ પાસે એક કરતાં વધુ સલાહકાર તેમજ એક કરતાં વધુ વેન્ડર તથા સપ્લાયર હોય છે. આ જોખમને ફેલાવી દેવાની રીત છે. ખાસ કરીને, જ્યારે એક સંસ્થા ગુંચવણભર્યા પ્રશ્નોનો સામનો કરતી હોય. ત્યારે તેને એક કરતાં વધુ સલાહકારોના ઇનપુટની જરૂર પડશે.

એક વ્યવસ્થાપન સલાહકાર સમજાવે છે, "જો તમારો વ્યાપાર એક ગ્રાહક પર સંપૂર્ણપણે આધારિત છે તો તમારે તે ગ્રાહકની ધૂન તથા કલ્પનાઓ મુજબ ચાલવું પડશે. ગ્રાહક તમારી કિંમતો તથા નાણાઓ પર નિયંત્રણ કરી શકે છે, અને તમારી જાણ બહાર, તે એક તરફી રમત બની જશે. આથી, ઓછામાં ઓછા પાંચ ગ્રાહક હોવા તે શ્રેષ્ઠ વ્યુહરચના છે, એટલે કે દરેક ગ્રાહક પર ૨૦% આધારિતતા."

જોકે, આનાથી ઊલટું પણ સાચું છે. જો તમારે ઘણા બધા સલાહકારો હોય અને દરેકનાં સૂચનો લેવાનું ચાલુ રાખો તો તમે મુંઝાઈ જશો અને નિર્ણય લેવાનું મુશ્કેલ બનશે.

એક ખેડુત તથા તેના પુત્રો, જેમણે એક ગધેડો ખરીદ્યો હતો, તેની એક વાર્તા છે. તેઓ તેમની ખરીદી સાથે ઘેર પાછા ફરી રહ્યા હતા. પસાર થતા એક માણસે સૂચવ્યું, "તમારામાંથી એક શા માટે આ ગધેડા પર બેસી નથી જતો ? એ રીતે તમે તમારી શક્તિ બચાવી શકશો." પિતા ગધેડા પર બેસી ગયો અને પુત્રો સાથે સાથે ચાલ્યા.

માર્ગમાં આગળ જતાં, બીજા રાહદારીએ ટીપ્પણી કરી, "આ બાપને જુઓ, તે છોકરાઓને ગરમીમાં ચલાવીને પોતે આરામથી ગધેડા પર બેઠો છે." પિતાને ગુનો કર્યો હોય તેમ લાગ્યું અને પુત્રને પોતાનું સ્થાન લેવા કહ્યું.

થોડે આગળ ગયા ત્યાં તેમને બીજો રાહદારી મળ્યો અને કહ્યું, "આ દિકરાને જુઓ, તે પોતાના પિતા તરફની તેની ફરજ જાણતો નથી. આપણી સંસ્કૃતિ દિકરાને તેનાં માતા-પિતાના આરામ માટે કામ કરવાનું કહે છે." બાપ અને દિકરો હવે મુંઝાઈ ગયા. છેવટે, તેમણે બંને એ ગધેડા પર બેસવાનું નક્કી કર્યું.

ઘર નજીક આવ્યા ત્યાં એક રાહદારી બોલ્યો, "કેવી કરુણતા ! બિચારા ગધેડાએ આ બે ક્રુર માણસોનું વજન ઉપાડવું પડે છે. કોઈ આ મુંગા ગધેડા વિશે નથી વિચારતું."

પિતા અને પુત્રએ આ ધ્યાન પર લીધું અને ગધેડાને પોતાના ખભા પર ઊંચકવાનો નિર્ણય કર્યો.

જ્યારે તેઓ ઘેર પહોંચ્યા તો ખેડૂતની પત્નીએ ટીપ્પણી કરી, "મારું કુટુંબ કેવું નકામું છે ! શું તમે ગધેડાની સાથે ચાલીને ન આવી શક્યા હોત ? એને તમે તમારા ખભા પર શા માટે ઊંચક્યો છે ?"

"અમે બરાબર એ રીતે જ મુસાફરી શરૂ કરી હતી !" પિતા અને પુત્રએ કહ્યું.

આમ, દરેકની સલાહ લેતા ફરવું તે મુર્ખતા છે. સલાહ અને અભિપ્રાય વચ્ચે એક તફાવત છે. અભિપ્રાય એક અંગત બાબત છે. પરંતુ સલાહ માત્ર પુખ્ત અને બુદ્ધિશાળી લોકોની જ લેવી જોઈએ. ટીપ્પણીઓ સલાહ નથી. પ્રશ્નો વિશે ગંભીરતાપૂર્વક વિચાર્યા પછી જ સલાહ અપાય છે.

જ્યારે તમે કોઈકની પાસે સલાહ લેવા જાવ ત્યારે તમારે તે વ્યક્તિ પાસે તમારી સમસ્યા સ્પષ્ટપણે સમજાવવી જોઈએ. જો તમે સો લોકો સાથે તેમ કરશો, તો આખી દુનિયાને તમારી સમસ્યાની જાણ થશે અને તે કોઈ ગુપ્ત વાત નહીં રહે.

તો, આનો ઉપાય શું છે ?

અર્થશાસ્ત્રમાં પુસ્તક-૧, પ્રકરણ-૧૫, સૂત્ર-૨૦, ૨૧માં ચાણક્ય કહે છે.

"માટે આરામથી બેસો અને એવા લોકો સાથે સલાહ મસલત કરો જે

પરિપક્વ અને બુદ્ધિશાળી છે."

આથી આપણે આપણા સલાહકારો ખૂબ જ સાવધાનીપૂર્વક પસંદ કરવા જોઈએ.

• પરિપક્વ અને બુદ્ધિશાળી

એક સલાહકાર માટે "બુદ્ધિ"માં પરિપક્વ હોવું ઘણું જ મહત્વનું છે. સલાહકાર ઉંમરમાં નાનો હોય, પરંતુ એ ચોક્કસ ક્ષેત્રમાં પરિપક્વ હોઈ શકે છે. પોલીસદળમાં આવું ઘણી વાર જોવા મળે છે.

ઉ.ત. સાયબર ક્રાઈમના કિસ્સાઓમાં, તજજ્ઞો સામાન્ય રીતે યુવાન ઑફિસરો હોય છે. તેઓ મોટાભાગના ઉપરી અમલદારો કરતાં મુદ્દાઓને વધુ સારી રીતે સમજી શક છે.

• બેસો અને મસલત કરો

અહીં બેસવું એ પ્રતિકાત્મક છે. 'ઉપનિષદ્' શબ્દનો અર્થ છે એક આધ્યાત્મિક ગુરુનાં ચરણોમાં બેસવું અને તેમનાં જ્ઞાનને સાંભળવું. તેવી જ રીતે, જ્યારે તમે એક પરિપક્વ અને બુદ્ધિશાળી વ્યક્તિ સાથે બેસો, ત્યારે તમે વર્ગમાંના એક સારા વિદ્યાર્થીની જેમ ગ્રહણશીલ હોવા જોઈએ.

તમારા સલાહકાર જાણે એક ઉપદેશ આપતા હોય તે રીતે તેમને ન સાંભળો. તેમની સાથે સમસ્યાની ચર્ચા કરો; લાગતા વળગતા મુદ્દા પર સ્પષ્ટતા મેળવવા માટે તેમને પ્રશ્નો પૂછો.

મસલત માટે કઢાયેલો સમય ઘણી જ ગંભીર બાબત છે. એ માત્ર ઔપચારિક મીટીંગ નથી. તે બંને પક્ષ માટે વ્યાપાર છે; કામ છે.

ચાણક્ય પોતાની વાતમાં એ હદ સુધી જાય છે કે જ્યારે એક વ્યક્તિ સલાહ લેતી હોય ત્યારે કોઈ ખલેલ પહોંચવી ન જોઈએ. સલાહ મસલત માટે અલાયદી જગ્યા જરૂરી છે. માટે તમારો મોબાઈલ ફોન સ્વીચ ઑફ હોય; તમે ઈન્ટરનેટ બ્રાઉઝ ન કરતા હોવ અને તમે વાતચિત દરમિયાન અન્ય અસંબદ્ધ મુદ્દાઓ વડે ચલિત ન થતા હો તે વાતની ખાતરી રાખો.

રાજાઓને સલાહકારોની મંડળી - પ્રધાનોનો દરબાર - રાખવાની સૂચના અપાઈ છે, જેમની સાથે તેઓ રાજ્યની બાબતો પર દરરોજ ચર્ચા કરવા માટે સમય વિતાવી શકે.

જેમ કે અકબર અને તે જેમને 'નવરત્ન' કહેતા તેવા લોકો. આ નવ તજજ્ઞો તેમના અંગત સલાહકારો હતા. તેઓ જુદાં જુદાં ક્ષેત્રોમાંથી હતા. આથી તે દરેક મુદ્દા પર અલગ અભિપ્રાયો મેળવી શકતો.

શિવાજી મહારાજ પાસે 'અષ્ટ-પ્રધાન' જુદા જુદા વિભાગોમાં આઠ વડાઓ હતા. આ તેમના અંતરંગ જુથ સભ્યો હતા અને બધી જ વ્યુહરચનાઓ તથા પગલાં ભરવાનાં આયોજનો તેમની મદદ સાથે કરાતાં હતાં.

જ્યારે તમારી સાથે વિચારી શકે તેવા અન્ય તજજ્ઞો હોય, ત્યારે એકલા શા માટે વિચારવું ?

તમે ઘણી વાર એવા વેપારીઓ જોશો, કે જેઓ ખાસ શૈક્ષણિક લાયકાત ધરાવતા ન હોય, પરંતુ સફળતાપૂર્વક બહુરાષ્ટ્રીય કંપનીઓ ચલાવતા હોય. આવા વેપારીઓની સફળતાનું રહસ્ય એ છે કે તેમની ટીમ ઉચ્ચ શિક્ષિત અને વૈશ્વિક અનુભવ લીધેલા માણસોની બનેલી હોય છે. તેમને સારો પગાર અપાય છે અને સંભાળ લેવામાં આવે છે અને બદલામાં તેઓ કંપનીમાં તેમનો અનુભવ તથા તજજ્ઞતા લાવે છે.

તમારા સલાહકારોને ખૂબ જ સારું મહેનતાણું ચૂકવાય તેની ખાતરી રાખો. સલાહકારોનું મુલ્ય પૈસાથી આંકી શકાતું નથી. તેઓ પોતે જ એક જાગીર છે. એક રીતે, એક સલાહકારની બધી જ સલાહ મફત છે, અને બીજી તરફ તે બધી જ અમુલ્ય છે. તમે સારી સલાહ માટે મોલતોલ કે વાટાઘાટ ન કરી શકો. જે કન્સલ્ટીંગ ફર્મસ આ કરે છે તેઓ સલાહકારોનું અવમુલ્યન કરે છે.

દુર્યોધનની મજબતાઈઓમંથી એક એ હતી કે તે તેની ટીમની શ્રેષ્ઠ સંભાળ લેતો હતો. કુરુક્ષેત્રનાં યુદ્ધમાં, એ પેઢીના શ્રેષ્ઠ યોદ્ધાઓ - ભિષ્મ, દ્રોણાચાર્ય, કૃપાચાર્ય તથા કર્ણ કૌરવોની સાથે હતા.

દુર્યોધને તેમની સારી સંભાળ લીધી. જ્યારે કર્ણનું અપમાન કરવામાં આવ્યું ત્યારે દુર્યોધને તેને પોતાનાં રાજયનો એક ભાગ આપી દીધો. તેણે કર્ણને કંઈ જ ન હતો તેમાંથી રાજા બનાવી દીધો.

શું આ એવો ગુણ નથી, જે આપણે દુર્યોધન પાસેથી શીખવો જોઈએ ?

તેણે તેના જુથના સભ્યો તથા સલાહકારોને ખુશ અને સંતુષ્ટ રાખ્યા. આથી દુર્યોધન ખોટું કરતો હતો તે જાણવા છતાં, તેઓ યુદ્ધ દરમિયાન તેની સાથે હતા તેમણે સાચો માર્ગ લેવા માટે તેના પર મુલ્યવાન સલાહોનો વરસાદ કર્યો. દુર્યોધન તેમની સલાહને નહીં અનુસર્યો હોય, છતાં બધા જ મહાન લોકો

તેમનાં જીવનનાં અંત સુધી તેને વળગી રહ્યા.

જો તમે તમારા સલાહકારોની સંભાળ લેશો તો તેઓ તમારી સંભાળ લેશે. મોટાભાગનાં તંત્રોમાં સલાહકાર પરિવારનો એક ભાગ બની જાય છે અને હંમેશ માટે તંત્રની સાથે રહે છે. તે સાચા અર્થમાં 'મિત્ર' બને છે. એવો સાચો મિત્ર, જે અંતિમ શ્વાસ સુધી તમારી સાથે રહેશે.

એક યુદ્ધમાં, એક સૈનિક દુશ્મનોના કેમ્પમાંથી સુરક્ષિત પાછો ફર્યો. જોકે, તેણે જાણ્યું કે તેનો મિત્ર ગુમ થયો હતો, અને તેણે પાછા દુશ્મનના પ્રદેશમાં જવાનો દુરાગ્રહ કર્યો. તેના કમાન્ડરે કહ્યું, "ત્યાં પાછા જવું અને તારી જીંદગી આપી દેવી તેનો કોઈ અર્થ નથી." પરંતુ સૈનિકે એક વાર પણ તેના પર ધ્યાન ન આપ્યું.

જ્યારે તે પાછો ફર્યો ત્યારે તે ગોળીઓથી વિંધાઈ ગયો હતો પરંતુ તે પોતાના મૃત મિત્રને ખભા પર ઉપાડીને લઈ આવ્યો. કમાન્ડરે કહ્યું, "મેં એક સૈનિક ગુમાવ્યો હતો; હવે હું બે ગુમાવીશ. પાછા જવામાં કોઈ બુદ્ધિ હતી ?"

સૈનિકે કહ્યું, "મેં મારા મિત્રને લગભગ મૃત અવસ્થામાં દુશ્મનની છાવણીમાં સૂતેલો જોયો. જ્યારે હું તેની પાસે પહોંચ્યો, ત્યારે તેણે કહ્યું, કે મને ખબર હતી કે તું આવીશ."

"સર, એ છેલ્લા શબ્દો સાંભળવા તે મારે માટે બુદ્ધિનું કામ હતું. કારણ કે હું મારું જીવન છોડી શકું છું, મારી મિત્રતા નહીં." અને તે મૃત્યુ પામ્યો.

ભાગ - બ

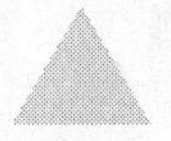

ચાણક્યના મત મુજબ

એક સારા સહયોગીની લાયકાતો

નેતા એક માર્ગ પર એકલો ચાલી શકતો નથી. બીજા બધાની જેમ, તેમને પણ સાથીદારની જરૂર હોય છે. એક કહેવત છે, "શિર્ષ સ્થાન પર એકલતા હોય છે." પરંતુ તમે જેઓ ટોચ પર હોય તેમની સાથે મૈત્રી કરી શકો છો.

આજીવન મિત્રો શોધો. મૈત્રી એટલે સાથીપણું. એ એવો ખભો છે, જેના પર તમે નિરાશા અનુભવતા હો ત્યારે માથું ટેકવી શકો છો.

અન્ય નેતાઓ તરફ જુઓ, જરૂરી નથી કે તેઓ તમારા જ ક્ષેત્રના હોય. તમે નેતૃત્વની વિવિધ શૈલીઓમાંથી શીખી શકો છો.

હર્ષ ભોગલે, વિખ્યાત ક્રિકેટ કોમેન્ટેટરે એક વખત કહ્યું, "જો ક્રિકેટરો માત્ર ક્રિકેટ વિશે જ જાણતા હોય, તો તેઓ શું જાણે છે !"

આ એક ગહન વિધાન છે. એક ક્રિકેટર એક તરવૈયા, એક ગોલ્ફ રમનાર, એક ટેનિસ ખેલાડી અથવા એક ફૂટબૉલ પ્લેયર પાસેથી શીખી શકે છે. રમતો ભલે જુદી જુદી હોય, પરંતુ તે જુદા જુદા રમતવીરો પાસેથી શીખી શકે છે. વિજેતાઓ અન્ય વિજેતાઓ પાસેથી શીખે છે. ચેમ્પીયનો બીજા ચેમ્પીયનો પાસેથી શીખે છે. નેતાઓ અન્ય નેતાઓ પાસેથી શીખે છે.

નેતાઓ પછીનાં સ્તર સુધી પણ વિસ્તરે છે. તેઓ વિકસવા માંગે છે; શીખવા, શીખેલું ભૂલી જવા તથા ફરી શખવા ઈચ્છે છે. તેઓ તેમનું જ્ઞાન તથા અનુભવો વહેંચવા માંગે છે.

એક વાર તમે એક નેતૃત્વનાં સ્થાને પહોંચી જાવ, પછી તે આનંદ છે. તે એક શોખ અને એક રમત બની જાય છે અને રમતો રમવા માટે તમને મિત્રોની

જરૂર પડે છે. તમને સમાન-વિચારોવાળા લોકોની જરૂર પડે છે. પછી જીવન એ માત્ર આરામ નથી; પરંતુ એક સતત ચાલતી શીખવાની પ્રક્રિયા બની જાય છે.

ચાણક્ય કહે છે, સહયોગીઓ શોધતા હોવ ત્યારે, તમારે થોડી લાયકાતો શોધવી - જોવી જોઈએ. અર્થશાસ્ત્ર (પુસ્તક-૯, પ્રકરણ-૧, સૂત્ર-૧૨)માં આપેલ એક સારા સહયોગીની લાયકાતો આ મુજબ છે :

- તમારા પિતા/દાદાના વખતથી જોડાણ
- મહાનતા
- વફાદારી
- સ્વનિયંત્રણ
- નીજી સ્વાર્થ નહીં
- ઝડપથી સજ્જ થવાની ક્ષમતા

એક દિવસ, એક બાળક નવી શાળામાં જોડાયું પ્રથમ દિવસે બાળક શાંત અને અતડું રહ્યું અને ઉદાસ તથા હતાશ થઈને ઘેર આવ્યું.

મા એ પૂછ્યું, “તને સ્કૂલ ન ગમી ? તેં આજે કોઈ નવા મિત્રો ન બનાવ્યા ?”

છોકરાએ જવાબ આપ્યો, “સ્કૂલ બહુ સરસ છે. શિક્ષકો સારા છે. બીજાં બધાં બાળકો મારી પાસે આવ્યાં અને મારી સાથે વાતો કરી.”

“તો સમસ્યા શું છે ? તું કેમ ઉદાસ છે ?” માએ પૂછ્યું.

“તમારી સમસ્યા એ છે કે, કોણ સારો મિત્ર છે અને કોણ નથી તે હું નક્કી ન કરી શક્યો.

આપણામાંના મોટાભાગના આ નવી શાળામાંના બાળક જેવા છીએ. કોઈ પહેલા જ વખતમાં કોણ સારો મિત્ર છે તે નક્કી ન કરી શકે. છતાં તમારે પહેલું પગલું ભરવાનું જ છે. અન્યો સાથે મૈત્રીપૂર્ણ બનવાથી શરૂઆત કરો. લાંબાગાળે, થોડાક મિત્રો તમારા જીવનમાંથી બહાર જાય છે અને કેટલાક આજીવન મિત્ર તરીકે પાછળ રહે છે.”

જ્યારે તમે તમારાં જીવન માટે મિત્ર પસંદ કરો છો ત્યારે કેટલીક વૈશ્વિક લાયકાતો છે જેને તમે ધ્યાનમાં રાખી શકો.

● તમારા પિતા/દાદાના સમયથી જોડાણ

આ એવા પારિવારિક મિત્રો છે જેમને તમે બે-ત્રણ પેઢીથી જાણો છો.

ઘણી મિત્રતા પૂછ્યા વગર તમારી પાસે આવે છે. દા.ત. તમારા પિતા અને મિત્રના પિતા લાંબા સમયથી એકબીજાને ઓળખે છે; તેઓ નિયમિત તમારે ઘેર આવે છે અને તમે પણ નિયમિતપણે તેમની મુલાકાત લો છો.

પરિવારો એકબીજાને ખૂબ સારી રીતે જાણે છે અને તેમણે મુશ્કેલ સમયમાં એકબીજાની મદદ કરી છે. તમે તમારાં વાલીઓની મૈત્રીની વાતો સાંભળી છે. વ્યક્તિ આવાં વાતાવરણમાં મૈત્રીનું મુલ્ય શીખે છે.

આવી કૌટુંબિક મૈત્રી ત્રણ પેઢીઓથી પણ બનલી હોઈ શકે - તમારા દાદાની પેઢી, તમારા પિતાની પેઢી અને પછી તમારી પેઢી. આ પ્રતિકાત્મક છે, છતાં મૈત્રી કેટલી ઊંડી વિકસી છે તે દર્શાવે છે.

ઘણા કિસ્સાઓમાં, એવા પરિવારો વચ્ચે લગ્નો થાય છે, જે પેઢીઓથી મિત્રો રહ્યાં હોય. બાળકોને સુવિધાપૂર્ણ લાગે છે કારણ કે તેઓ બાળપણથી એકબીજાને ઓળખતાં હોય છે. એ બાળકને એક ઘેરથી બીજે ઘેર મોકલવા જેવું છે. પરિવારો વચ્ચે સંપૂર્ણ સંવાદિતા હોવાને કારણે ગોઠવાઈ જવાનું સહેલું હોય છે.

એક મિત્રને તમે જેટલા વધુ લાંબા સમયથી જાણતા હોવ, તેટલો તમારો સંબંધ વધુ સારો. બંને એકબીજાની તાકાત તથા નબળાઈઓ જાણે છે, બંને સામી વ્યક્તિ કેવી રીતે વિચારે છે તે જાણે છે. જો તમે એક વેપારી સાહસ શરૂ કરવાના હોવ તો તમે આમાંના કોને ભાગીદાર તરીકે પસંદ કરશો : તમે જેને ત્રીસથી પણ વધારે વર્ષોથી જાણો છો તેવા એક મિત્રને કે એવી વ્યક્તિને જેને તમે તાજેતરમાં જ મળ્યા છો ? તમે સાથે ગાળેલાં વર્ષોમાં તમારા વચ્ચે એકબીજા વિશેની ઘડાયેલી સમજણને કારણે તમે મિત્રને પસંદ કરશો.

● મહાનતા

જ્યારે બે વ્યક્તિ ભાગીદાર બને છે ત્યારે એકબીજાને માન આપવું મહત્વનું છે. કોઈ બે વ્યક્તિ એક સમાન વિચારતી નથી; આથી, દરેક વ્યક્તિનું ધ્યાન સામી વ્યક્તિની તાકાત શું છે તે શોધવા પર હોવું જોઈએ. બંને ભાગીદારોની શક્તિ પૂરક હોવી જોઈએ. ત્યારે, તે પોતાને ટેકો આપનાર સંબંધ બને છે.

વેપાર ગૃહોમાં, આપણે જોઈએ છીએ કે જુદા જુદા ભાગીદારો જુદી જુદી શક્તિઓ સાથે આવે છે. જો એક ભાગીદાર નાણામાં સારો હોય, તો બીજાની તાકાત માર્કેટીંગમાં હોય, જ્યારે ત્રીજો ઓપરેશન્સમાં સારો હોય.

તમારો મિત્ર 'મહાન' હોવો જોઈએ, નો અર્થ છે કે તેનામાં એવી લાયકાતો હોવી જોઈએ, જેના વિશે તમે ઊંચો મત ધરાવતા હોવ, જે લાયકાત તમે ધરાવવા ઈચ્છતા હોવ.

જીવનમાં તમે સારા અને ખરાબ મિત્રો બનાવશો. એક વ્યક્તિ તેને કેવા પ્રકારના મિત્રો છે તેના પરથી ઓળખાય છે. સારા મિત્રો તમને ઘડી શકે છે. જ્યારે ખરાબ મિત્રો તમારો વિનાશ કરી શકે છે. આથી સારા અને "મહાન" મિત્રો હોય તે મહત્વનું છે.

સંસ્કૃતમાં સારી મૈત્રીને "સત્સંગ" કહે છે. તે સારા, ઉમદા અને આધ્યાત્મિક લોકોનો સંગ છે. ખરાબ મૈત્રીને કુસંગ કહે છે, દુષ્ટ અથવા ખરાબ લોકોનો સંગ.

બાળકો હંમેશાં સારી સોબતમાં રહે તેની ખાતરી રાખવી તે માતા-પિતાની પ્રાથમિક ફરજ છે.

કેટલીકવાર, મહાન વ્યક્તિની સોબતમાં રહીને એક સામાન્ય માણસ પણ મહાન બની જાય છે. તે તેના મિત્રમાંથી ઉમદા મુલ્યો ગ્રહણ કરે છે અને જીવનમાં પ્રગતિ કરે છે.

તે લોખંડનો એક ટૂકડો, ચૂંબકની નજીક હોય તેવું છે. સમય જતાં લોખંડનો ટૂકડો ચુંબકના ગુણો ગ્રહણ કરે છે અને બીજા લોખંડના ટૂકડાઓને આકર્ષવાનું શરૂ કરે છે.

બીજી તરફ એક વ્યક્તિ દૂધ જેવો શુદ્ધ હોઈ શકે છે. પરંતુ એ દૂધમાં લીંબુના રસનું એક જ ટીપું પડે તો અટલ નુકસાન થઈ શકે છે. ચેઈન સ્મોકર્સ તથા નશાના બંધાણીઓના કિસ્સાઓ ખરાબ સોબતનાં પરિણામોનો નિર્દેશ છે.

એક વખત એક ભક્ત પ્રાર્થના કરતો હતો અને ઈશ્વર તેને વરદાન આપવા પ્રગટ થયા. ભક્તે કહ્યું, "હે ઈશ્વર, મને એવા આશીર્વાદ આપો કે હું હંમેશાં ઉમદા અને સારા હૃદયવાળા આત્માઓની સોબતમાં રહું." આના કરતાં મોટું વરદાન કોઈ ન હોઈ શકે.

● વફાદારી

દરેક વ્યક્તિ સફળ વ્યક્તિ સાથે જોડાવા ઈચ્છે છે. જોકે, સફળતાના સંઘર્ષ દરમિયાન ઘણા ઓછા લોકો તમને ટેકો આપે છે. સફળતામાં, મિત્રો તમને જાણે છે; અને નિષ્ફળતામાં તમે જાણો છો કે તમારા મિત્ર કોણ છે.

આથી, ચાણક્ય દર્શાવે છે કે સંઘર્ષ, નિષ્ફળતા અને સફળતાના સમયે વફાદાર, એકનિષ્ઠ હોવું તે સારા મિત્રનો ગુણ છે.

એક મરાઠી કહેવત છે, "કામા પૂરતા મામા" એટલે કે જ્યારે જરૂર ઊભી થાય છે ત્યારે તમે સગા બની જાવ છો. કામ થઈ જાય પછી તે વ્યક્તિને ભૂલી જાવ છો. આવા મિત્રો પરોપજીવી જેવા હોય છે.

સારા મિત્રો હંમેશ માટે હોય છે. તેઓ સતત તમારી પડખે રહે છે. તેઓ તમને બિનશરતી પ્રેમ કરે છે. આ મિત્રો તમારા જીવનની ખરી મૂડી છે.

એક મહાન સંતે કહ્યું છે તે યાદ રાખો, "ધન ક્યારેય તમને ધનિક નથી બનાવતું. મિત્ર છે, જે તમને ધનિક બનાવે છે. ધન તો આવે છે ને જાય છે. પરંતુ સારા મિત્ર હંમેશાં માટે તમારી સાથે રહે છે."

નેતાઓ એ સમજવાની જરૂર છે કે તમારા સાચા મિત્ર કોણ છે.

સારો અને ખરાબ સમય આવે અને જાય, પરંતુ મૈત્રી હંમેશ માટે રહે છે. દરેક નેતા માટે સફળતાનું રહસ્ય તેના સાચા મિત્રની સંખ્યામાં રહેલું છે. આ એ મિલકત છે જે નેતાએ તેના જીવનકાળ દરમિયાન વિકસાવવી જોઈએ. કેટલાક સમુદાયોમાં, એક માણસની સફળતા, તેની સ્મશાનયાત્રામાં જોડાયેલા લોકોની સંખ્યા પરથી મપાય છે.

● આત્મ નિયંત્રણ

તમારી પડખે સાચો મિત્ર છે કે નહીં તે જાણવાની આ બીજી કસોટી છે. તેનામાં આત્મ નિયંત્રણ હોવું જોઈએ. જે વ્યક્તિ તેનાં મગજ તથા ઇન્દ્રિયોને નિયંત્રણ હેઠળ રાખી શકે, તે ક્યારેય ખોટો ન પડી શકે. આ વ્યક્તિ ક્યારેય મર્યાદા ઓળંગશે નહીં.

તે શિસ્તબદ્ધ, સારી રીતભાત વાળો તથા સારી વર્તણુક વાળો હોય છે. તેની દૃષ્ટિ સમતોલ હોય છે અને કોઈ પણ પરિસ્થિતિમાં ઠંડો રહે છે. આવો માણસ અંદરથી મજબૂત હોય છે.

તે જરૂર પડે ત્યારે તેના વિચારો, વાણી તથા ક્રિયાઓ પર નિયંત્રણ કરે છે. તે જજબાતી નથી હોતો. તે ક્રિયા કરતાં પરિણામો વિશે વિચારે છે.

આવો મિત્ર એક નિયંત્રિત ખર્ચ કરનાર પણ છે. તે લોભી નથી; છતાં માત્ર એટલા માટે, કે તેનામાં ખર્ચ કરવાની ક્ષમતા છે, તે ક્યારેય દેખાડો નહીં કરે. તે ક્યારેય જુગાર નથી રમતો. તેની ખરીદીઓ લાગણીજન્ય નથી હોતી.

તે ક્રેડીટ કાર્ડસના ફાંસલાથી આકર્ષાતો નથી અને જરૂર હોય ત્યારે જ ખર્ચ કરે છે. તે છટાદાર છે પરંતુ આછંકલો નથી.

આવી વ્યક્તિની સોબતમાં હોવું તે તમને પણ આત્મ નિયંત્રણ વિકસાવવામાં મદદ કરશે.

તે સારપથી વિંટળાયેલો છે અને સારપને આકર્ષે છે. તે એક પ્રેરણા છે. તે ડહાપણના શબ્દો બોલે છે. તે સાચા અને ખોટા વચ્ચેનો તફાવત જાણે છે. તે એક વિચારક અને એક કર્તા પણ છે. તે માનવત્તાનું મુર્તિમંત પ્રતિક છે.

શું તમને આવી વ્યક્તિને તમારા મિત્ર, ફીલોસોફર તેમજ માર્ગદર્શક બનાવવાનું ગમશે ? આવા મિત્ર સાથે તમારું જીવન સંપૂર્ણ અને પરિપૂર્ણ બનશે.

● કોઈ નીજી સ્વાર્થ ન હોય

એક સાચો મિત્ર ક્યારેય તેના એકલાના જ લાભ વિશે નથી વિચારતો. તે વીન-વીન વિચારે છે. તમે બધા એક સાથે સફળ થાવ તેની તે ખાતરી કરે છે. કોઈ પણ પ્રોજેક્ટ અથવા કાર્યમાં તેને માટે કોઈ અલગ કે અંગત સ્વાર્થ નથી હોતો.

દા.ત. શિવનંદને તેમની પોલીસ કારકીર્દિ દરમિયાન સમાજ માટે લાભનાં મુલ્યોનું સમર્થન કર્યું. તેમની કારકીર્દિના અંતે, તેઓ સમાજને થયેલા ફાયદાઓ તથા શુભેચ્છાઓને તેમની સૌથી મોટી મિલ્કત ગણે છે.

તમે પણ એવા ઘણા મિત્રોને જાણતા હશો જેઓ સમાજ તથા રાષ્ટ્રનાં કલ્યાણ માટે નિ:સ્વાર્થપણે કાર્ય કરે છે. આવા લોકો માનવ જાતના લાભાર્થે પ્રાર્થના કરે છે. તેઓ ઉમદા વ્યક્તિઓ છે.

બીજી તરફ, જે મિત્ર હંમેશાં માત્ર તેના અંગત લાભ વિશે જ વિચારે છે તે તેના વર્તમાન મિત્રો ગુમાવશે અને અંત તરફ જતાં એકલવાયો થઈ જશે.

મૈત્રી માત્ર વ્યક્તિઓ વચ્ચે જ નહીં, સંસ્થાઓ વચ્ચે પણ હોઈ શકે. તેઓ એકઠા મળે છે અને એકબીજા માટે વીન-વીન પરિસ્થિતિ સર્જે છે. તેઓ વ્યક્તિગત લાભને બદલે બધાના લાભ પર ધ્યાન કેન્દ્રિત કરે છે.

ઉ.ત. આજે મોબાઈલ ઓપરેટરો એક જ ટ્રાન્સમીશન ટાવર વહેંચે છે. વધારાના ટાવરો સ્થાપવામાં વધુ ખર્ચ કરવાને બદલે તેઓ એકબીજાના ટાવરનો ઉપયોગ કરવાની પરસ્પર લાભકારી વ્યવસ્થામાં પ્રવેશ્યા છે.

ઘણી આંતરરાષ્ટ્રીય સંસ્થાઓ અને પોલીસદળમાં પણ આદાન-પ્રદાન

કાર્યક્રમો હોય છે. તેઓ તાલીમ કાર્યક્રમોમાં ભાગ લેવા માટે પરસ્પર કર્મચારીઓનો અદલો બદલો કરે છે. આ જુદા જુદા દેશોમાં કામ કરતી સંસ્થાઓમાં જ્ઞાન તથા અનુભવની વહેંચણીમાં મદદ કરે છે, જે બંને સંસ્થાઓને ભાવી ઘટનાઓ તથા આપત્તિઓ તરફ વધુ જાગૃત તથા સક્રિય થવામાં મદદ કરે છે.

કેટલીક સંસ્થાઓ સાથે મળીને સંશોધનો કરે છે. તેઓ અજોડ ઉત્પાદનો તથા સેવાઓ બહાર લાવે છે, જેને માટે તે સંયુક્ત ઇન્ટેલેક્ચ્યુઅલ પ્રોપર્ટી રાઇટ્સ (IPR) ધરાવે છે અને પરિણામે મળતી નાણાકીય સફળતા વહેંચી લે છે.

એસોસીએશન (જોડાણ)નો ખ્યાલ પણ આવો જ છે. વ્યાપારી જુથો એસોસીએશન્સ બનાવવા માટે એકઠાં મળે છે. વ્યક્તિગત કંપનીઓમાં વાટાઘાટની શક્તિ ઓછી હોઈ શકે, પરંતુ સાથે મળીને તેઓ સમાન સમસ્યાઓ પર કામ કરી શકે છે અને તેમના ઉદ્યોગને નુકસાનકર્તા હોઈ શકે તેવી સરકારી નીતિઓ સામે વિરોધ કરી શકે છે.

બિઝનેસ નેટવર્ક્સ એવાં શક્તિશાળી સ્થાનો છે, જ્યાં લોકો તેમના પરસ્પર હિત માટે ભેગા થાય છે. કોઈને માટે અલગ હિત હોતું નથી.

મિત્રોની ખરી તાકાત સહયોગમાં પડેલી છે સ્પર્ધામાં નહીં.

ડૉ. અબ્દુલ કલામે કહ્યું છે, “ભૂતકાળમાં, નેતૃત્વની શૈલી સ્પર્ધાની હતી. આજે તે સહયોગની છે.”

ભેગા મળો, સહયોગ કરો અને વીન-વીન વિચારો. આ સફળતા માટેની અચૂક ફોર્મ્યુલા છે.

● ઝડપથી સજ્જ થવાની ક્ષમતા

એક સારો સાથી તમારી મદદ માટે તરત જ આવી શકે તેવો હશે. તેનો એ ઇમરજન્સી નંબર હશે જેને તમે બે વાર વિચાર કર્યા વગર ડાયલ કરી શકો.

સાચો મિત્ર એ છે જે તમે તેને ન કહો તોપણ તમારે તેની ક્યારે જરૂર છે તે સમજી જાય. તે તમારી જરૂરિયાત સાથે માનસિક રીતે સંવાદી હોય છે.

વર્ષોથી પરણેલા એક દંપતિમાં પણ આ માનસિક જોડાણ હોય છે. તેઓ એકબીજા સાથે એટલાં સંવાદી હોય છે કે વાત કરવા માટે શબ્દો જરૂરી નથી.

મુસીબતના સમયે આવા મિત્રોને ઝડપથી સજ્જ કરી શકાય છે.

ધારો કે તમારા ઘરમાં આગ લાગી છે. તમે ગભરાઈ ગયા છો અને સીધું

વિચારી નથી શકતા. પરંતુ એક સાચો મિત્ર તમે બોલાવશો કે તરત જ આવી જશે અને જરૂરી પગલાં લેવાનું શરૂ કરશે, જેમ કે બંબો બોલાવવો કે બીજા મિત્રોને બોલાવવા.

આવા તેજસ્વી મિત્રો હોય એ નૈતિક ટેકો છે. "મિત્ર"ની ઉપરની છ લાયકાતો આપણને સારા અને સાચા મિત્રો શોધવામાં મદદ કરે છે. તમારે પણ આવી લાયકાતો વિકસાવવી જોઈએ અને એક સારા મિત્ર બનવું જોઈએ.

તમારી અંદરના સારા મિત્રને શોધી કાઢો.

ભાગ - ક

સક્રિય નેતૃત્વ

સહયોગીઓ તથા મિત્રોની સાથે કામ કરવું

હું પ્રકાશમાં એકલી ચાલવાને બદલે, અંધકારમાં મિત્રની સાથે ચાલીશ.

—હેલન કેલર

જ્યારે શિવનંદન એક વરિષ્ઠ પોલીસ અફસર હતા, ત્યારે સ્વાભાવિક રીતે, તેમના હોદ્દાની સત્તાએ તેમને પુષ્કળ જોડાણો આપ્યાં હતાં. જોકે, યુક્તિ માત્ર લાગવગનો ઉપયોગ કરવાની નહીં પરંતુ હંમેશ માટે મિત્રો બનાવવાની હતી.

કેટલાક મિત્રો વ્યાવસાયિક કારણોસર તમારાં જીવનમાં આવે છે; અન્યો તેમની કોઈક જરૂરિયાતને કારણે અને આપણે પણ કોઈક નીજી હેતુ માટે અન્યોનો સંપર્ક કરીએ છીએ અને નેટવર્ક સ્થાપીએ છીએ. આરંભ બિંદુ કોઈ પણ હોય, વ્યક્તિએ હેતુ પૂરો થઈ જાય પછી મૈત્રી તોડી નાખવી ન જોઈએ. આમ જ આપણે કારણોની પેલે પાર જઈને સંબંધો બાંધીએ છીએ.

જ્યાં સુધી એક કારણ માટે મૈત્રી રહે છે, તો તેમાં કોઈ ઉંડાણ નહીં હોય. પરંતુ શિવનંદને તેમની નિવૃત્તિ પછી પણ તેમના સંપર્કો તથા નેટવર્ક જાળવ્યાં છે.

જ્યારે રાધાક્રીષ્નન પિલ્લાઈ શિવનંદનને મળ્યા ત્યારે તેમને નિવૃત્ત થવામાં માત્ર છ જ મહીના રહ્યા હતા. મેં તેમને તેમના યુનિફોર્મમાં સર્વોચ્ચ પોલીસ તરીકેના દિવસો કરતાં ત્યાર પછી તેમને વધુ જાણ્યા છે. નિવૃત્તિ પછી તેઓ એટલું જ માન મેળવતા હતા તે વાતે મને આશ્ચર્યચકિત કરી દીધો.

આ પુસ્તક માટે તેમનો ઈન્ટરવ્યુ કરતી વખતે, મને જાણ થઈ કે તેમણે જે નેટવર્ક ઊભું કર્યું હતું તે તેમની સફળ કારકીર્દિ માટે એક મહત્વનો ફાળો આપનાર

હતું. તેમની સફળતા માટે તેમણે તેમના 'મિત્રો' નો કેવો અસરકારક ઉપયોગ કર્યો તેનાં કેટલાંક મહત્વનાં પાસાંઓ તરફ આપણે નજર કરીએ.

તમારું નેટવર્ક તમને શું ચાલી રહ્યું છે તેના વિશે તમને પુષ્કળ માહિતી આપશે. પોલીસદળમાં એક નેતા તરીકે માત્ર માહિતી એકઠી કરવી તે જ નહીં, પરંતુ માહિતીનો પ્રવાહ નિયમિત હોય અને તે મુજબ પગલાંઓ લેવાય તેની ખાતરી કરવી તે મહત્વનું છે.

જ્યારે એક વ્યક્તિ સત્તા સ્થાને હોય, ત્યારે પૂછ્યા વગર માહિતીઓ આવે છે. ઉ.ત. જો તમે એક યુનિવર્સિટીમાં એક વિભાગના વડા છો તો તમે દરરોજ તમારાં ટેબલ પર તમારાં ક્ષેત્ર વિશેની માહિતી આપોઆપ જ મેળવશો. તમે સેમીનાર્સ માટે, શ્રેષ્ઠ રીસર્ચ જર્નલો માટે, ક્ષેત્રના અન્ય તજજ્ઞો સાથે મીટીંગ કરવાના પ્રસંગો વગેરે માટે આમંત્રણ મેળવશો.

જોકે, એક સારો નેતા તેનાં નેટવર્કમાં એક ડગલું આગળ જાય છે. તે માહિતી તેના સુધી આવે તેની રાહ નથી જોતો. તે સક્રિય રીતે માહિતી શોધી કાઢે છે.

શિવનંદન પોલીસદળના નેતા હતા. તેના હાથ નીચેના માણસો તળિયાંની વાસ્તવિક્તા જાણતા હતા અને પોતપોતાનાં ક્ષેત્રમાં નિષ્ણાત હતા. આથી, તેમણે રોજીંદી મીટીંગોની એક સીસ્ટમ રાખી હતી, જ્યાં તે તેમના કર્મચારીઓ સાથે લાગતા વળગતા મુદ્દાઓ પર ચર્ચા કરતા, અન્યોને સાંભળતા અને અમલમાં મૂકવા માટે નિર્ણયો લેતા.

રોજીંદી મીટીંગો, વિશ્લેષણ અને નિર્ણયો લેવા તે તેમની સમગ્ર કારકીર્દિમાં તેમનો નિત્યક્રમ હતો. ટીમના મુખ્ય સભ્યો સાથે મોઢામોઢ મળવું તે મુંઝવણો ઉકેલવામાં મદદ કરે છે.

કોર્પોરેટ ક્ષેત્રમાં પણ આપણે આ જ પદ્ધતિનો અસરકારક ઉપયોગ થતો જોઈએ છીએ. રોજની મીટીંગોએ સારી નેતૃત્વની ખાતરી આપી છે. વેંચાણો વધ્યાં છે, ટીમવર્ક મજબૂત બન્યું છે અને નાણાકીય નિયંત્રણની પણ ખાતરી મળે છે. હોટેલ ઉદ્યોગમાં, હોટેલના જનરલ મેનેજર રોજ સવારની મીટીંગ રાખે છે. તેઓ કેટલા રૂમ ભરાયેલા છે તે, મેઈન્ટેનન્સની સમસ્યા તેમના કર્મચારીઓની હાજરી તથા અન્ય બાબતો ચકાસે છે.

આ રોજીંદી મીટીંગો દરમિયાન, નેતાને તેની ટીમ સાથે પોતાની વાત વહેંચવાની તક મળે છે. આ બંને તરફનું સ્પષ્ટ આદાન-પ્રદાન વચ્ચેનો અભાવ

પૂરવા માટે પુલનું કામ કરે છે. આવો અભાવ હોનારત સર્જી શકે છે.

પોલીસદળમાં ખબરીઓના રૂપમાં તમારું નેટવર્ક તેની સૌથી મોટી અસ્કયામત છે. આ ખબરીઓ શહેર અથવા રાજ્યની અંદરથી કામ કરતી જુદી જુદી ગેંગની અંદરની માહિતીઓ પૂરી પાડે છે. આવા ખબરીઓ ઘણી નમુનારૂપ સફળતાઓની મુખ્ય ચાવી હોય છે.

એક સાથી કર્મચારી, એક કોન્સ્ટેબલ, એક ખબરી અથવા પૂછ્યા ગાછ્યા વગર તમારી ઑફિસમાં આવી ચડતા એક સામાન્ય માણસ પાસેથી એક પોલીસ નેતા પાસે માહિતી આવી શકે છે. ખૂલ્લા દિમાગ સાથે તે બધાંને સાંભળવા અને માહિતીનું વિશ્લેષણ કરવું તે પછીનું પગલું છે. ઊંડું ખોદકામ કરો અને તે તમને ઉપયોગી છે કે કેમ તે ચકાસો અને તેનો ઉપયોગ કરો.

તમારી ખબરીઓની જાળ જેટલી મોટી, તેટલા તમે વધુ મજબૂત. માહિતી એકઠી કરવાના અનેક સ્ત્રોત રાખો. માહિતીઓ વર્તમાનપત્રો, ટેલીવિઝન અથવા કેસનાં જુદાં જુદાં પાસાંઓ જાણતા હોય તેવા પત્રકારો પાસેથી પણ આવી શકે છે.

આ વિષયમાં શિવનંદનની અંતરદષ્ટિ રસપ્રદ છે. “એક નેતા હંસ જેવો હોવો જોઈએ, જે નીર અને ક્ષીરને કેવી રીતે જુદાં પાડવાં તે અને તેમાંથી શ્રેષ્ઠ ગ્રહણ કરવાની રીત જાણતો હોય.”

જ્યારે વ્યક્તિ જુદા જુદા સ્ત્રોતો પાસેથી માહિતીના અનેક ટૂકડાઓ એકઠા કરી શકતી હોય, ત્યારે તેમાં સાચો અને ખરો કયો હશે ? આ પોતે જ એક પડકાર છે. આથી જ , નીર ક્ષીર જુદાં પાડવાની આવડત હોવી જરૂરી છે. આપણા ભારતીય ગ્રંથોમાં આ કુનેહને ‘વિવેક-બુદ્ધિ’ કહે છે. સાચાં અને ખોટાં, સારાં અને ખરાબ, સુસંગત અને અસંગત, જરૂરી અને બિનજરૂરી વસ્તુઓ વચ્ચે તફાવત સમજી શકનાર આપણી બુદ્ધિની ક્ષમતા છે.

અર્થશાસ્ત્રમાં, વિચારવાની આવડતને ‘આન્વીક્ષીકી’ - વ્યુહરચનાપૂર્વક વિચારવાની અને વિશ્લેષણ કરવાની પદ્ધતિ - કહે છે.

એક સાદી પદ્ધતિ છે, જેના વડે તમે વિરોધાભાસી માહિતીઓનું વિશ્લેષણ કરી શકો અને તેમાંથી સાચું શું છે તે જાણી શકો :

“માહિતીના ત્રણ સ્ત્રોત રાખો, તેમાંથી દરેક શું કહે છે તેની સરેરાશ કાઢો અને નક્કી કરો.”

આથી, જો એક પરિસ્થિતિ વિશે તમને ખાતરી ન હોય તો અલગ અલગ રીતે ત્રણ લોકો સાથે ચકાસણી કરો. જ્યારે વ્યક્તિ એકઠી કરાયેલ માહિતીની સરેરાશ કાઢે છે ત્યારે તમે વાસ્તવિક્તા જોઈ શકશો. શિવનંદન કહે છે તેમ, "સત્ય હંમેશાં બંનેની વચ્ચે ક્યાંક પડેલું હોય છે."

માહિતીના સ્ત્રોતોથી અલગ, વ્યક્તિએ સારા સલાહકારોની સોબત રાખવી જોઈએ. આ સલાહકારો તમારા કરતાં વધુ પરિપક્વ અને વરિષ્ઠ છે. તેમની પાસે અનુભવ, ડહાપણ અને અંતરસૂઝ હોય છે. શિવનંદન પોતે ઉપરી પોલીસ અફસરો પાસેથી શીખતા રહે તેની ખાતરી રાખતા હતા. એક ઉપરી પાસેથી તેઓ શિસ્ત અને નિયમિતતાનું મહત્ત્વ શીખ્યા; બીજા પાસેથી તેઓ શીખ્યા કે સારી રીતે કરેલ વસ્ત્ર પરિધાન વ્યક્તિને હકારાત્મક હોવાનો અનુભવ કરાવે છે; ત્રીજા પાસેથી તેઓ ત્વરિત પગલાં કેવી રીતે ભરવાં તે શીખ્યા.

જ્યારે વ્યક્તિને એક વ્યુહરચના બનાવવા માટે દિશા અને માહિતીની જરૂર હોય છે ત્યારે આ સલાહકારો પણ હાથવગા થાય છે. ૨૬/૧૧ના મુંબઈના આતંકવાદી હુમલા પછી, શિવનંદને ભારતનાં શ્રેષ્ઠ ભેજાંઓ પાસેથી તેમનું શાણપણ મેળવવા સેમીનારો ગોઠવ્યા. આ પણ સારી નેટવર્કીંગ આવડતોમાંથી આવે છે.

પોલીસ સમુદાયમાંથી તમારા સહકર્મીઓ તથા મિત્રો પણ તમને ઈનપુટસ આપે છે. ઉ.ત. જ્યારે શિવનંદન મહારાષ્ટ્ર પોલીસના ડાયરેક્ટર જનરલ હતા ત્યારે, તેવા જ હોદ્દા પર અન્ય રાજ્યોમાં તેમના મિત્રો હતા. તેમાંના કેટલાક તેમના સહપાઠીઓ હતા; જ્યારે અન્યો તેમને તેમનાં કામના ભાગરૂપે મળ્યા હતા.

વ્યક્તિ આ સંપર્કોનો ઉપયોગ કરી શકે છે. તે એકબીજા સાથે માહિતી આદાન-પ્રદાન કરવા જેવું છે. આથી જ્યારે એક ગેંગસ્ટર એક રાજ્યમાંથી બીજાં રાજ્યમાં ભાગી ગયો છે, ત્યારે બીજા રાજ્યમાં રહેલ મિત્ર મદદમાં આવશે. અન્ય રાજ્યમાં પોલીસદળને સક્રિય કરવામાં અને ગેંગસ્ટરને પકડવામાં એક ફોન કોલ મદદ કરશે.

રાષ્ટ્રીય સ્તરની પોલીસ મીટીંગમાં વ્યક્તિ જુદા જુદા રાજ્યના પોલીસ ઑફિસરો સાથે વાતચિત કરે છે. બીજા સ્થળે શું બની રહ્યું છે તેની વ્યક્તિને ખબર પડે છે. આવા મેળાવડાઓ દરમિયાન, વ્યક્તિને નવા મિત્રો બનાવવાની તક મળે છે. જો વ્યક્તિ ચકોર છે, તો તે આ સંપર્કોને આજીવન જાળવી શકે છે.

શિવનંદન પાસે રાજ્ય, રાષ્ટ્ર અને દુનિયાના વિવિધ સ્તરના પોલીસો સાથે ઘણું ઊંચું નેટવર્ક હતું. તેમણે ઊભું કરેલ આ ઔપચારિક અને અનૌપચારિક નેટવર્ક તથા સમુદાયો હંમેશાં તેમની અંતરંગ શક્તિઓ - તાકાત રહ્યાં છે.

વ્યક્તિને જુદા જુદા પ્રકારના મિત્રોની જરૂર હોય છે; જેઓ તમારાં જુથ અને સમાજનો ભાગ છે તે, અને જેઓ તમારાં જુથના ભાગ નથી તેવા. શિવનંદનને એવા ઘણા મિત્રો છે જેઓ પોલીસ સમુદાયમાંથી નથી.

એક કહેવત છે, ‘‘સમાન પીછાંવાળા પક્ષીઓ એક સાથે ઊડે છે.’’ આ સ્વાભાવિક છે. પરંતુ સમાન પીછાં ન હોય તેવાં પક્ષીઓ સાથે ઉડવામાં પ્રયાસની જરૂર પડે છે. પોલીસ સમાજમાં પુષ્કળ મિત્રો હોવા તે શિવનંદન માટે સ્વાભાવિક છે, પરંતુ અન્ય વર્તુળોમાં સારા મિત્રો હોવા તે તેમની સફળતા માટે કટોકટીભર્યું હતું.

તેમના મિત્રોમાં શિક્ષકો, પ્રોફેસરો, શિક્ષણ શાસ્ત્રીઓ, તબીબો, કાયદાશાસ્ત્રીઓ, ઈજનેરો, ચાર્ટર્ડ એકાઉન્ટન્ટસ, વ્યવસ્થાપન સલાહકારો, પત્રકારો તથા માધ્યમના તજજ્ઞોનો સમાવેશ થાય છે.

આ મિત્રોએ પણ સમયે સમયે તેમને કેવી રીતે મદદ કરી તે આપણે થોડાંક ઉદાહરણોમાં જોશું.

તેમના માધ્યમો અને પત્રકારત્વમાંના મિત્રો સાથે મળીને તેમણે પ્રથમ મુંબઈ પોલીસ મેગેઝીન ‘‘ધ મુંબઈ પ્રોટેક્ટર’’ બહાર પાડ્યું. તે ‘‘ન્યુ મીડીયા ગ્રુપ’’ના સહયોગમાં હતું. લવાજમ ભરવાથી મળી શકતું. આ મેગેઝીન પોલીસ વડે કરાયેલી પહેલનું સામાન્યજન સાથે આદાન-પ્રદાન કરવાની સારી રીત છે.

ધ પ્રોટેક્ટર એ એક માત્ર મેગેઝીન છે જે તમને માહિતી પણ આપે છે અને તમને પોલીસો સાથે જોડે પણ છે. આ એક વિશ્વસ્તરનું મેગેઝીન છે જે ઉચ્ચ પોલીસ અફસરોના તેમજ સમાજના વડા ધરાવતા લોકોના ઈન્ટરવ્યુ કરે છે. તે લગભગ બે વર્ષથી સર્ક્યુલેશનમાં છે અને પોલીસો તથા સામાન્ય જન વડે ઘણું વંચાય છે.

‘‘ન્યુ મીડીયા ગ્રુપ’’ પોલીસનાં કાર્યોને લગતાં વિવિધ પુસ્તકો તથા પ્રકાશનો પણ બહાર પાડે છે, જેમ કે, આતંકવાદને લડત આપવા પર યોજાયેલ સેમીનારોમાં અપાયેલ વક્તવ્યોનો સંગ્રહ.

શિવનંદનના તબીબી ક્ષેત્રના મિત્રોએ પણ પોલીસોનાં આરોગ્યની સંપૂર્ણ તપાસ તથા આરોગ્ય વિશે સૂચનો આપતી પુસ્તિકાઓ છપાવવી તથા તેમનું

પોલીસકર્મીઓમાં વિતરણ કરવું વગેરે જેવાં વિવિધ પગલાંઓ પોલીસદળ માટે ભરવામાં તેમને મદદ કરી.

વોકહાર્ટ જુથનાં વ્યવસ્થાપન હેઠળ ચાલતી થાણે પોલીસ હોસ્ટિપલની સ્થાપના એ બીજું ઉદાહરણ છે. અહીં પણ, પોલીસોને તેઓ વિશ્વ સ્તરની તબીબી સારવાર મેળવી શકે તે માટે નાણાકીય રીતે લાભકારી આરોગ્ય યોજનાઓ આપવામાં આવી છે.

આજે, સરકારમાં નવો શબ્દ છે, "પબ્લિક મેનેજમેન્ટ" શિવનંદનને વ્યવસ્થાપન ક્ષેત્રના નિષ્ણાત હોય તેવા અનેક મિત્રો હતા. પોલીસદળની વ્યવસ્થાપન કુનેહ વિકસાવવા માટે તેમણે (સ્વ) ઋષિકુમાર પંડ્યા જેવા વ્યવસ્થાપન સલાહકારોનાં વ્યાખ્યાનો, સેમીનાર્સ તેમજ વર્કશોપ્સ ગોઠવ્યાં હતાં.

જુદા જુદા બીઝનેસ એસોસીએશનમાં નેટવર્કીંગની તેમની આવડતે પણ તેમને ઘણા પ્રોજેક્ટ્સ માટે ભંડોળ ઊભું કરવામાં મદદ કરી. સરકાર બધો ખર્ચ ઉપાડતી હોવા છતાં, કોર્પોરેટ જગતના તેમના મિત્રોએ તેમને બુલેટ પ્રુફ જેકેટ્સ મેળવવાં અથવા જીમ્નેશીયમ, શાળાઓ તથા કેન્ટીનો બનાવવા જેવા પ્રકલ્પોમાં નાણાની મદદ કરી.

સામાન્યજન સુધી પોલીસના સંદેશનું આદાન-પ્રદાન કરવા માટે તેમણે રોટરી ક્લબ, લાયન્સ ક્લબ, ઇન્ડિયન મર્ચન્ટ ચેમ્બર વગેરે સંસ્થાઓ દ્વારા સેંકડો વ્યાખ્યાનો આપ્યાં.

મિત્રો સાથે કામ કરતી વખતે, બંને પક્ષ માટે વીન-વીન પરિસ્થિતિ રહે તે તરફ નજર રાખવી મહત્વની છે. જેવી રીતે પોલીસદળને લાભ થયો, તેજ રીતે આ જુથોને પણ તેમના પોલીસદળ સાથેના જોડાણનો લાભ મળ્યો. પોલીસમાં હોય તેવા નેતાની છબી બદલાવા લાગી. પોલીસનો સંપર્ક કરવાનું સહેલું થઈ ગયું; સામાન્ય લોકોને પોલીસથી અળગા રાખતી દીવાલ તૂટવા લાગી.

એક સારો નેતા એ છે જે અન્ય ક્ષેત્રોના નેતાઓની પ્રશંસા કરે છે. તે તેમને માન આપે છે. તેમની પાસેથી શીખે છે, અને છેવટે પરસ્પર લાભ માટે તેમની સાથે સહયોગ કરે છે.

કોઈ સમાજ એકબીજાને મદદ કર્યા વગર પ્રગતિ કરી શકે નહીં. તેને માટે, દરેક ક્ષેત્રમાં નેતાઓ એ એકઠા થવું જોઈએ અને વિકસવામાં એક બીજાની મદદ કરવી જોઈએ.

તમે જે સંબંધો ઘડો તે આજીવન ટકવા જોઈએ. તે કાયમી હોવા જોઈએ.

શિવનંદનની નેટવર્કીંગની કુનેહે તેને નિવૃત્તિ પછી પણ મદદ કરી છે. એક પોલીસ નેતામાંથી, હવે તેઓ એક કોર્પોરેટ એક્ઝિક્યુટીવ છે. તેઓ ભારતમાં તથા પરદેશમાં વિશાળ કોર્પોરેશન્સ માટે સુરક્ષા સેવા પૂરી પાડતી કંપની 'સેક્યુરસ ફર્સ્ટ' ના ચેરમેન છે.

ગુના, ભ્રષ્ટાચાર તથા આર્થિક ગુનાઓ દૂર કરવા માટે ઉપયોગમાં લેવાયેલ આવડતોનો હવે વધુ સારી સુરક્ષા માટે વિવિધ તંત્રોને માર્ગદર્શન આપવામાં અસરકારક રીતે ઉપયોગ થાય છે.

નિવૃત્તિ પછી તેમને વડાપ્રધાનની ઑફિસ (PMO) હેઠળ ભારત સરકારના નેશનલ સિક્યોરીટી એડવાઇઝર (NSA) વડે આંતરિક તેમજ બાહ્ય સુરક્ષા પર અભ્યાસ તથા ભલામણ માટે વિશિષ્ટ કાર્ય દળ (સ્પેશીયલ ટાસ્ક ફોર્સ)ના સભ્ય બનવા માટે બોલાવવામાં આવ્યા હતા. પૂર્વ કેબીનેટ સેક્રેટરી શ્રી નરેશ ચંદ્ર આ વિશિષ્ટ કાર્ય દળના વડા હતા. આવા પ્રકલ્પો સહેલાઈથી નથી આવતા. તે પુષ્કળ અનુભવો અને વર્ષોપરાંત તમે પેદા કરેલ આબરૂને કારણે આવે છે.

તેઓ સાયબર ગુનાઓ તથા ઈલેક્ટ્રોનિક ચોરીઓ જેવા નવા યુગના ગુનાઓ સામે વ્યુહરચના ઘડવા માટે રીઝર્વ બેન્ક ઑફ ઈન્ડિયાના સુરક્ષા સલાહકાર પણ છે. તેઓ જુદા જુદા કોર્પોરેટ ગૃહો માટે સલાહકાર તરીકે ચાલુ રહ્યા છે અને ભારતમાં તથા પરદેશની પ્રમુખ સંસ્થાઓમાંથી કેટલીકમાં વ્યવસ્થાપન અને નેતૃત્વના પાઠ શીખવે છે.

એવા ઘણા સરકારી અમલદારો છે જેમને તેઓ જે શક્તિશાળી હોદ્દાઓ ધરાવતા હોય તેના પરથી નિવૃત્ત થયા પછી આઘાત લાગે છે. વર્ષો સુધી, તેઓ એવા હજારો માણસો વડે અનુસરાયા હોય છે જેઓ તેમના એક જ આદેશ પર પોતાનો જીવ કુરબાન કરી દેવા ઇચ્છુક હોય. એક વરિષ્ઠ પોલીસ અધિકારી જે સત્તા ધરાવે છે તે લોકોમાં ડરનાં મોજાં પ્રસરાવી શકે છે.

છતાં, જે દિવસે તે વ્યક્તિ નિવૃત્ત થાય, કે બધું જ તેમની પાસેથી લઈ લેવામાં આવે છે. હવે કોઈ આદેશ કે સત્તા નથી; કોઈ હુકમો આપી શકતા નથી. પરંતુ તમે ઊભી કરેલી આબરૂ તથા તમે બનાવેલા મિત્રો જ છે જે પાછળ રહે છે. એ એવી સાચી અસ્કયામત છે જે હંમેશ માટે તમારી સાથે રહે છે. તે ઉપરાંત, આ પુસ્તક પર કામ કરતાં કરતાં, અમે એકબીજાના મિત્રો સાથે પરિચિત થઈ ગયા. મિત્રોની અમારી મૂડી સમય સાથે વધી છે. આજ અમારી ખરી

મિલ્કત છે.

ઉપસંહારમાં, આપણે જોઈએ કે એક સારા મિત્ર વિશેનું ચાણક્યનું વર્ણન શિવનંદનના કિસ્સામાં કેવી રીતે જીવંત થઈ ઉઠે છે.

• પિતા/દાદાના વખતથી જોડાણ

શિવનંદન તેમના IPS કોર્સના બેચમેટ્સ તથા અન્ય સરકારી વિભાગો સાથે નિવૃત્તિ પછી પણ સંપર્કમાં રહ્યા છે. ૩૫ કરતાં પણ વધુ સમયના ગાળામાં આ સંબંધો પેઢીઓ સુધી વિસ્તર્યા છે. આમ આ સમય વડે ચકાસાયેલ સંબંધો બન્યાં છે - પિતા/દાદાના વખતથી થયેલ જોડાણો.

• મહાનતા

શિવનંદન વિવિધ ક્ષેત્રોના મહાન લોકોનો સંપર્કમાં રહ્યા છે. જો કોઈ વ્યક્તિ - તે ડૉક્ટર હોય, વ્યવસ્થાપન સલાહકાર હોય, કાયદાશાસ્ત્રી હોય, કે અન્ય સરકારી, વિભાગોમાં વ્યાવસાયિકો હોય, તમારા કરતાં તેનાં ક્ષેત્રમાં વધુ સારી હોય, તો તમે આવી વ્યક્તિને માન આપો તેની ખાતરી રાખો. તેઓએ હંમેશાં મહાન માણસો સાથે જોડાણ રાખ્યું.

• વફાદારી

શિવનંદનની સત્તા અને વરિષ્ઠતાએ તેમને પુષ્કળ નવા લોકોને મળવાની તક આપી. જોકે, તેમણે એવા લોકોને મિત્ર બનાવવા માટે પોતાના હોદ્દાનો ઉપયોગ કર્યો, જેઓ હંમેશાં માટે તેમની સાથે રહેશે.

• આત્મ નિયંત્રણ

પોલીસદળમાં આત્મ નિયંત્રણ ધરાવવું ઘણું જ મહત્વનું છે. તમને મોઢામાં પાણી આવી જાય તેવી ઑફરો મળે, જેમ કે પુષ્કળ પૈસા લઈને એક ગુનેગાર પાસે કંઈક કામ કરાવી આપવું. આ એક મૈત્રીના વ્યવહાર તરીકે આવી શકે છે, પરંતુ તેમાં તણાઈ ન જવું તે મહત્વનું છે. શિવનંદનની પ્રમાણિક્તાએ તેઓ હંમેશાં નિયંત્રણમાં રહે તે વાતની ખાતરી રાખી. તેઓ કાયદાની જમણી બાજુએ રહ્યા છે અને એક પ્રમાણિક અમલદારની આબરૂ મુજબ જીવ્યા છે.

• નીજી સ્વાર્થ નહીં

જ્યારે શિવનંદન કોર્પોરેટ જુથો અથવા તબીબી વ્યાવસાયિકોને મળ્યા,

જેમણે છેવટે તેમને તેમના પોલીસદળ માટેનાં લક્ષ્યો પાર પાડવામાં મદદ કરી, ત્યારે તેમણે આવી શક્યતાઓ તરફ "મને તેમાંથી શું મળશે !" એવી દૃષ્ટિથી જોયું ન હતું. તેને બદલે, તેમની દૃષ્ટિ હંમશાં પોલીસદળ અને તેમના મિત્રો માટે વીન-વીન પરિસ્થિતિ સર્જવાની હતી. આમ, પોતાનો અલગ નીજી સ્વાર્થ ન હોવો તે તમને પ્રચંડ આબરૂ ઊભી કરવામાં મદદ કરે છે.

● ઝડપથી સજ્જ થવાની ક્ષમતા

ભંડોળ ઊભું કરવાનું કામ હોય, પ્રોજેક્ટ પર કામ કરવાનું હોય કે મંજુરી મેળવવાનું કામ હોય, શિવનંદને આ બધું ઘણી જ ઝડપથી કર્યું. આ તેઓ સારાં નેટવર્ક દ્વારા આવતી તેમની સજ્જ થવાની આવડતને કારણે કરી શક્યા.

★ સહયોગીઓ તથા મિત્રો સાથે કામ કરવા માટે સૂચનો ★

૧. નેટવર્ક : મિત્રોનું સારું નેટવર્ક હોવું મહત્વનું છે.
૨. મીટીંગો ગોઠવવી : તમારી ટીમ પાસેથી નિયમિત માહિતીઓ એકઠી કરો.
૩. તમારી બુદ્ધિનો ઉપયોગ કરો : સાચાં તથા ખોટાં વચ્ચે તફાવત પારખવો તે મહત્વનું છે.
૪. ખબરીઓને કેળવો : વ્યુહરચના બનાવવા માટે તેઓ જ તમારી ચાવીરૂપ છે.
૫. તમારા મિત્રોને મદદ કરો : તમારા સાથીદારોને જરૂર હોય ત્યારે તમારે તેમને મદદ કરવી જરૂરી છે.

લેખક વિશે

• ડૉ. રાધાક્રિષ્નન પિલ્લઈ મુંબઈ યુનિવર્સિટીમાંથી છે. તેઓ નેતૃત્વ પર તાલીમ આપનાર, સંશોધન કરનાર, લેખક તથા શિક્ષક છે તેમનાં પ્રથમ પુસ્તક, 'કોર્પોરેટ ચાણક્ય' એ વ્યવસ્થાપન પરનાં પુસ્તકોની શ્રેણીમાં રેકોર્ડસ સર્જ્યા છે. એક લોકપ્રિય બેસ્ટસેલર હોવા ઉપરાંત, આ પુસ્તકને આખા વિશ્વમાં શૈક્ષણિક સંસ્થાઓમાં શૈક્ષણિક સંશોધન માટેનું પુસ્તક ગણવામાં આવ્યું છે. હજારો નેતાઓને તાલીમ તથા સલાહો આપીને, ડૉ. પિલ્લઈ ચાણક્યને વ્યવસ્થાપન તથા નેતૃત્વના ગુરુ તરીકે લોકપ્રિય બનાવવા માટે સુવિખ્યાત થયા છે.

• ડી. શિવનંદને જીવન માટે પડકારજનક પરિસ્થિતિઓમાં ૩૫ થી પણ વધારે વર્ષો સુધી પોલીસદળનું નેતૃત્વ કર્યું છે. તેમણે તેમનાં વ્યાવસાયિક જીવનની શરૂઆત મદ્રાસ યુનિવર્સિટીમાં અર્થશાસ્ત્રના આસીસ્ટન્ટ પ્રોફેસર તરીકે કરી, પરંતુ ૧૯૭૬માં ઈન્ડિયન પોલીસ સર્વિસ (IPS) માં જોડાયા તેમની નિમણુકોમાં ઈન્ટેલીજન્સ બ્યુરોમાં પ્રથમ DCP તરીકે અને પછી ડેપ્યુટી ડાયરેક્ટર તરીકે છ વર્ષના ગાળા માટે (૧૯૮૭-૯૩)નો સમાવેશ થાય છે. ૧૯૯૫-૯૮ દરમિયાન નાગપૂર રેન્જના ડેપ્યુટી SP - ડેપ્યુટી IGP તરીકે નકસલવાદ વિરુદ્ધ કાર્યોમાં તેમણે પોલીસોની આગેવાની લીધી. તેમની મુંબઈમાં જોઈન્ટ કમિશ્નર ઑફ પોલીસ (ગુનાશાખા) (જુલાઈ ૧૯૯૮-માર્ચ ૨૦૦૧) તરીકેની નિમણુકને સૌથી સૂચક સિદ્ધિ ગણવામાં આવે છે. જ્યારે તેમની વ્યુહાત્મક નેતૃત્વ હેઠળ પોલીસ શહેર ઉપર સ્થપાયેલ અંડરવર્લ્ડનું વર્ચસ્વ તોડવામાં સફળ થઈ. આ નેતૃત્વની કુનેહો ઉપરાંત, પોલીસદળનાં કલ્યાણમાં તેમના તીવ્ર રસ તથા ફાળા માટે પણ શિવનંદન જાણીતા છે. જ્યાં નકસલોનો મજબૂત પકડ હતી તેવા ગઢચીરોળી તથા ચંદ્રપુરમાં પોલીસોનાં બાળકો માટે શાળા ઊભી કરવામાં તેમણે સક્રિય ભાગ લીધો હતો. ત્યાર પછી, થાણા શહેરના CP તરીકે (ફેબ્રુઆરી ૨૦૦૫ - મે ૨૦૦૮) તેમણે પોલીસોનાં તેમજ અન્ય નાગરિકોનાં બાળકોને વિશ્વ સ્તરનું શિક્ષણ આપવા માટે થાણા પબ્લિક સ્કુલ બનાવી. તેઓ પોલીસોનાં આરોગ્ય માટે વિવિધ પગલાંઓ ભરવામાં પણ સંકળાયેલા છે, જેમ કે, હોસ્પિટલો તેમજ જીમ્નેશીયમ્સ બાંધવાં, આરોગ્ય ચકાસણી તથા યોગ ક્લાસ વગેરેની વ્યવસ્થા કરવી. નવેમ્બર ૨૬, ૨૦૦૮ના મુંબઈ આતંકવાદી હુમલા પછી, શિવનંદને

મુંબઈના પોલીસ કમીશ્નરનો કાર્યભાર સંભાળ્યો (જુન ૨૦૦૯ - મે ૨૦૧૦). આ સમયગાળા દરમિયાન, આતંકવાદી હુમલાઓની ધમકી સામે વધુ સારી તૈયારી માટે શહેરનાં સુરક્ષા માળખાંને પુનઃ મઠાર્યું. મહારાષ્ટ્ર રાજ્યના ડાયરેક્ટર જનરલ ઑફ પોલીસ તરીકે (મે ૨૦૧૦ - માર્ચ ૨૦૧૧) તેમણે ૨.૫ લાખથી પણ વધુ પોલીસકર્મીઓનાં પોલીસદળની આગેવાની સફળતાપૂર્વક લીધી. ૨૦૧૧માં નિવૃત્તિ બાદ, તેમણે વડા પ્રધાનની ઑફિસ (PMO) ના એક ભાગ તરીકે કાર્ય કર્યું અને અત્યારે તેઓ રીઝર્વ બેન્ક ઑફ ઈન્ડિયા માટે કામ કરી રહ્યા છે. શિવનંદન અને તેમનાં નૃત્વની શૈલી વિશે માધ્યમમાં ઘણી ચર્ચાઓ તથા ડીબેટ થઈ છે. તેમની ગુનેગારોની સાથે કામ કરવાની વ્યુહરચનાઓએ બોલીવુડની ફિલ્મોને પ્રેરણા આપી છે. તેમની પરિસ્થિતિ મુજબ નેતૃત્વની વ્યુહરચનાઓનો ઉપયોગ ભારતની અને પરદેશની શૈક્ષણિક સંસ્થાઓમાં કેસ સ્ટડી તરીકે કરાય છે.

આમંત્રણ આપો

રાધાક્રિષ્નન પિલ્લઈ અને ડી. શિવનંદનને તમારી સંસ્થામાં નેતૃત્વ માટેનાં ચાણક્યનાં 7 રહસ્યો પર બેઠકનું સંચાલન કરવા માટે.

લખો : info@ciplmumbai.in અથવા sourav@seventeenevents.com

અથવા

કોલ કરો : +91-9819993300, 9820941012, 022-26206195

અથવા

મુલાકાત લો : www.seventeenevents.com

વધુ જાણવા માટે

SECURUS FIRST

ડી. શિવનંદન, મુલાકાત લો : www.securusfirst.com

CIPL

ચાણક્ય ઇન્સ્ટિટ્યુટ ઑફ પબ્લિક લીડરશીપ

રાધાક્રિષ્નન પિલ્લઈ, મુલાકાત લો : www.ciplmumbai.in

વ્યવસ્થાપન ફિલ્મ ચાણક્ય સ્પીક્સ - વ્યાપારમાં સફળતા માટેના ૭ સ્તંભ તથા ટ્રેનીંગ કીટ, ''ચાણક્ય ઇન યુ'' વિશે વધારે માહિતી મેળવવા માટે

મુલાકાત : www.chanakyaspeaks.in

ચાણક્યઝ ચક્રવ્યુહ

(અર્થશાસ્ત્ર આધારિત નાણાકીય રમત)

www.chanakyaschakravyuh.com

કોલ : +91-7738688532

JAICO PUBLISHING HOUSE

Elevate Your Life. Transform Your World.

જયકો પ્રકાશન ગૃહની સ્થાપના ૧૯૪૬માં થઈ હતી. આ સંસ્થા સાથે વિશ્વના સર્વોત્કૃષ્ટ લેખકો જોડાયેલા રહ્યા છે, જેમાં મુખ્યત્વે – શ્રી શ્રી પરમહંસ યોગાનંદ, ઓશો, દલાઈ લામા, શ્રી શ્રી રવિશંકર, સદ્‌ગુરુ, રોબિન શર્મા, દીપક ચોપરા, જૅક કેનફિલ્ડ, એકનાથ ઈશ્વરન, દેવદત્ત પટ્ટનાયક, ખુશવંતસિંહ, જહોન મૅક્સવેલ, બ્રાયન ટ્રેસી તથા સ્ટીફન હૉકિંગ વગેરેનો સમાવેશ થાય છે.

અમારા સ્થાપક સ્વ. શ્રી જમન શાહે જયકોની સ્થાપના એક પુસ્તક વિતરણ કંપની તરીકે કરી હતી. દેશ સ્વતંત્ર થવાનો છે એ ખ્યાલ આવતાં તેમણે કંપનીનું નામ યોગ્ય રીતે જ જયકો (જય અર્થાત્ વિજય) રાખ્યું હતું. એક વિકાસશીલ દેશમાં પોષાય એવી કિંમતનાં પુસ્તકોની માંગને પહોંચી વળવા શ્રી શાહે જયકોનું પોતાનું પ્રકાશન શરૂ કર્યું હતું. ભારતમાં અંગ્રેજી ભાષામાં પેપરબૅક પુસ્તકોનું પ્રકાશન કરનાર જયકો સૌપ્રથમ પ્રકાશન ગૃહ હતું.

સ્વ-વિકાસ, ધર્મ અને અધ્યાત્મ, મન / શરીર / આત્મા, તથા બિઝનેસ જેવા વિષયનાં પુસ્તકો અમારી નોન-ફિક્શન શ્રેણીમાં મુખ્ય સ્થાન ધરાવે છે, તો સાથે અમે પ્રવાસ, વર્તમાન પ્રવાહો, જીવનકથા તેમજ સામાન્ય વિજ્ઞાનનાં પુસ્તકો પણ પ્રકાશિત કરીએ છીએ. હવે અમે વાર્તા-નવલકથાના વિષય ઉપર પણ ધ્યાન કેન્દ્રિત કર્યું છે અને તેમાં રાષ્ટ્રીય તેમજ આંતરરાષ્ટ્રીય યુવા લેખકોનાં નવાં પુસ્તકો પ્રકાશિત થઈ રહ્યાં છે. જયકો દ્વારા તાજેતરમાં સ્થાપવામાં આવેલા અનુવાદ વિભાગ હેઠળ પસંદગીનાં અંગ્રેજી પુસ્તકોના નવ ભાષામાં અનુવાદ પ્રકાશિત થાય છે.

પોતાનાં જ પુસ્તકોનાં પ્રકાશન અને વિતરણ ઉપરાંત જયકો અગ્રણી આંતરરાષ્ટ્રીય તેમજ રાષ્ટ્રીય પ્રકાશકોનાં પુસ્તકોના મુખ્ય રાષ્ટ્રીય વિતરક તરીકે પણ કામગીરી કરે છે. જયકોનું મુખ્ય મથક મુંબઈમાં છે, તે ઉપરાંત અમદાવાદ, બૅંગલુરુ, ભોપાલ, ચેન્નઇ, દિલ્હી, હૈદરાબાદ, કૉલકાતા તેમજ લખનૌમાં પણ અમારી શાખાઓ અને સેલ્સ ઑફિસ આવેલી છે.

SINCE 1946